Atburðarmörk: Þegar stjörnur deyja

Event Horizon, Volume 2

Victor Neil Murray

Published by Victor Neil Murray, 2025.

ATBURÐARMÖRK: ÞEGAR STJÖRNUR DEYJA

First edition. December 3, 2025.

ISBN: 979-8232057695

Written by Victor Neil Murray.

PROLÓG: Rödd úr myrkrinu

Myrkur.

Ekki nótt og ekki tómlæti — heldur eitthvað fornt, utan tíma. Það var ekki aðeins fjarvera ljóss, heldur fjarvera alls.

Og í þessu myrkri hljómaði orð. Hljótt, líkt og andardráttur stjörnu í eilífðinni. Það hafði hvorki líkama né form.

— Hlýddu á mig.

Meðvitund blossaði upp, eins og neisti í djúpinu. Hann sá ekkert, en skynjaði að hann væri til. Röddin hljómaði hvorki nálægt né fjarlægt, heldur inni í sjálfri sál hans, eins og hugsun sem tilheyrði öðrum, en vissi allt um hann.

— Ég þarf á hjálp þinni að halda.

— Hver... ert þú?.. — spurði hann. Rödd hans skjálfnaði, eins og barn sem kallar úr myrkrinu. — Hvar er ég?..

— Á milli.

Á milli lífs og dauða. Á milli þess sem þú varst og þess sem þú getur orðið.

— Þannig... ég er dáinn?

— Já. Dáinn — og dauði þinn var af eigin hendi.

Þessi orð svöruðu í honum með skömm og sársauka. Hann mundi hvorki andlit né nafn, ekki einn dag af lífi sínu. En innra með honum brá eins og hjartað minnti enn á það sem hugurinn hafði gleymt.

— Þá... hvers vegna þarfst þú mín? — spurði hann beiskur. — Ef ég gat ekki einu sinni bjargað sjálfum mér, hvers vegna að treysta þeim sem gafst upp?..

— Vegna þess að sál þín var áfram góð. Og aðeins góð sál getur breytt örlögum heima.

Hann þagði.

Röddin hélt áfram — eins og vindur yfir hyldýpi:

— Ég er hvorki maður né guð. Ég er upplýsingar, hugsandi vera án líkama, hugsun án handa. En heimar mínir deyja. Þeir þurfa sál sem getur fundið fyrir sársauka og von. Sál sem veit hvað missir er — og velur samt samúð.

— Af hverju ég? — spurði hann varlega.

— Því þú ert sá sem hægt er að fela líf þessara heima.

Hann þagði lengi. Engin orð fundust. Innra með honum rakst óttinn til — og samt, djúpt inni, blossaði neisti ákvörðunar.

— Hvað gerist fyrir mig ef ég samþykki?

— Þú færð líf, líkama. Heimarnir sem þú munt ganga inn í eru harðir og miskunnarlausir. Ég mun ekki geta talað við þig aftur — allt sem gerist eftir það munt þú upplifa einn. Og jafnvel þótt ég gæti sagt þér frá þessum heimum, opnað leyndarmál þeirra — þá hverfur allt þegar þú vaknar. Hvorki þú né ég munum muna þetta samtal. Svo kveða lög alheimsins.

Hann stirðnaði.

— Þá hvernig get ég hjálpað þeim, ef ég man ekki einu sinni beiðni þína?..

— Þess vegna þarf ég þig. Ekki minningarnar munu bjarga heimum, heldur eðli þitt. Jafnvel þó þú munir ekki hvers vegna þú lifir, munt þú halda áfram, því þú getur ekki gengið fram hjá sársauka annarra. Sú er eðli sálar þinnar.

Hann þagði. Í þessum orðum var eitthvað ógnvekjandi — og samt hið sanna. Hann vissi ekki hvort hann gæti trúað, en fann: röddin laug ekki.

— En ef mér mistekst?..

— Stundum er tilraunin ein og sér kraftaverk.

Hann andvarpaði. Tómið í kringum hann virtist halda niðri andanum. Hann fann — hér var hún, brúnin. Síðasti kosturinn.

— Ég samþykki, — sagði hann loks.

Myrkrið bifaðist, eins og spegill undir vatni. Meðvitund hans féll, leystist upp í straumi ljóss.

Röddin hljómaði í síðasta sinn:

— Mundu: framundan er sársauki, en í sársauka fæðist merkingin. Og við enda vegar munt þú læra nafn mitt.

Hann féll — gegnum stjörnur, gegnum ljós, gegnum öskrandi tómið.

Heimur kallaði hann aftur til lífs. Og á þeirri stundu þegar andardráttur snerti varir hans, þegar líkamann brenndi kuldi og sársauki, heyrði hann raddir.

Fjölda radda. Þær hljómuðu úr öllum áttum — úr loftinu, úr blóðinu, úr tímanum sjálfum.

Eitt og sama orðið — eins og hjartsláttur alheimsins:

Samúð.

Samúð.

Samúð.

Hann opnaði augun.

Og lífið hófst.

Spáin um endalok heimanna

„Óttastu ekki endann —

óttastu þann sem ákveður, hvernig upphafið mun verða.“

— úr Ljóðum heimanna

Þeir segja að í hjarta heimanna sé skráður hinn forni spádómur, sem segir frá endalokum allra heima. Þegar hinir dauðu þrá munu andardrátt hinna lifandi, og mörk ljóss og myrkurs falla, — mun hvorki guð né andi né maður standast.

Úr hyldýpinu munu rísa tvö dýr og einn skratti, jafnsterk og guðir sjálfir. Blóð þeirra mun verða eldur, ópið — þrumur, andardráttur þeirra — stormur sem rífur himnana í sundur.

En á eftir myrkrinu mun ný dögun rísa: á stund tortímingar mun mönnum opinberast mætti guðanna. Og tveir munu rísa — jafnir að mætti, en baðaðir í sársauka og þjáningu, líkt og tvær stjörnur fæddar úr ösku alheimsins.

Annar mun leita ljóssins í myrkrinu, hinn — frelsunar í eigin hyldýpi. Sálir þeirra munu renna saman í átökum þar sem enginn sigur mun fæðast, því barátta þeirra er spegill alls sem er.

Og þegar kraftur þeirra gatar sjálfan tímann, og síðasti hljómur heima þagnar, — mun annar þeirra rísa. Og honum verður gefið vald til að endurskrifa sjálfa sköpunina, ef hún leyfir. Hann mun geta skapað líf á ný, afmáð lögmál, endurskapað hið glataða eða þurrkað út allt sem var — með einu andardrætti.

En hin fornu vara við: sá sem getur bjargað öllu sem er, getur einnig orðið sá sem tortímir því endanlega. Því ljós og myrkur eru ekki óvinir, heldur tvær sársakanir einnar sálar. Og aðeins sá sem tekur hvort tveggja í sátt mun þekkja hina sönnu vilju alheimsins.

Nafn þess sem mun rísa verður haldið leyndu fram að síðustu dögun, þegar síðasta stjarnan fellur í þögnina, og alheimurinn spyr sjálfan sig:

Hvað er frelsun, ef hún fæðist af sársauka?

Kafli 1. Neisti yfir hyldýpinu

„Það sem getur gefið líf,

getur einnig tekið það.“

— úr dagbókum prófessors Vikar Revens

Viktoríutíminn.

Í norðurhluta Bretlands, þar sem mýrarnar anda þoku og fortíðin heldur fast í steinana, tók bóndi að nafni Godfrey eftir undarlegum glampa í jörðinni. Eitt sinn var hér stöðuvatn, en vatnið hafði horfið og skilið eftir aðeins seigan leir og leðju.

Bóndinn var á fuglaveiðum þegar tunglið, sem braust í gegnum þokuna, lýsti upp eitthvað kringlótt — eins og perlu, en með köldu bláu ljósi. Hann tók hana upp. Steinninn var lifandi — undir fingrunum virtist hann anda.

Um morguninn var gripurinn sendur á safn — fágætur gripur, ólíkur öllum þekktum steinefnum. Dagblöðin skrifuðu um „glóandi helgigrip úr mýrinni“ og greinin lenti í höndum prófessors Vikar Revens — frumkvöðuls og náttúruskoðanda.

Revens lifði á mörkum vísinda og hins bannfærða. Hann laðaðist að furðum, gripum og leifum vera sem kirkjan kallaði kvikindi myrkursins. Hann trúði ekki á guði, en trúði á fullkomnun — á möguleikann á að skapa líf laust við mannlegar veilur.

Prófessorinn keypti steininn þegar hann sannfærðist um að hann sendi frá sér orku óvenjulegs litrófs. Mælitæki hans — búnaður sem þýski eðlisfræðingurinn Hans Geiger hafði gefið honum — skráði öfluga geislun, eins og steinninn væri hjarta stjörnu.

Revens flutti gripinn í kastalann sinn við jaðar Þýskalands — gótíska byggingu þar sem undir hvelfingunum var ilmur af ósoni og járni, og niðri drunuðu vélar og rör fyllt neistandi straumi.

Tilraunir með „perlu“ mýranna skók hann djúpt. Steinninn hafði áhrif á lífrænan vef — lét frumur vaxa, endurnýjast, jafnvel tvöfaldast. En aðeins í návist ösku — ösku vampíra.

Revens ákvað að prófa steininn á sjálfum sér. Hann skar lófa sinn, blandaði blóði og ösku og snerti sárið með steininum. Augnablik — og húðin lokaðist. Hann trúði varla augunum... svo hló hann — og grét.

— Evríka... Ég hef sigrað dauðann.

Nú var tími draums hans runninn upp. Hann safnaði saman leifum skrímsla — vöðvum, beinum, vængjum, tentaklum, brynjum — öllu því sem öldum saman hafði talist kvikindi næturinnar. Hann saumaði þau saman, eins og listamaður sem raðar saman brotum martröðar.

Í hjarta þessa afmyndaða líkama setti hann bláa steininn. Að ofan — ösku vampíra, sem hvata.

Líkamið hristist. Húðin hreyfðist — og holdið lifnaði. En hjartað var hljótt.

Revens virkjaði búnaðinn, beindi straumnum. Elding rann um líkama skepnunnar — púls birtist, en hvarf strax.

Þá greip prófessorinn til örþrifaráða — að tengja tilraunina við óveður.

Þann kvöldið klofnaði himinninn. Eldingar féllu ein af annarri, eins og náttúran sjálf biði skipunar hans. Hann stóð á svölunum í grenjandi rigningu, horfði á stáltíminn fanga eldingu.

Orkan skall á — og ljós blossaði í rannsóknarstofunni.

Líkamið lifnaði við.

Það öskraði, reif sig, skjálfði, andaði. En prófessorinn heyrði ekki lengur sköpun sína — eldingin sem gaf lífið lamdi einnig hann sjálfan.

Revens lést.

En skrímslið — flúði.

Það braust út í frelsið og hvarf í storminum. Eldingar lýstu skuggann í svipum: háan, nærri tveggja metra, með hjarndýrs hauskúpu án andlits og greinótt horn, líkt fornu tré; á bakinu breiddust húðvængir, og hendurnar, með klær og tentakla, virtust ekki gerðar fyrir heim mannanna.

Undir vængjum myrkursins sveigðist snákahalaður, og fæturnir, endandi í klaufum, gengu þungt, og eftir hryggnum — frá hálsi til hala — faldi stinn brynja sig, hrjúf og forn, líkust skel frumskjaldböku, hlíf veru sem virtist fædd úr óreiðu.

Þannig endurfæddist góð sál. Ljós steinsins í brjóstinu glitraði — eins og myrkrið reyndi sjálft að muna af hverju það ætti að lifa.

Og einhvers staðar langt í fjarska, utan tíma, hvíslaði sú sama Rödd úr myrkrinu, eins og bergmál gleymds draums:

— Mundu... sársauki er merkingin.

Kafli 2. Skyggi samkenningar

„Fólk óttast þann, sem ekki líkist þeim,
jafnvel þó hann sé sá eini sem geti bjargað því.“
— úr glötuðum skrám Vikar Revens

Hann lifði án nafns. Án fortíðar. Án röddar. Að degi til — í skugga. Að nóttu — undir stjörnum, köldum og afskiptalausum.

Heimur viktoríutímans var ekki skapaður fyrir kraftaverk. Hann var byggður úr stáli og sársauka — úr verksmiðjum, reyk og læti munaðarlausra sem sváfu undir brúm, dreymandi að sjá sólina einu sinni í lífinu.

Eftir steinlögunum dundu vagnar auðmanna, og í gluggum þeirra spegluðust ljós næturinnar — sömu ljósin þar sem hungur og dauði leyndust.

Hann fylgdist með þessum heimi úr fjarlægð — úr mýrum, úr þoku, úr þögn. Að degi til faldi hann sig í vatni, milli steina og trjáarótanna, þar sem sólin snerti ekki húð hans. Hann gat verið klukkustundum saman án þess að anda — vatnið tók við honum eins og syni djúpanna.

Aðeins á nóttunni fór hann út úr felustöðum, gengur á móti því sem kallaðist líf. Hann sá þjáninguna — og gat ekki gengið fram hjá. Ekki vegna þess að hann vissi tilganginn. Heldur vegna þess að hann kunni ekki annað.

Stundum setti hann körfur með mat við dyr fátækra. Stundum bar hann barn úr brennandi húsi, hvarf áður en birti. Stundum birtist hann úr þokunni og hræddi þá sem lyftu hníf gegn varnarlausu fólki.

Sögur gengu í kringum hann: maðurinn sagðist hafa séð djöful í skógunum — Vendingo, sem refsaði vondum og hlífti saklausum. Láttu þau halda það.

Hann brygði sér ekkert um orð fólks — svo framarlega sem saklausir lifðu.

En oftar fylgdist hann bara með. Hann unni því að horfa á mannlegt ljós — ekki það sem logaði í luktum, heldur það sem glampaði í hjörtum. Stundum stóð hann lengi undir gluggum, hlustaði á mæður syngja vögguvísur, á hlátur barna, á einhvern leika á píanó...

Og skildi ekki hvers vegna þessi hljóð særðu hann — sársauki sterkari en eldingin sem endurvakti líkama hans.

Einmitt einu sinni, í hríð, sá hann konu falla á steinlagða götu. Í höndum hennar — ungbarn, enn lifandi. Hann tók barnið varlega, vafði það inn í slopp sem hann hafði fundið á markaði og bar það að musterinu þar sem kerti loguðu. Lagði það á þröskuldinn, bankaði — og hvarf í snjónum.

Hann fór ekki langt. Úr skugga, bak við horn, fylgdist hann með. Drengurinn fékk nafnið Elías.

Hann sá barnið vaxa — hlaupa berfætt um klausturgarðinn, detta og rísa, brosa í fyrsta sinn. Hann heyrði hlátur hans, sá hann fóðra dúfur, sá hann gráta laumulega um nætur þegar aðrir strákar hæðust að honum.

Hann stóð við girðinguna þar sem enginn sá hann. Dag eftir dag. Áratugum saman.

Þegar Elías varð ungur maður, yfirgaf hann klaustrið og fór í borgina. Þar biðu hans fátækt, verksmiðjuvinna, reykur, hósti, kaldir veggir — og draumur: að sjá hafið einu sinni.

Veran fylgdi honum úr fjarlægð: á næturnar horfði hún á hann hjálpa öldruðum, deila síðasta brauðbita, vernda hina veiku — eins og í honum lifði minning um eitthvað sem ekki varð sett í orð.

Stundum skildi hún eftir lausar gjafir — brauðbita, silfurpening eða hlýjan slopp sem beið hans á bekk í regninu. Elías vissi aldrei hvaðan þetta kom. En einhvern veginn, þegar hann fann þessi litlu undur, brosti hann alltaf og hvíslaði út í tómið:

— Þakka þér.

Og þá blossaði blái steinninn í brjósti skrímslisins mjúkum ljóma.

Árin liðu. Elías kvæntist. Hann eignaðist börn. Hann varð gamall — hrukkóttur, með góðmild augu þar sem sama ljósið glampaði og í æsku.

Hann sat oft við gluggann og sagði við barnabarn sitt:

— Veistu, alla ævi hjálpaði mér einhver. Ég veit ekki hver það var. Kannski maður, kannski engill. En síðan trúi ég þessu: kraftaverk eru til, þau eru bara feimin að birtast að degi til.

Skrímslið stóð við gluggann — ósýnilegt, máttlaust. Hann hlustaði — og skildi ekki hvers vegna innra með honum logaði sársauki.

Þegar Elías dó, um sama kvöld, féll snjórinn á ný.

Veran kom að kirkjunni, fór inn í grafhýsið þar sem kistan stóð og stóð lengi í þögn. Hann gat ekki grátið, en steinninn í brjósti hans glitraði eins og hjartað grét með ljósi.

Hann féll á kné og hvíslaði í huga sínum, orð sem hann mundi dauflega, eins og úr draumi:

— Vertu kvaddur, Elías.

Síðan fór hann langt burt — þangað sem engar borgir né ljós eru.

Stundum dreymdi hann enn andlit barns — bjart, brosandi, og rödd sem hvíslaði:

— Takk fyrir að hafa verið hjá mér.

Kafli 3. Heimar fylltir myrkri

„Ekki allt myrkur fæðir illsku.
Stundum hylur það aðeins þann,
sem fann sér engan stað í ljósi.“
— úr dagbókum nafnlausa förumannsins

Hann ferðaðist um heiminn — án tilgangs, án tíma, líkt og vindur sem tilheyrði hvorki himni né jörð. Árin liðu, og því lengra sem hann fór, því oftar mætti hann öðrum — verum sem áttu sér engan stað meðal mannanna.

Í fyrstu voru það sjaldgæfir, ógreinilegir skuggar í þokunni: afbakaðar skuggamyndir, augu glóandi eins og glóðir, og raddir sem töluðu ekki til eyrna heldur beint til hugans. Svo urðu þær fleiri. Heimurinn virtist smitast af einhverju sem braust upp úr djúpum — fornri plágu sem óttinn hafði vakið.

Hann sá skrímsli ráfa um nætur. Sum voru heimsk rándýr, þyrst líkömum. Önnur — skynsöm, slungin, fær um að tala og ljúga. En eitt sameinaði þau öll — þorsti: þorsti í mannlegt líf, blóð og sál.

Hann mætti öndum — verum úr öðrum lögum tilverunnar: bláum, rauðum, svörtum, gegnsæjum, með eld í stað bláæða. Þau nærðust ekki á líkama heldur á auru — ljósi sem umlykur sálina. Aura — orka líkamans, púls lífsins, endurspeglun eðlis, sársauka og trúar. Ekki sáu allir hana — aðeins þeir sem kallaðir voru útdrivendur.

Þegar illur andi nálgaðist elddist maður á augabragði: augun fölgnuðu, húðin visnaði, andardráttur fjaraði út. Stundum fór andinn inn í líkama, og maðurinn dó ekki strax, heldur hægt, nærði framandi afl með eigin lífi — eins og kerti sem brennur innan frá. Svona fæddust sjúkdómar sem menn kölluðu óskiljanlega.

Stundum sá hann dreka — fágæfa, forna, eins og jörðin sjálf. Skel þeirra var dökk sem kol eftir storm. Þeir önduðu frumöflum, en ekki alltaf — stundum horfðu þeir aðeins niður á borgirnar, eins og íhuga hvort þeir ættu að minnast þess að þeir voru einu sinni stórfenglegir stríðsmenn. Menn höfðu nánast útrýmt dreka — með byssum, kúlum og eldi. Nú leyndust afkomendur þeirra í hellum þar sem dynur vinds líktist andardrætti dauðra stjarna.

En hættulegastir voru vampírarnir — fölnir og fagurir sem styttur úr tunglsteini. Húð þeirra glitraði kristallsljóma og augun glóðu eins og skarlatrauðir luktir í þoku. Þeir eldust ekki, dóu ekki — blóð þeirra var dautt, en hugurinn lifandi eins og enginn annar. Þeir þekktu ekki meðaumkun. Sumir breyttu mönnum í sína líki — ekki úr illsku heldur söknuði eftir eilífri félagsskap. Aðrir drukku blóð til að kæfa tómið — það sama tómið sem þeir höfðu eitt sinn kallað ódauðleika.

Silfur drap þá. Galdur brenndi hold þeirra, og sólarljós breytti þeim í ösku. Þeir réðu nætur — þegar allt lifandi tilheyrði þeim. Þeir drottnuðu yfir skuggum borga, voru sterkari en menn, klókari, fegurri — og eilífðin gaf þeim vald sem menn kölluðu bölvun.

Enginn vissi hvaðan þeir komu. Sumir sögðu að þeir hefðu einu sinni verið menn sem ögruðu guðunum og bragðað á blóði í stað brauðs.

Hann fylgdist lengi með þessu öllu. Hann blandaði sér ekki í gang mála. Hann vissi ekki hver hann sjálfur var — né hvorri hliðinni hann tilheyrði. Einu sinni verndaði hann menn, en nú sá hann hvernig maðurinn sjálfur varð rándýr. Og samt lifði innra með honum það sama — samkennd: blind, tilgangslaus, en lifandi.

Veiðimenn og útdrivendur lögðu út gildrur. Þeir voru ekki einfaldir menn — þeir réðu yfir frumöflum, kölluðu anda og báru brynjur ofnar úr ljósi. Sverð þeirra gátu sært þá sem stál náði ekki. Þeir sáu auru, fundu illsku úr fjarlægð og gengu þangað sem myrkrið tók við.

Hann fylgdist með þeim — lengi, af varfærni. Stundum með aðdáun, stundum með skelfingu.

Eitt sinn, í fjöllunum, rakst hann á sveit útdrivenda. Þeir héldu að hann væri skrímsli. Hann reyndi að hörfa án þess að meiða, en galdraljós hrömuðu loftið, og sársauki brenndi vængi hans. Hann svaraði ekki. Hann flúði aðeins. Frá þeim degi forðaðist hann menn enn meira.

„Ég er ekki óvinur ykkar," hvíslaði hann þögult út í tómið.

En örlögin höfðu aðra áætlun.

Nokkrum vikum síðar fundu útdrivendur hann aftur. Það gerðist á mörkum þokukenndra fjalla þar sem snjór hvarf aldrei, jafnvel um sumur. Sveitin elti slóð hættulegs skrímslis sem samkvæmt sögusögnum hafði útrýmt heilli byggð.

Slóðirnar leiddu að skarði huldu skýjum. Þar, meðal kletta, sáu þeir hann. Hann hafði enga sök í þessum grimmdarverkum, en gat það ekki sannað.

Hár, hokinn skugginn stóð mitt í snjónum. Vængirnir dregnir að sér eins og slæður, og blá rafæð á brjósti hans glitruðu dauflega í ísköldum vindi. Hann hreyfði sig ekki. Horfið var rólegt, næstum mannlegt.

Fyrstur dró sverð var ungi útdrivandinn, Tóbías að nafni. Brynja hans blossaði silfurhvítri birtu og galdur logaði undir fótum hans.

— Segðu nafn þitt, kvikindi myrkurs! — hrópaði hann.

En myrkrið svaraði ekki. Þeir bjuggust við árás, öskri, galdri — en veran stóð kyrr. Snjór lagðist á axlir hans, og andardráttur hans varð mjúkur gufustrókur.

— Hún ræðst ekki á... — hvíslaði einn hinna eldri.

— Hún svíkur, — svaraði annar. — Þau eru öll þannig.

— Sjáið auru hennar, — sagði sá þriðji undrandi.

Þeir sáu auru. Ekki rauða, ekki svarta, ekki þokukennda — heldur mjúka, bláa, mannlega.

Þeir þögðu.

— Þetta... er ómögulegt, — hvíslaði einn. — Aura skrímslis er þetta ekki. Þetta — er maður.

Veran hreyfðist ekki. Augnaráð hennar var rólegt; ekkert óttavið að sjá — bara sorg, djúp og botnlaus sem haf.

— Kannski blekking, — sagði einhver. — Sumir kunna að dylja sig.

— Nei, — svaraði hinn eldri og lækkaði sverðið. — Ég finn enga ógn í honum.

Augnablikið varð eilífð. Vindur söng milli klettanna, og snjór lagðist á spor ljóssins.

Veran hörfaði hægt, án þess að snúa baki. Svo rétti hún út vængi sína, enn veika, og hvarf í hvirflinum.

Daginn eftir töluðu allir útdrivendur um hann. „Vendingo með mannlega auru." „Skrímsli með hjarta manns." Sumir sögðu — ný tegund demóns. Aðrir — fallinn engill, refsaður fyrir samkennd. Nokkrir sögðust hafa fundið ekki ótta heldur... samúð þegar þeir sáu hann.

Svona fæddist þjóðsagan um Förumanninn — veru án nafns, skrímsli sem bar mannlegt ljós í hjarta sínu. Hann sást aðeins einu sinni — en það nægði til að breyta blygðunarlaust hugmynd mannanna um það hvar skrímsli endar — og maðurinn byrjar.

Kafli 4. Húsið yfir myrkrinu

„Stundum er ljós ekki sólin.
Stundum er það bara hlátur barna
sem myrkrið getur ekki þaggað niður."
— úr dagbókum nafnlausa förumannsins

Hann reikaði lengi um heiminn — milli rústanna, mýranna og kaldra fjalla þar sem vindarnir sungu um gleymsku. Líf hans rann án marks, án tíma, þar til eina allra kyrrustu nótt hann heyrði hlátur.

Barnahlátur — brotgjarnt hljóð, sem sprunga í ís. Þessi tónn skar sig í gegnum hann eins og geisli í gegnum þoku.

Hann fylgdi honum, án þess að vita hvers vegna, og sá við varðeld litla hóp barna. Loginn kastaði ljósblæ á andlit þeirra — ung, hrein, lifandi. Augun þeirra glóðu af því yl sem hann hafði ekki fundið frá þeim degi sem hann vaknaði til lífs aftur.

Hann gekk ekki nær — stóð aðeins í myrkrinu og hlustaði á þau hlæja, deila, dreyma. Hann þekkti ekki nöfn þeirra, en fann hvernig eitthvað innra með honum — eitthvað sem hann taldi löngu dáið — vaknaði hægt til lífs.

Frá þeim degi fylgdist hann með þeim — leynt, úr fjarlægð, úr regni, úr skugga, úr vindi. Hann sá þau vaxa, leika sér, hjálpa hvert öðru; sá hvernig rauðhærða stúlkan stríddi stráknum með gleraugun, og hvernig hávaxinn unglingur stillti til friðar. Í þeim sá hann ekki aðeins börn — heldur lífið sjálft, það sama sem hann hafði einu sinni misst.

Þessi börn urðu honum huggun. Hann lifði ekki í þeirra stað — heldur lifði við hlið þeirra, eins og einu sinni við hlið Elíasar, þess sem hafði verið hans síðasta von um mannleika. Nú hafði þessi von vaknað á ný í nýjum andlitum.

Hann sá þau alls staðar: í gluggum gamla munaðarleysingjahælisins, á morgunhólnum þar sem þau léku knött, í musterinu þar sem þau kveiktu kerti, í bókasafninu þar sem Richard las til dögunar. Og þegar þau hlógu fannst honum hann heyra hjarta sitt slá.

Fjöldi barna varð munaðarlaus — foreldrar þeirra fallnir fyrir hendi skrímsla sem reikuðu um heiminn. Samtök útdrivenda — Uróboros — tóku slík börn í sína vernd og gáfu þeim nýtt heimili. Systkini í óláni urðu að nýrri fjölskyldu.

Í einu þessara heimila bjuggu þrjú eldri ungmenni — tveir drengir og ein stúlka. Þau voru stoðir allra yngri: hjálpuðu fullorðnum, sinntu smábarni, gáfu hlýju þeim sem gleymt höfðu hvað mildi er.

Hinn líkamlega sterki og göfugi unglingur hét Edward — Eddie fyrir sína nánustu. Hinn rólegi, fróði, örlítið feimni með gleraugun hét Richard — eða Ritchie. Og sú líflegasta, háværasta og gleðsamasta hét Elizabeth — eða Bess.

Richard, sem var jarðbundnastur, lifði alltaf eftir reglum sem órjúfanlega ergðu Bess. Hún stríddi honum, stal bókum hans, kitlaði hann, kallaði hann einfaldan Ritchie — og gerði það svo einlæglega að jafnvel Richard gat ekki reiðst henni.

Edward, elstur, með sterka réttlætiskennd, stóð jafnan á milli þeirra, miðlaði málum, verndaði, eins og hann bæri ábyrgð á öllum. Stundum virtist hann eldri en árin sögðu. Hann elskaði líkamlega þjálfun og kenndi yngri börnum að styrkur væri ekki til slagsmála heldur til að vernda veika. Richard taldi þetta tímasóun, en Bess — leik, tækifæri til að sanna að hún stæði engum að baki. Hún var eins og náttúruafl — óróleg, hröð, lifandi.

Stundum æsti hún grátið úr veslings Richard, stundum sofnaði hún á öxl hans, og svo hljóp hún út í nóttina til að elta götustráka Lundúna. En eitt sinn ofmat hún sig.

Hún var tekin höndum. Hún öskraði, kallaði á hjálp. Edward heyrði — hljóp, greip prik, en höggið kom aftan frá — á höfuðið. Hann vaknaði í örmum Bess — hún grátandi, marin, en lifandi.

Þannig komu þau heim, þögul, marin, skjálfandi, þar sem Richard beið þeirra. Hann hreinsaði og batt sárin með skjálfandi höndum, orðalaust, en í augum hans var meiri ást en nokkur orð hefðu getað borið.

Árin liðu. Drengirnir urðu ungir menn, og Bess — fögur ung kona. Í munaðarleysingjahúsinu voru þau orðin elst og það var friðsælasta, hlýjasta húsið af öllum sem Uróboros rak.

Richard varð kennari og sá um bókhald. Edward — þjálfari og verndari: hann kenndi unglingum að greina ógn og fara með vopn. Og Bess — hjarta heimilisins: kokkur, uppalandi og eldri systir allra sem þurftu gott orð.

Á kvöldin, þegar húsið sofnaði, sátu þau þrjú við arininn, drukku te, hlógu, og töluðu um allt milli himins og jarðar.

Stundum leit hann — hann sem fylgdist með þeim úr fjarlægð — inn um gluggana og horfði hvernig logi kertisins dansaði í augum þeirra og hlýjan fyllti herbergin. Og í þeim augnablikum skildi hann: jafnvel skrímsli getur fundið frið ef lífið er nálægt.

Það var huggun hans, friðþæging hans, annað líf hans.

Kafli 5. Blóð og þögn

„Stundum fæðist ljós ekki af sólinni —
heldur af eldingu sem rífur myrkrið."
— úr dagbók nafnlausa förumannsins

Rigningin lamdi þök húsanna eins og þúsund hjörtu sláandi í takt. Himinninn gnauðaði, vindurinn ýlfraði í gluggum gamla hælisins. Edward sat við arininn og hlustaði á óveðrið — þegar hurðin skók skyndilega og opnaðist.

Hann gekk að henni og lokaði, sannfærður um að vindurinn væri sökudólgur. En um leið, djúpt inni í ganginum, hreyfðist eitthvað — ekki hljóð, heldur andardráttur, hvísl, eins og myrkrið sjálft drægi inn andann.

Síðar, þegar nóttin átti eftir að fölna, vöknuðu þau við öskur barnanna. Edward og Richard tóku á rás. Ljósið í lampanum titraði í höndum þeirra þegar þeir ruddust inn í barnaherbergið.

Það sem þeir sáu klofnaði líf þeirra í „fyrir" og „eftir".

Öll börnin voru dauð. Blóð glampaði á gólfi og veggjum, járnlyktin fyllti loftið. Og mitt í þessum martröð stóð Elizabeth — hún hafði einnig komið að öskrunum; og við hlið hennar reis súr, hulinn í dökkum skikkju, andlit kafið í skugga, og augun — glóandi rauð sem brennandi glóð — höfðu fest sig í tómið.

Vampíra.

Edward reif upp skammbyssu, Richard hníf, en skrímslið hreyfðist hraðar. Á einu hjartslægi stóð það við hlið Bess, greip hana í öxlina — og sökkti tönnum í háls hennar. Hún æpti.

Edward skaut — en hitti ekki. Richard steyptist fram, en fauk aftur og skall í vegg. Allt hreyfðist eins og í draumi þar sem tíminn sekkur í skelfingu.

Og þá fauk glugginn upp. Vindurinn þaut inn, felldi lampann og slökkti logann. Utan við gluggann blossaði elding — og í húsinu birtist skuggi með vængi.

Skrímslið.

Veran sem hafði fylgst með þeim árum saman úr fjarlægð gekk inn í húsið eins og nóttin sjálf hefði tekið á sig form.

Hún hentist að vampírnum — og áður en hann náði að snúa sér greip hún hann með báðum klóhöndum, og framlengingar þeirra — mjúkir tentaklar, eins og af sjóskrímsli — vöfðu sig um líkama óvinarins og rifu höfuðið af með ofurkrafti.

Líkið féll saman og í næstu andrá hvarf það í ösku sem þyrlaðist upp og lagðist svo til kyrrðar á gólfinu.

Þögn féll yfir allt. Aðeins andardráttur. Aðeins þruman í fjarska.

Bræðurnir stóðu eins og frosnir. Edward lyfti skammbyssunni, en hönd hans skjálfði. Hann vissi ekki hver stóð fyrir framan hann: bjargvættur eða skrímsli?

Veran stóð í miðjum öskunni. Vindurinn hrærði vængi hennar, og bláar ljóslínur á brjósti hennar glitruðu mjúklega. Hún leit á þá — í augnaráðinu var hvorki illska né sigur, bara sársauki, trega þess sem hafði snert dauðann enn á ný.

Bess lá á gólfinu. Húð hennar fölnaði, sjáöldur dökknuðu, og í æðum hennar sást grá, öskulík skugga.

— Hún er smituð... — hvíslaði Richard.

Edward féll á kné. — Nei... nei! Gerðu eitthvað!

— Ég... veit ekki... — svaraði bróðirinn.

Skrímslið horfði á þau — á örvæntingu þeirra, á ástina, þá einlægu og varnarlausu.

Það vildi vera eftir, segja þeim að til væri leið, en það vissi — að engin var. Það hafði séð þetta áður í ótal örlögum.

Hægt sneri það sér við — og hvarf út í storminn. Þögult. Merkjalaust. Án eins einasta hljóðs.

Edward hljóp að glugganum — en þar var aðeins regnið og lyktin af ósoni. Elding lýsti upp himininn augnablik — og honum sýndist sjá skugga hverfa út í skýin í fjarska.

— Hvað var þetta?.. — hvíslaði Richard.

— Ég veit það ekki, — svaraði Edward. — En það bjargaði okkur.

Þeir þögðu. Öskan sveimaði enn í loftinu, og í miðju herberginu lá systir þeirra — ekki lengur lifandi, en ekki heldur dáin.

Frá þeim degi varð líf þeirra stöðugur sársauki. Þeir földu Bess fyrir veiðimönnum og útdrivendum niður í kjallara gamla munaðarleysingjahússins, þar sem nóttin var endalaus. Djúpt þar sem ljós náði aldrei inn hóf hún annað tilvistarskeið sitt.

Bræðurnir gættu hennar — í sól og regni, degi og nóttu. Þeir urðu vampíraveiðimenn svo sársauki þeirra gæti fengið útrás.

En stundum, þegar vindurinn bar með sér lykt óveðurs, fannst Richard eins og einhver stæði við gluggann. Og Edward fann að einhver fylgdist með þeim úr fjarlægð.

Hann vissi ekki að sá sem hafði drepið vampíruna horfði enn á þá. Og þjáðist.

Kafli 6. Öska og rigning

„Ég drap til að bjarga.
En bjargandi snerti ég dauðann.
Kannski er þetta mitt krossmark —
að vernda þá sem ég má aldrei nálgast."
— úr dagbók nafnlausa förumannsins

Hann gekk um skóginn. Rigningin lamdi húð hans, vængi og opin sár — þau báru enn lykt af ösku og óveðri. Hver dropi hljómaði eins og ásökun. Heimurinn var grár, eins og allur litur hefði verið skolaður burt.

Hann fann enga verki — aðeins þunga. Ekki þann sem fylgir sárum, heldur þann sem kemur með skilningi. Hann hafði drepið í fyrsta sinn. Ekki til að bjarga sjálfum sér. Heldur öðrum. Og samt — hafði hann drepið.

Aftur og aftur sá hann þá stofu — dauð börn, rauðan glampa og stúlku með skelfingu í augum sem hann hafði ekki náð að bjarga að fullu.

Hann settist við rót gamla eikar. Rigningin rann niður andlit hans, eins og náttúran græti í hans stað. Vængirnir féllu linir niður, og klóar hans og tentaklar grófust í moldina eins og hann leitaði þar fyrirgefningar.

— Af hverju, — hvíslaði hann, — deyr allt sem ég snerti?..

Engin svör komu. Aðeins suð vindsins og ilmur votrar jarðar.

Hann leit á lófana — á þeim glitruðu enn agnir ösku. Ösku vampíru. Ösku lífs. Ösku sektar.

Hann setti hendurnar í köldu regnvatnið, reyndi að þvo burt spor dauðans, en öskan hvarf ekki. Hún hafði sest í húðina, orðið hluti hans.

Þá skildi hann: allt sem hann hafði gert, og allt sem hann myndi einhvern tíma gera, — yrði á honum um alla framtíð.

Hann lyfti höfðinu. Í gegnum rifnar skýjarendur sást föl, fjarlæg birtuglán — lítil, veik, en lifandi. Og í fyrsta sinn eftir langa, langa tíma leyfði hann sér að finna eftirsjá.

— Ég er ekki maður, — hvíslaði hann, — og ekki púki. Ég er aðeins villa sem reynir að verða fyrirgefning.

Fjær, handan hæðanna, glitraði ljós borgarinnar. Hann vissi — þar lifðu þau. Þau sem hann hafði bjargað. Þau sem hann kannski aldrei myndi sjá aftur.

Hann gat farið. Gleypt sig í þögnina. Gleymt.

En hann gat það ekki.

Frá þeim degi sneri hann aftur — á næturnar, úr fjarlægð. Fylgdist með því að engar skuggaverur nálguðust hús þeirra. Verndaði úr myrkrinu án þess að krefjast nokkurs.

Stundum, í gluggum gamla hælisins, sá hann skugga: tvo bræður og stúlku með lokuð augun sem hallaði enni að ljósi kertsins. Og í þeim augnablikum fann hann — að allt var ekki til einskis.

„Ef jafnvel skrímsli getur verndað ljósið, þá er enn pláss fyrir friðþægingu í þessum heimi."

Hann spennti út vængina. Rigningin hjaðnaði. Einhvers staðar í fjarska gullaði síðasta þrumuskotið — og myrkrið lokaði aftur spor hans.

Kafli 7. Blóð sem verður ekki að lífi

„Stundum er hræðilegasta skrímslið ekki sá sem drekkur blóð, heldur sá sem lifir vitandi að hann getur ekki dáið.“

— úr dagbókum Richards

Munaðarleysingjahúsið stóð nú tómt. Aðeins vindurinn lamdi brotnar gluggalokurnar, og handan veggjanna ríkti þögn — þung og köld, eins og dauðinn sjálfur andaði þar inni.

Edward og Richard stóðu lengi fyrir framan dyrnar þar sem systir þeirra dvaldi. Enginn þeirra þorði að ganga inn.

— Hún... sefur? — hvíslaði Richard.

Edward kinkaði kolli: — Betra væri ef hún vaknaði ekki.

En þeir vissu — hún myndi vakna. Og kalla þá með sama rödd, nema nú með ókunnugum tóni — bergmáli blóðs sem ekki var mannlegt.

Hún vaknaði um nóttina. Opnaði einfaldlega augun — og heimurinn varð of skær, of hvass. Hún heyrði allt: slátt hjarta handan veggjar, regndropa í niðurfalli, jafnvel andardrátt bræðranna á stigapallinum.

— Richard?.. Edward?.. — hvíslaði hún. Rödd hennar titraði eins og logi í vindi.

Richard kom hlaupandi fyrst, Edward á eftir. Þeir vissu ekki hvort þeir ættu að faðma hana — eða flýja.

Hún líktist enn sjálfri sér — föl, með mjúkum andlitsdráttum, en í augunum brann annað ljós: kalt, glerkennt, eins og tungl yfir grafreit. Hún reyndi að brosa.

— Ég... er svöng.

Þessi orð særðu harðar en öll sár.

Þeir færðu henni blóð dýra — fyrst kjúklingablóð, síðan svínablóð. Keypt leynilega af slátrurum, borið heim í innsigluðum ílátum.

Edward krafðist: — Ekki dropi af mannablóði. Hún þarf að muna hver hún er.

En með hverjum degi óx hungrið. Stundum vaknaði Richard við hljóð — andardrátt hennar rétt hjá, mjúkt hvæs, og fingur hennar kreikjandi, eins og hún reyndi að hemja sig frá því að snerta háls hans. Hún grét síðan — án tára, því líkami hennar kunni það ekki lengur.

Að degi til fóru bræðurnir á veiðar — nú ekki dýraveiðar, heldur vampíraveiðar. Hver orusta var ekki aðeins skylda, heldur iðrun. Þeir drápu þá sömu sem höfðu gert systur þeirra að skrímsli. En með hverri veru sem breyttist í ösku versnaði þunginn í brjóstum þeirra.

Richard skrifaði í dagbókina:

„Við hreinsum heiminn af illsku,
en mér virðist illskan ekki vera í blóðinu.
Hún er í okkur sjálfum,
þegar við hættum að trúa
að það sé þess virði að bjarga a.m.k. einum."

Elizabeth sat í kjallaranum, umvafin kertum og bókum sem Richard kom með. Hún las enn — hægt, eins og hún væri að læra aftur að vera manneskja. Tónlistin sem bróðir hennar lék á gamla píanóið hélt henni við vitundina.

Stundum bað hún: — Spilaðu eitthvað eftir Mozart.

Og hann spilaði, jafnvel þótt hendurnar skalfu af þreytu.

Fingur hennar renndu um sauma kjólsins eins og hún minnist þess hvernig lifandi efni fyltist af yl.

— Ég finn hvernig tíminn fer frá mér, — sagði hún eitt kvöld. — Hann líður framhjá mér eins og regn á rúðu.

— Þú ert enn með okkur, — sagði Edward.

— Nei, — svaraði hún með dapru brosi. — Ég er aðeins spegilmynd í þeirri rúðu.

Einu sinni brast hún. Köttur hvarf úr húsinu. Edward fann hann í garðinum — í blóðugri grasi. Hann sagði henni ekkert. Hann svaf ekki þá nótt.

Stundum gekk Elizabeth út í garðinn — eingöngu að næturlagi, einungis í regni. Hún tíndi blóm og virtist lifandi þrátt fyrir kuldann. Í regndropunum á húð hennar var meiri lífskraftur en í nokkru blóði.

Richard skrifaði þá í dagbókina:

„Stundum finnst mér
að Guð hafi ekki yfirgefið okkur.
Hann þegir aðeins
á meðan við lærum að vera menn
án þess að hann leiði okkur."

Eina slíka nótt fylgdist ferðalangurinn — hann sem enn faldi sig frá heiminum — með húsinu úr fjarlægð. Hann sá vampíruna halda hvítu rós og tvo bræður standa í glugganum eins og verndarar ljóssins sem ekki var hægt að endurvekja, en mátti ekki láta deyja út.

Ferðalangurinn hugsaði:

— Ef enn er til ást í þessum heimi,
þá býr hún hér.

Og í brjósti hans blossaði blái ljósið á ný.

Kafli 8. Skuggar hinna lifandi

„Stundum er þyngsta ástin sú
sem krefst ekki aðdráttar, heldur afneitunar.“
— úr bréfum Emily Lawrence

Eftir harmleikinn í munaðarleysingjahúsinu breyttist líf bræðranna endanlega. Þeir töluðu ekki um fortíðina — ekki af því að þeir hefðu gleymt, heldur af því að minningin var sameiginlegt sár.

Að nóttu til urðu þeir að veiðimönnum skrímsla og vampíra. Hver dagur var skylda, hver nótt — skuld.

Edward varð þögull sem steinn. Hann talaði lítið, en hvert orð hans féll eins og dómur. Richard, hins vegar, hélt í yfirvegnaðan hugsun — hinn sem enn trúði því að skynsemi gæti varið manninn frá falli.

Konur tóku oft eftir þeim. Þeir voru glæsilegir, sterkir, vel menntaðir — sjaldgæf blanda vits, vilja og dular. En í augum þeirra bjó alltaf tómleiki — innri fjarlægð, eins og þeir lifðu í tveimur heimum í senn. Fyrir aðra voru þeir ráðgáta. Fyrir sjálfa sig — skuggi.

Ein þeirra sem hafði þekkt bræðurna frá barnsaldri var Grace Palmer — dóttir auðmanna, alin upp í vönduðum siðum. Einu sinni hafði hún leikið sér með þeim í bakgötum Lundúna, þar til móðir hennar bannaði henni að umgangast munaðarlaus börn.

En Grace gleymdi Edward ekki. Hún óx úr grasi, varð fáguð kona, en tilfinningar hennar dofnuðu ekki — þær dýpkuðu, urðu sárari. Stundum kom hún í hverfi þeirra — alltaf í vagni, með körfu í höndunum: bakstur, hanskar, skyrta saumuð handa honum. Hún útskýrði það sem umhyggju, en Edward sá sannleikann: eftirvænting sem þekkti hvorki mörk né varnir.

— Þér eruð komin aftur, fröken Palmer, — sagði hann kurteislega en köldu hljóði. — Mér þykir miður að þiggja svona mörg gjafir.

— Þetta er aðeins þakklæti, — svaraði hún, með augun niðri. — Þér bjargið mannslífum.

Hann brosti dapurlega: — En ekki okkar eigin.

Grace gafst ekki upp. Hún birtist aftur og aftur — í smiðjunni, við innganginn að kirkjunni, jafnvel nálægt stöðum næturvaktar þeirra. Stundum brá honum við að hann óttaðist ekki um hana — heldur sjálfan sig: góðvild hennar minnti hann á að hann hafði gengið of langt frá mannheiminum.

Richard sá þetta allt.

— Bróðir, — sagði hann einu sinni og lokaði hurðinni varlega, — þú verður að leyfa þér að lifa. Þú átt skilið hvíld, Edward. Leyfðu Grace að reyna að verða hluti af heimi þínum.

Edward leit á hann köldum augum: — Friður er munaður, Richard. Við eigum ekki rétt á hamingju á meðan Beth þjáist.

— En þú getur ekki lifað og nærst á dauða hennar! — hrópaði Richard. — Hún mun ekki gefa þér aftur mannleika þinn!

— Og hver sagði að ég vilji hann hitta á ný? — svaraði Edward lágt. — Ef ég gleymi sársaukanum þá gleymi ég líka ástinni.

Nokkrum dögum síðar hitti hann Grace á ný. Hún beið hans í rigningunni. Regnhlífinn skjálfaði í höndum hennar, og á andliti hennar blönduðust ákveðni og örvænting.

— Edward, — sagði hún, — ég veit að þér leitið ekki huggunar. En leyfið mér að vera hér. Ég bið ekki um ást — aðeins nærveru.

Hann þagði. Regnið rann niður ermarnar á frakka hans. Í þessa stund líktist hann ekki manni heldur styttu höggvinni úr sársauka og skyldutilfinningu.

— Þér eruð góð, fröken Palmer, en þeir sem standa mér nærri lifa ekki — þeir þjást. Og ég þoli ekki að slíkt hendi yður.

Hún svaraði mjúklega: — Þá skal ég ekki óttast það.

Hann ætlaði að segja eitthvað en engin orð fundust. Grace sté nær og snerti fingur hans eitt augnablik — hlýja, skjálfandi, lifandi fingur. Síðan fór hún.

Og hann stóð í rigningunni, ómegnugur að skilja hvers vegna snerting mannlegrar handar gat valdið svona miklum sársauka.

Um nóttina náði hann ekki svefni. Í kjallaranum, þar sem Elizabeth hvíldi, logaði eitt kerti. Hann fór niður, staldraði við rúm hennar og hvíslaði:

— Fyrirgefðu.

Hún svaraði ekki. Aðeins brjóst hennar lyftist varla sýnilega, og í hálfskugganum glitraði kuldalegur ljósblær í augum hennar — eins og hún heyrði allt, en vildi ekki hindra hann í því að bera sinn kross.

Kafli 9. Skuggar yfir London

„Stundum er góðvild ekki verk, heldur nærvera.

Þegar einhver er einfaldlega hjá þér — og myrkrið víkur skref aftur á bak.“

— *Úr dagbókum Richards*

Ókunnugi ferðalangurinn hafði enn á ný valið nóttina sér til hlutskipta. Að degi til faldi hann sig í þokunni yfir Themsu og í rökum kjöllurum á jaðri borgarinnar, en um leið og rökkvað tók steig hann upp á skrautbönd, festist með klóm og armleggjum við steininn, hlýddi á nið borgarinnar — eins og risavaxna orgelið þar sem göturnar eru pípurnar.

Hann hélt sig nærri húsinu þar sem börn hlógu einu sinni. Nú bjuggu þar aðeins þrjú: Edward, Richard og systir þeirra — Beth. Þau voru orðin fullorðin, og bræðurnir orðnir veiðimenn: borgin hafði kennt þeim að biðja ekki um miskunn og nóttin — að treysta ekki á kraftaverk.

Á meðan þeir vörðu ró fólksins fylgdist Ferðalangurinn með Beth. Hann heyrði hungrið vakna í henni, hvernig bæld þorsti blóðsins suðaði í gagnaugunum, og hvernig hún hélt manninum í sér á þráðum síðustu viljans. Þá hélt hann niðri andanum og bað — á sinn hátt, orðalaust — um að hjarta hennar stæði af sér storminn.

Edward og Richard gengu vaktir um hverfin þar sem gasljósin spýttu sóti og vindar frá höfninni báru með sér saltan ilm árinnar og ryðbragð. Þeir veiddu ekki aðeins vampýrur — stundum líka skrímsli. Hroðalegir hausar héngu á veggjum eins og veiðiminjar, líkt og af venjulegum dýrum.

Edward var stoltur af veiðum sínum: festi massífa hauskúpur, kryfði, pússaði málmplötur — „Dýrið frá Borough“, „Skepnan úr Whitechapel“. Richard hnykkti sér í hvert sinn:

— Taktu þetta niður. Við erum hvorki böðlar né kaupmenn.

— Þetta er minning um sigur, — svaraði Edward án þess að líta upp.

— Þetta er minning um það að við getum auðveldlega orðið eins og þeir sem við berjumst við.

Samtökin „Uróboros“ höfðu umráðarétt yfir líkama stórra skepna og dreka: útrekstrarprestarnir brenndu þá á opnum svæðum utan borgarinnar svo ekki ein korn af bölvun snéri aftur inn í blóð Londons. En áhugaveiðimenn seldu líkamshluta stundum á svörtum markaði — móteitur, seiði, beinaleifar... skítuga hagfræði myrkursins.

Ferðalangurinn sá allt. Og samt hélt hann sig hjá — án þess að blanda sér í gang mála meðan hann gat það.

Nóttina þegar bræðurnir voru á veiðum skalf himininn. Vindurinn bar með sér öskur — ekki mannlegt. Hann sneri sér við og sá skugga með vængjum leggjast yfir heimili munaðarleysingjanna.

Veran var gífurleg. Húð hennar — ekki úr steini, heldur lifandi — glitraði í öllum tónum blóðsins. Vængirnir, líkir vængjum Ferðalangsins, ofnir úr seigðum æðum, hleyptu tunglskininu í gegn eins og gegnum lifandi himnu næturinnar. Andlitið — hvorki mannlegt né skrímslalegt. Hvorki púki né dreki né maður. Rautt, líkt sjálfri kvölina.

Skrímslið geltu. Engar hugsanir, engin orð — aðeins hljóð, djúpt og lágt, eins og þrumuskjálfti í brjósti jarðar.

Það þaut fram. Áreksturinn var líkur sprengingu. Vængirnir slógu loftið — húsin skulfu, snjór hvirflaðist upp. Glóandi hreistur mætti klóm og liðföngum. Hver högg brakaði eins og stormur á himninum.

Ferðalangurinn barðist fyrir stúlkunni, fannst ógn vofa yfir henni, en drekinn — eins og hann væri aðeins að prófa styrk sinn. Enginn þeirra brá sér í orð. Aðeins andardráttur — heitur sem bráðið járn í eldstæði. Þeir voru speglar hvor annars: reiði gegn reiði, sársauki gegn sársauka.

Rauði dýrið þrýsti skrímslinu niður á steinlagt torgið, rifaði hliðina á honum með klóm sínum, og heitur gufa steig úr sárunum — blóð og logi í einum anda.

Í svip andartaks staldraði drekinn við, eins og hann ætlaði að segja eitthvað, en úr hálsi hans kom aðeins brothætt hljóð — eins og andardráttur þess sem gleymt hefur ræðunni.

Svo sleppti hann. Lyfti höfði til himins — og tók á loft, skildi eftir reykjarslóð og rauð glit í loftinu.

Skrímslið varð eftir eitt. Hann andaði með erfiðismunum, og í hverjum andardrætti var meiri sársauki en loft. Himinninn vaggaði yfir honum og borgin flaut sem í gruggugu vatni.

En þó reyndi hann að rísa. Vængirnir skulfu, hver æð í þeim púlsaði eins og strengur þanin til þols. Hann sveiflaði þeim — einu sinni, tvisvar...

Líkami hans lyftist nokkra fet upp frá jörðinni. Annað augnablik — og hann hefði getað komist burt.

En sársaukinn skein í gegnum brjóstið. Krafturinn hvarf. Vængirnir féllu slakir. Hann hrapaði niður — í þröngan, sótborninn og rakan bakgarð.

Steinarnir skullu á baki hans, lágt og brotið hljóð braust úr munni hans — næstum mannlegt.

London var hljótt. Aðeins fjarlægt bjölluhljóð — jafnt, eins og hjarta heims sem er að deyja.

Hann reyndi að hreyfa sig, en líkaminn hlýddi ekki. Blóð rann í skarlatrauðri rás eftir steinunum. Í fyrsta sinn fann hann ótta — ekki dauðans, heldur þess að hann myndi deyja einn, og enginn myndi vita hvers vegna hann lifði.

Skref. Létt, hröð, ákveðin.

Tveir í skikkjum gengu inn í bakgarðinn — útrekstrarprestar á gæsluvakt. Hann bjó sig undir endalok.

En fram hjá ljósi þeirra seig annar skuggi — ein stök vera í langri skikkju. Kona.

Hún kraup við hlið hans og ýtti hettunni aftur. Ljós kyndilsins glampaði á ljósum lokkum, beinum andlitsdráttum, rólegum augum. Kuldi úr höndum hennar dreifðist yfir steinana sem mjór frostþráður.

Hún lét lófa sinn svífa yfir brjósti hans — án þess að snerta. Augnablik varð heimurinn bláhvítur.

— Rólegt, — hvíslaði hún varla heyranlega. — Andaðu.

Hann skildi: hún sá. Ekki skrímslið — heldur ljósið í kringum hann. Og í augum hennar var engin mannleg hatursorraun — aðeins einbeiting læknisins og þreyta hermannsins.

— Er allt í lagi, fröken? — kallaði rödd fyrir horninu. — Hér heyrðist hávaði.

Hún reis upp og skýldi honum með líkama sínum eins og hurð.

— Allt rólegt, herramenn, — svaraði hún jafnt. — Reykháfur féll af þakinu.

Skref vörðunnar fjarlægðust.

Hún settist aftur niður, huldi hann skikkju sinni. Andardráttur hennar varð að hrími og lagðist sem silfruð skán á sár hans.

Hann reyndi að mynda orð. Loftið skjálfaði í brjóstinu, og í fyrsta sinn heyrði hann rödd sína — djúpa og grunna, eins og fjarlæga þrumu, hikandi, eins og loftið sjálft vissi ekki hvernig það ætti að verða að hljóði:

— ...hver... ert... þú...

Hún leit á hann, og í augum hennar glitraði eitthvað sem minnti á meðaumkun.

— Engin, — svaraði hún lágt. — Einungis sú sem kann ekki að drepa án ástæðu.

Hún breiddi skikkjuna þéttar yfir hann.

— Sofðu. Treystu mér.

Kafli 10. Þegar myrkrið fékk nafn

„Samúð er ekki meðaumkun.

Hún er þegar þú sérð skrímsli — og leitar samt að manninum í honum.“

— Úr bréfum Emily Lawrence

Hann svaf lengi. Sólarhring eða heila eilífð — erfitt var að segja. London hafði lifað einn dag á meðan, og nóttin lagðist á ný yfir þröngar götur hans, ilmvaktar reyk, rigningu og söknuði.

Hún — konan sem hafði bjargað honum — fór ekki. Sat við hlið hans og lét augun hverfa aldrei af kyrru andliti hans. Stundum strauk hún öxl hans með röku klúti til að þvo burt storknað blóð og sót; stundum hlustaði hún einfaldlega á andardrátt hans. Hún vissi ekki hver hann var, og ef til vill vildi hún það ekki vita. Stundum getur jafnvel skrímsli vakið í manni eitthvað sem hann vissi ekki að væri til í honum sjálfum.

Um kvöldið vaknaði hann. Augun opnuðust hægt — sjáöldrin glitruðu gulbrúnt. Hann mundi ekki hvar hann var og það fyrsta sem hann fann — var ekki sársauki, heldur þögn. Sárin höfðu lokast, holdið orðið slétt aftur, eins og eldur og klær hefðu aðeins verið draumur.

Hann sá hana sitja við hliðina á sér. Í höndum hennar — bók án kápunnar; á blaðsíðum — blettir af bleki, líkir storknuðu blóði. Hún las hljóðlaust og ljós luktarinnar skreið um andlit hennar, gerði það næstum óraunverulegt.

Þegar hún tók eftir að hann horfði á sig brotnaði bros á vörum hennar — dauflegt, eins og brosað hefði verið til barns sem vaknað hefur eftir langa veikindi.

— Þú ert vaknaður, — sagði hún mjúklega. — Það er gott. Ég óttaðist að kraftar þínir myndu þverra áður en birti.

Hann vildi svara — en fann engin orð. Hann mundi hvernig rödd hans hljómaði: þung, framandi, eins og slitið úr steini. Þess vegna þagnaði hann.

Hún beið ekki svars. Stóð einfaldlega upp, gekk að dyrum bakdyragöngsins og leit til baka yfir öxlina:

— Við getum ekki verið hér. Vörðurinn mun koma aftur, og þá get ég ekki logið. Ef þú hefur kraft til að fljúga — fylgdu mér. Aðeins hljótt. Leyfum nóttinni að verða okkar skjólið.

Hann reis á fætur. Vængirnir, sem voru svo máttlausir áður, opnuðust á bakinu, glitruðu í ljós mánaðarins líkt og dökkt gler. Hann fann engan sársauka. Hann hlýddi einfaldlega rödd hennar — ekki vegna þess að hann var neyddur, heldur vegna þess að hann vildi það.

Hún gekk eftir auðum götum, kjóllinn strauk varla við steininn. Hann svífði yfir þöktum húsanna, fylgdi henni eins og skuggi eldinum. Enginn kveikti ljós, ekkert gluggaop opnaðist. London svaf. Og aðeins vindurinn, sem lék sér á þöktum, hvíslaði þeim á eftir — eins og gætti hann leyndarmáls þeirra.

Í útjaðri borgarinnar, þar sem göturnar drukkna í þokunni, stóð gamalt hús með glerjuðum veröndum. Garðurinn var yfirgefinn, allt kvikmyndað af klifi og mosa, og seinn vetrarsnjór bráðnaði á þakinu, muldi í hverri dropakveðju minningu um liðinn vetur.

Hún nam staðar við gluggann þegar hún gekk inn. Andartak stóð hún kyrr, síðan opnaði hún gluggann — og kaldur loftið fyllti herbergið. Hún lyfti hendinni, gerði létt, varla sýnilegt handatak — eins og hún talaði án orða: fljúgðu inn, óttastu ekki.

Hann kinkaði kolli — ómeðvitað, með hreyfingu úr lífi sem hann mundi ekki lengur. Hann seig niður á gluggakistuna, dró vængina að sér til að skemma ekki þakið, og fannst í fyrsta sinn vera gestur í húsi mannfólks — með boði.

Inni ilmti af bókum, vaxi og einhverju sætlegu — kannski þurrkuðum rósum. Á veggjunum héngu málverk: fjöll, haf, andlit sem virtust horfa beint á hann. Hann stóð að sér, vissi ekki hvar átti að leggja hendur, en hún horfði bara — róleg, óhrædd.

— Setstu, — sagði hún.

Hann leit á stólinn, skildi að hann myndi brjóta hann, og seig því mjúklega niður á gólfið. Gólfið suðaði undir honum, tók við þunganum — og vængirnir kúruðu að bakinu, eins og feimnir.

Hún setti kertið við hlið hans og settist rólega á móti. Helmingur herbergisins lá í rökkri. Kertið tifaði, kastaði lifandi skuggum á veggina. Hann sat á gólfinu — risavaxinn, með niðurlæstar vængjur, líkt og skuggi þreyttur á eigin veru. Hún sat á móti — í einföldum kjól, með föl mót og augum sem endurvöktu ljóma logans.

Þögnin milli þeirra var þykk sem reykur. Að lokum talaði hún:

— Hver ert þú?

Hann lyfti höfðinu. Rödd hans brast fram djúp og ójöfn, líkt og orðin rifu sig út um hálsinn:

— ...Ég veit það ekki.

— Hvaðan kemur þú?

— Úr... myrkri.

— Hvað manstu?

Hann hugsaði. Vængirnir hreyfðust lítillega, eins og hann leitaði svara einhvers staðar bak við þá.

— Ekkert. — hvíslaði hann.

Hún færðist nær.

— Hefurðu nafn?

Hann hikaði. Augnaráð hans var tómt, eins og spegill í svörtum vatni.

— Nei.

Hún lét augun falla niður í sekúndubrot. Kertið flökti. Hún hvíslaði eins og við sjálfa sig:

— Nafnlaust manneskja er aðeins bergmál. En þú ert ekki bergmál. Þú... lifir.

Hún sneri aftur til hans og settist enn nær. Rödd hennar varð mýkri, næstum trúnaðarfull:

— Veistu, fólk óttast það sem það skilur ekki. En óttinn er aðeins hin hlið forvitninnar. Þú vilt ekki drepa eða valda sársauka, er það ekki?

Hann horfði lengi á hana. Of lengi — svo lengi að hún var nær því að svíkja eigin ró. Að lokum svaraði hann stutt:

— Nei.

Og í því orði var allt: þreyta, sársauki — og skömm.

Hún kinkaði mjúklega.

— Þá þarftu nafn. Þú getur ekki áfram verið skuggi.

Hún hugsaði, leit í augun hans, þar sem glampaði hægt örlítill glampi mannlegrar birtu.

— Látum það verða... Natanoël.

Hann endurtók lágt, eins og bragðaði á orðinu:

— ...Noël.

Hljóðið kom gróft, með bergmáli, eins og brot af lofti sem gleymt hafði hvernig átti að verða að andardrætti.

Hún brosti.

— Ég þekkti dreng með þessu nafni. Hann verndaði alltaf þá sem ekki gátu varið sig sjálfir.

Hann lyfti höfðinu örlítið, eins og orð hennar hefðu orðið honum talisman.

Hún stóð upp, gekk til hans og lagði mjúklega hönd sína yfir hans. Húðin hennar var köld, næstum ísilögð, en í þessum kulda var friður.

— Ég heiti Emily, — sagði hún. — Útrekstrarprestur. Og... bara þreytt kona.

Hann kinkaði.

— Þú... óttast mig ekki.

— Ég óttast alla sem geta fundið til, — sagði hún. — Því að einmitt slíkir valda sársauka oftast.

Hann skildi ekki orðin til fulls, en í rödd hennar var hvorki ásökun né fyrirlitning — aðeins söknuður.

Hún tók hendina til baka og slökkti kertið. Herbergið sökk í hálfrökkur og aðeins tunglskin rann eftir vængjum hans, gerði þá að dökku gleri.

Hún sagði lágt, næstum hvísl:

— Hvíldu þig, Noël. Í kvöld varðstu aftur hluti af heiminum.

Hann svaraði ekki. Lokaði einungis augunum og í brjósti hans — þar sem áður bjó sársaukinn — hreyfðist í fyrsta sinn eitthvað sem líktist friði.

Þannig fékk hann nafn sitt — ekki úr ljósi, heldur úr samúð. Og hún sem bjargaði honum vissi ekki enn að með þessu nafni hafði hún vakið örlög.

Kafli 11. Þar sem ísinn þegir

„Stundum fer sársaukinn ekki — hann lærir bara að anda með okkur."
— *Úr dagbókum Emily Lawrence*

Nóttin var tær eins og brothætt gler. Snjór féll — strjáll, votur, vorlegur — bráðnaði á þökunum eins og hann þorði ekki að dvelja í þessum heimi, dempaði andardrátt borgarinnar.

Emily sat við gluggann. Í höndunum hélt hún bolla með köldum tei þar sem tunglið endurspeglaðist. Noël, enn óvanur húsnæði mannanna, sat við arininn með vængina að sér dregna eins og hann óttaðist að fæla hitann burt. Augun létu hann ekki víkja frá loganum — í gulbrúnum augum hans speglaðist hann eins og minning um eitthvað löngu glatað.

Þögnin stóð lengi. En það var ekki hin vandræðalega þögn sem leitar að orðum — heldur þögn tveggja vera sem í fyrsta sinn finna að þær eru ekki einar lengur.

Að lokum tók hún til máls. Rödd hennar var lág, næstum gagnsæ:

— Veistu, ég hef aldrei áður haft sérstakt dálæti á vetrinum. Of mikill kuldi. Of mikil dauðateygja. En svo skildi ég að í kuldanum er ákveðin huggun. Hann hægir á öllu, gerir það skýrara. Í honum er ekki hægt að fela sig — og ekki hægt að ljúga.

Hann hlustaði. Þagði. Aðeins loginn titraði á andliti hans og létt hrím safnaðist á vængjabörðin.

Hún hélt áfram:

— Ég átti fjölskyldu. Eiginmann, tvö börn... Ég trúði aldrei að maður gæti verið svo hamingjusamur að hann tæki ekki eftir því sjálfur hvernig tíminn breytist í heimili hans. Við bjuggum í húsi líku þessu — nema þar ilmaði alltaf af kanil og eplum. Börnin hlupu um garðinn og hann las fyrir mig upphátt. Bókmenntir án stórfengleika, einfaldar... Smáatriði, er það ekki?

Hún brosti, en brosið fölnaði.

— Og svo, einn daginn, kom nóttin. Án viðvörunar. Án hróps. Án vonar. Þegar ég sneri heim — sá ég aðeins þögnina. Dauða, alveg eins og þau sem ég elskaði. Þögn svo djúpa að jafnvel vindurinn þorði ekki að hreyfa gardínurnar.

Hún þagnaði. Andardrátturinn brast, en röddin hélst jafn, eins og hún segði frá sögu einhvers annars.

— Ég vissi ekki að sársauki gæti verið svona... Hann afhjúpar allt. Þvingar mann til að sjá sjálfan sig án allra skrauta. Og þá skildi ég: ef ég færi ekki að berjast myndi ég hætta að vera manneskja.

Hún leit til hans. Noël hlustaði án þess að hreyfa sig. Í andliti hans sást engin svipbrigði, en augun voru lifandi — einbeitt.

Hann spurði:

— Þú... drapst þá sem gerðu þetta?

Hún hristi höfuðið hægt.

— Nei. Það voru skrímsli sem enginn náði að stöðva.

Herbergið fylltist af enn dýpri þögn. Jafnvel snjórinn fyrir utan virtist hætta að falla.

Noël lyfti augnaráðinu. Rödd hans hljómaði djúpt, dempað, eins og úr iðrum jarðar:

— Ég þekki þessa þögn. Eftir öskrið. Eftir dauðann. Þegar allt þagnar — en inni í manni hljómar enn.

Hún leit á hann og í augum hennar kviknaði í fyrsta sinn ekki samúð, heldur þekking.

— Já... — hvíslaði hún. — Þú skilur.

Hann kinkaði kolli. Hægt, varlega, eins og hann furðaði sig sjálfur á þessum hreyfingum.

— Sársauki þinn... — sagði hann. — Hann er kaldur. Eins og ís. En lifandi.

— Vegna þess að ég er ein af þeim sem frysta til að deyja ekki. Ef ég leyfði hjartanu að brenna — myndi það brenna upp.

Hann horfði lengi á hana. Loginn speglaðist í augum hans og í fyrsta sinn birtist þar ekki eldur, heldur ljós.

— Þá ertu sterk, — sagði hann einfaldlega.

Emily hló lágt.

— Nei, Noël. Ég er bara enn hér. Stundum er það eina tegund styrksins.

Hún reis á fætur, gekk að glugganum og opnaði rifurnar upp á gátt. Kaldur loftið streymdi inn í herbergið og snjórinn tók að dansa í kringum hana, féll á axlir hennar.

— Sérðu, — sagði hún, — allt deyr og allt snýr aftur. Jafnvel ísinn bráðnar ef maður bíður nógu lengi.

Noël reis upp. Hann horfði á snjókornin falla í hár hennar — og þau bráðnuðu ekki. Hann vildi segja eitthvað en fann engin orð.

Hún sneri sér að honum og sagði mjúklega:

— Við erum að leita að sama hlutnum, við tvö. Ekki hefnd. Ekki endurlausn. Heldur bara... friði.

Hann kinkaði kolli. Í fyrsta sinn — án ótta.

Og þá brosti hún í fyrsta sinn af alvöru.

Þannig kviknaði í fyrsta sinn hlýja
í húsi þar sem kuldinn hafði andað.

Kafli 12. Tákn Uroboros

„Stundum leitum við lækningar í bardaga,
því að friður minnir of mikið á dauða.“
— Úr skrásetningum Emily Lawrence

Noël sat við gluggann. Tunglið speglaðist í glerinu, og það var eins og hann horfði ekki á borgina heldur í einhvern annan, fjarlægan heim þar sem myrkrið sjálft hafði andardrátt. Emily stóð fyrir aftan hann með lukt í höndunum sem varpaði mjúkum, gulbrúnum ljóma. Augnaráð hennar var rólegt en einbeitt — augun læknis sem sér ekki sár holdsins, heldur verk djúprar sálar.

— Líkaminn þinn... — byrjaði hún lágt. — Hann er óvenjulegur, Noël. Þú getur breytt því.

Hann sneri sér að henni; vængirnir suðu lítillega.

— Breytt?.. — endurtók hann. — Hvernig?

— Með því að verða eins og ég. Útrekstrarprestur.

Hún sagði það einfaldlega, en orðin féllu á milli þeirra eins og innsigli örlaganna.

— Ef þú samþykkir, — hélt Emily áfram, — mun líkami þinn breytast. Kannski verður hann nær mannlegum. Ég veit það ekki — enginn veit. En ég trúi að það sé mögulegt. Heimurinn hefur séð enn ómögulegri hluti.

Noël þagði. Aðeins tunglskin rann eftir andliti hans og gerði það nær því að virðast mannlegt.

— Af hverju hjálpar þú mér? — spurði hann loks.

Hún leit á hann lengi.

— Vegna þess að ég vil það. Og ég held að það dugi.

Hún færðist nær, settist á móti honum og talaði með þeim hljómi sem fólk notar þegar það segir frá leyndarmálum sem ekki eiga heima í bókum.

— Veistu, útrekstrarprestar fæðast ekki. Við erum afleiðing fornrar ákvörðunar. Fyrir mörgum öldum, þegar andar og drekar stigu fyrst niður til jarðar, var mannkynið máttlaust. Myrkrið óx, og enginn gat stöðvað það.

Hún lyfti hendinni — í ljósi luktarinnar glitraði húðin kaldlega, og loftið í kringum hana glampaði augnablik eins og íslogi.

— Þá kom Eldgyðjan í heiminn. Ein. Logi hennar brenndi skrímslin, en jafnvel hún gat ekki verið alls staðar. Og einu sinni hitti hún sendiboða annarrar plánetu — Jera, heims þar sem orkan sjálf hafði sál. Hann hét Enki.

— Var hann guð? — spurði Noël.

— Ég veit það ekki. Kannski einfaldlega vera sem mundi enn hvernig átti að skapa. Þeir sögðu að pláneta þeirra væri að deyja, og þá ákváðu tvær gerðir krafta — jarðneskir og Jerenskar — að sameinast.

— Þeir sköpuðu ílát — líkama færlega gerða til að hýsa mannlega vitund. Við köllum þá staðgengla. Þegar maður sofnaði fór sál hans þangað, yfir í Jera, og vaknaði þar í nýjum líkama með aðra hæfileika.

Noël hlustaði, andardráttarlaust.

— Og þetta... er hægt?

— Hægt, — svaraði hún. — Fyrsta tengingin tók þrjá sólarhringa. Maðurinn svaf á meðan kraftur Jera umbreytti holdinu. Ellin hvarf, sjúkdómar leystust upp, jafnvel glataðir líkamshlutar mynduðust á ný. Við erum þeir sem ganga milli heima.

Hún sýndi honum húðflúrið á hálsinum — snákalíkan dreka sem beit í sinn eigin hala.

— Uroboros. Tákn okkar. Hann merkir eilífa endurkomu — dauða, endurfæðingu, hringinn. Við verjum lífið, en vitum: allt mun einhvern daginn endurtaka sig.

Hann horfði lengi á hana. Orð hennar seigðu inn í hann, lokuðust dýpra en sársauki.

— Ef ég samþykki, — sagði hann, — hvað verður þá úr mér?

— Þú munt breytast, — sagði hún einfalt. — Kannski líkamlega, kannski í hjartanu. En eitthvað í þér mun fara að anda á annan hátt. Og það verður upphaf leiðarinnar.

Noël kinkaði hægt kolli. Eldsljómurinn flöktaði í augum hans, og af þessum titringi fæddist eitthvað sem minnti á trú.

— Allt í lagi, — sagði hann.

Emily reis á fætur. Skugginn hennar rann eftir veggnum á meðan vindurinn fyrir utan bar með sér ilm af snjó.

— En mundu, — bætti hún við, — leið útrekstrarprestsins er ekki friður. Hún hefst í heimi draumanna, en þar er einnig stríð.

Hann horfði upp.

— Í heimi drauma?

— Í öðrum heimi, — leiðrétti hún. — Þegar útrekstrarprestur sefur fer sál hans yfir mörkin og vaknar í líkama staðgengils. Þar eru önnur himin, önnur dýr, öðruvísi loft, þungt af fornum krafti. Þar verður þú að berjast — eða í það minnsta hindra myrkrið í að fara lengra. Jera er hættuleg, Noël. En jafnframt fögur — eins og eldur, ef maður hræðist ekki að brenna sig.

Hún þagnaði, gaf honum tíma til að skilja. Elgurinn í arninum sprakk mjúklega — eins og heimurinn sjálfur merkti tímamót.

— Ég vil ekki ákveða fyrir þig, — sagði hún. — Hugleiddu þetta. Kannski segirðu „já“ á morgun. Kannski ferð þú einfaldlega burt. Ég mun ekki halda þér.

Hann þagði lengi. Og í fyrsta sinn virtist ekki þunglyndi í augum hans heldur... hugsun — eins og eitthvað í honum trúði enn að lífið væri ekki dómur.

Emily gekk að borðinu, kveikti aðra lukt — og ljósið varð hlýrra.

— Þú hlýtur að vera svangur, — sagði hún, og í þessum einföldu orðum var meiri mannúð en í hundruðum bæna við altari.

Hún lagði brauð, soðið kjöt, skál af súpu. Hreyfingar hennar voru rólegar, jafnar, eins og hún væri að bjóða til borðs ekki skrímsli, heldur gesti sem hún hafði beðið lengi.

Noël hreyfði sig ekki. Hann horfði á gufu hvolfast upp úr skálinni — og þessi gufa minnti hann á reyk af hereldum.

— Borðaðu, — sagði hún mjúklega. — Styrkur þarf líka að þekkja bragð lífsins.

Hann vissi ekki hvernig ætti að þakka, því gerði hann bara það sem hún bað. Hvert hreyfing var óörugg — eins og hann væri að læra að vera maður frá byrjun.

Emily spurði ekki neins. Hún sat bara á móti honum, með hökuna á lófa sínum og brosti öðru hvoru — því lágmælda brosi sem yljar meira en eldur.

Þegar hann lauk við að borða stóð hún upp og benti á dyrnar við stigan.

— Þar er herbergið þitt. Ekkert sérstakt — rúm, spegill, nokkrar bækur.

Hann reis á fætur. Allt inni í honum virtist streitast gegn þessari einföldu hreyfingu — að leyfa sjálfum sér hvíld.

Á þröskuldinum stansaði hann.

— Af hverju... óttastu mig ekki? — spurði hann.

Emily horfði á hann og í augum hennar glitraði ekki svar — heldur skilningur.

— Vegna þess að ég sé ekki hvað þú varðst, heldur hvað þú gætir orðið. Og það dugar til að vera hjá þér.

Hún brosti hlýlegra:

— Sofðu, Noël. Og á morgun... velur þú sjálfur.

Hann kinkaði kolli. Og í fyrsta sinn frá upphafi, án ótta — aðeins þunga augnloka og undarlega, næstum gleymda ró — hélt hann inn í herbergi sitt.

Emily varð ein eftir við arininn.

Kafli 13. Þar sem þekkingin andar

„Sönn þekking brennur ekki, skín ekki — hún andar.
Og sá sem kann að hlusta heyrir lágan hvísil hennar."
— Úr athugasemdum Emily Lawrence

Morguninn eftir, þegar vorþokan hélt enn fast við garðana fyrir utan, lék Emily um borðið. Hún eldaði einfalt — ferskt brauð, dálítið soðið kjöt og kryddað te. Ilmurinn fyllti húsið yl — svo sjaldgæfan í London.

Noël sat á móti henni. Hann borðaði hljóðlega, varlega, eins og hann óttaðist að rjúfa kyrrð morgunsins. Þegar hún leit upp, sagði hann mjúklega:

— Ég hugsaði... ég samþykki.

Emily lagði skeiðina frá sér og kinkaði kolli.

— Þá er kominn tími til að sýna þér eitthvað.

Eftir morgunmatinn leiddi hún hann í bókasafnið. Djúpt á milli hárrar bókaskápa leyndist mjó hurð, og fyrir aftan hana lá steintröppugangur niður í jörðina. Skrefin bergmáluðu, og loftið varð þyngra, eins og gegnsýrt öldrum.

Í dýpinu opnaðist salur — risastór, eins og minnið sjálft. Veggirnir drógu andann með köldum andvara, og ljósin undir hvelfingunni vörpuðu mildum bláum bjarma.

Fyrir augum Noël reis lifandi krónika heima. Á hillum og steinupphám stóðu fornmunir, ílát og undarlegir gripir: fagrir flöskur með dularfullum vökva, bein verunda sem lengi hafa horfið af jörðinni, brot af steinefnum og gimsteinum — hentu eins og ónauðsynlegir, þó fullir dulins mátt. Myndir á veggjunum sýndu landslag sem enginn hafði séð: borgir undir ljósi tveggja tungla, skóga úr glerlíku trjáviði og verur sem voru í senn fagrar og óhugnanlegar.

Emily nam staðar neðst í stiganum, leit um sig með brosi — léttu, nærri sorgmæltu.

— Vertu velkominn, Noël, — sagði hún lágt. — Þetta er ekki rannsóknarstofa né helgidómur. Heldur minni. Hér geymi ég leifar þeirra heima sem ég hef gengið um og fólksins sem ég hef fundið.

Hún gekk áfram og strauk höndinni yfir hillurnar. Ryk lyftist í loftið, eins og glitrandi agnir tíma.

— Hér munt þú finna allt sem þarf til að skilja Jera: lög hennar, gróður, dýr, andardrátt og takt. Þessar bækur. Í þeim er ekki töfrabrögð, heldur þekking — hljóðlát, þolinmóð, eins og eilífðin sjálf.

Hún tók einn doðrant af hillunni — bundinn í myrkna leðurkápu, blöðin skrifuð jöfnum, öruggum ritt. Ilmaði af gömlum bleki og vindi fjarlægra aldna.

— Þessir doðrantar segja frá því hvernig sá heimur er búinn, — hélt hún áfram. — Um orkustrauma sem leysa þar loft af hólmi, tré sem nærast á ljóma plánetukjarna, verur sem fæðast af hljóði, skynsemisrösum og borgum þeirra, lögmálum sem halda Jera í jafnvægi.

Hún fletti nokkrum blaðsíðum. Í spássíum voru teikningar af taugatengingum, kort segulstrauma, myndir af verum — hálf-mönnum, hálf-dýrum.

— Hér er líka talað um staðgengla, — sagði Emily, — þau líkama sem við vöknuðum í þegar við sofnum hér á jörðinni. Þeir eru ekki bara ílát — heldur hluti af Jera sjálfri, framhald hennar, hold hennar. Þegar maður fer þangað lærir sál hans að anda á annan hátt, að sjá ekki með augum heldur ljósi.

Noël strauk varlega línurnar með fingrinum. Pappírinn þusti lítillega — eins og hann andaði undir hendinni hans.

— Þekking í stað styrks, — sagði hann.

Emily brosti.

— Stundum er þekkingin sjálf styrkurinn — bara ósýnileg. Fyrst lesum við, síðan skiljum við, og þá verðum við að því sem við ætluðum alltaf að verða.

Hún lokaði bókinni og sagði blíðlega:

— Við munum læra þetta saman. Smám saman. Svo þú vitir hvert þú stígur.

Noël lyfti augunum. Í rödd hennar var hvorki skipun né ráðgáta — bara vissan ró. Hann var ekki lengur skrímsli, en ekki enn maður — vera sem hafði gengið í gegnum sársauka og fundið tilgang.

Hann kinkaði kolli. Og í fyrsta sinn fannst honum að orðið leið þurfi ekki að þýða einsemd.

Kafli 14. Þrír eldar

„Hver og einn leitar ljóss síns —
en einn brennur í því,
annar slokknar,
og hinn þriðji — frýs,
til að muna hvernig það er — að lifa.“
— Úr því sem varð eftir milli línanna

Á meðan Emily kenndi Noël dag eftir dag — þolinmóð, líkt og móðir sem kenndi barni á ný að skynja og skilja heiminn — hófust langt í burtu, undir steinhvelfingum forna sala, aðrir spor. Spor þar sem ljósið bjargar ekki, heldur brennir.

Skipun útrekstrarpresta Uroboros hafði lengi fylgst með Richard. Hann stóð upp úr öllum hinum — með ákveðni, óbilandi vilja og þrá eftir þekkingu og mætti sem hann gat ekki falið, ekki einu sinni fyrir sjálfum sér. Og þess vegna buðu þeir honum eitt sinn eitthvað sem aðrir höfnuðu.

Það var Riddaraordeninn — sjaldgæfasti armur útrekstrarpresta, nefndur aðeins í hvísli. Þeir sem gengu honum í lið sneru aldrei aftur sömu. Kraftur riddaranna var hreint ljós — en þetta ljós hafði verð. Sá sem tók á móti því missti ekki aðeins veikleika sína heldur líka mannlegar þrár. Konur, vín, fjölskylda, ástríða — jafnvel einföld gleði — allt hvarf, eins og manneskjan væri brennd út úr minni. Riddari lifði aðeins fyrir eitt — hreinsun. Hann kunni ekki lengur hinum mannlega heimi, leitaði ekki eftir ást og átti ekki lengur sjálfan sig.

Þeir voru sterkastir allra, en þráðu ekki frægð — því frægð var ekki til fyrir þá. Aðeins skylda. Aðeins ljós sem ekki yljar — heldur tæmir og hreinsar. Enginn vildi þessa örlög. Næstum enginn.

En Richard — vildi.

Kraftaþráin brenndi hann, eins og leyndur sjúkdómur. Hann þráði að verða sá sem aldrei yrði veikur, sá sem gæti varið þegar aðrir féllu, sá sem gæti barist ekki aðeins við skrímsli — heldur líka sjálfan sig. Þegar fulltrúar Ordensins komu til hans spurði hann ekki einnar spurningar. Ekki um gjaldið, ekki um það hve mikið væri eftir af manninum í honum og ekki um það hvaða vera hann yrði að lokum.

— Við varum þig, — sagði hinn eldri þeirra, grár í hári, með augu án reiði og án meðaumkunar. — Þú munt hætta að vera þú sjálfur. Þráir þínar verða að ljósi. Þú munt gleyma ástríðu og merkingu orðsins heimili. Líf þitt verður bruni — án svefns og án skugga. Samþykkir þú?

Richard þagði. Síðan lyfti hann höfðinu hægt.

— Ég skal hugsa um það.

Um kvöldið, heima við langan eikarborð, seldi hann orð sem breyttu öllu:

— Mér var boðið, Edward. Uroboros vill gera mig að Riddara.

Edward starði á hann, stjarfur með glas í hendi.

— Riddara? — endurtók hann. — Þú veist hvað það þýðir? Þú veist að þeir sem verða það hætta að vera menn.

Richard horfði rólega á hann, en í þessari ró bjó óhjákvæmni.

— Kannski. En ef það gefur mér kraft til að vernda aðra — þá skiptir það engu. Ef ég þarf að brenna fyrir ljósið, skal ég brenna.

— Þú ert heimskur, — sagði Edward skarpt. — Ljós er ekki þess virði að greiða því með sálinni.

— Ertu viss um að sál þín sé eitthvað þess virði enn? — svaraði Richard mjúklega og reis á fætur.

Eftir þessi orð töluðu þeir ekki meira. Ekki þann kvöld, né síðar.

Edward hélt að bróðirinn myndi kólna, skipta um skoðun, að þetta væri aðeins hvellur — brjálsemi, knúin áfram af sársauka. En einn morgun, nokkrum dögum síðar, fann hann bréf á gluggakistunni. Stutt, eins og rifnað úr hjarta:

„Ég verða að verða sterkari."

Hann stóð við gluggann, hélt bréfinu með skjálfandi fingrum. Eitthvað brast innra með honum. Þessi orð — einföld, köld — hljómuðu eins og dómsorð.

Hann öskraði ekki, braut ekkert. Hann hellti sér bara viskí og drakk í einum sopi. Svo öðrum. Og öðrum.

Frá þeim degi varð Edward annar maður.

Hann hætti fyrstur að raka sig, og síðastur að tala. Andlitið huldi skeggrugla, og augun döfnuðu. Hann fór sjaldan út, nema til að kaupa nýja flösku. Hann drakk ekki til að drekkja minningum — heldur sjálfum sér.

Beth reyndi að skilja, en manneskjan í henni slokknaði smám saman. Augun hennar urðu ísköld, húðin föl, og þorsti — harðari. Næturþögnin varð heimili hennar, og hún gekk um húsið án orða, eins og andlit hennar væri fast í tíma.

Þegar Edward horfði á hana skildi hann að hann missti ekki bara bróður — heldur líka systur. Og það braut hann meira en einmanaleikinn.

Grace — góð, hljóðlát, trúföst Grace — varði alltaf nærri. Hún hafði elskað Edward lengi, frá þeim tíma þegar hann kunni enn að brosa ekki bara af kurteisi. Elskandi án vonar, án endurgjalds, gæddi hún sér samt ekki á því að hverfa úr lífi hans. Hún skrifaði honum bréf — stutt, blíð — og skildi eftir í póstkassanum.

„Þú hefur ekki sést lengi.

Ég hef áhyggjur.

Leyfðu mér að koma einu sinni með mat handa þér."

Hann svaraði aldrei. Stundum reif hann bréfin án þess að lesa þau.

En eitt sinn mættust þau.

Hann var á leið heim — drukkið, órakið, skjálfandi eins og hann gengi ekki eftir götu heldur eigin minningum. Hún stóð við hliðið með bréf í höndum.

— Edward, — byrjaði hún. — Ég... ég vildi bara vita... hvort þú værir... lifandi...

Hann sneri sér snöggt við. Augun dimm, röddin þung, tóm:

— Lifandi? — hann hló beisklega. — Kallarðu þetta líf, Grace? Sérðu það ekki? Ég er löngu dauður. Eins og allt sem ég elskaði. Svo ekki eyða samúð þinni á mig.

Hún fölnaði. Hendur hennar skulfu, en hún grét ekki.

— Þetta er ekki samúð, — sagði hún mjúklega. — Þetta er það sem verður eftir af manninum þegar allt annað hverfur.

Hann ætlaði að svara, en aðeins þungur andardráttur kom út, mettaður vínlykt og tómi. Svo sneri hann við og fór án þess að líta tilbaka.

Eftir þá stund staldraði Grace stundum við hliðið, þar sem bréfin hennar lágu enn óopnuð í póstkassanum — eins og áminning um að jafnvel ástin gat orðið að gleymdri bæn.

Edward hélt áfram að lifa — ef það mátti kallast líf. Hann lifði á gömlum sparifé — sínum og bróður síns, sem þess hafði ekki lengur þörf. Húsið laut í niðurbrot. Ryk lagðist á bækurnar, könguló spann vef yfir spegli, og loftið fylltist af lykt af víni, myglu og einmanaleika.

Stundum sat Beth við gluggann og horfði á fáa vegfarendur — lifandi, hlýja, ilmandi af blóði. Og í augum hennar var engin öfund — bara hljóðlát söknuður eftir því sem hún hafði misst í sjálfri sér.

Þannig varð húsið, þar sem áður heyrðust hlátur og skref þriggja lifandi systkina, að grafhýsi. Þrjú hjörtu slógu einu sinni í takt, en nú lifði hvert í sínum eigin helvíti:

Richard — í eldi ljóssins.

Edward — í ösku vonbrigðanna.

Beth — í kulda þorsta.

Og gamli húsið virtist sjálft gleyma lífinu sem einu sinni var hér — og aðeins vindurinn fyrir utan söng sálmar um þá sem hættu einn dag að vera þeir sjálfir.

Kafli 15. Sáttmáli tveggja heima

„Sannir bandalagar eru ekki gerð af guðum —
heldur af þeim sem óttast að koma of seint til að bjarga ljósinu.“
— Úr annálum Emily Lawrence

Þennan morgun ríkti þögn í húsinu — þögn lík ryki sem leikur í sólarljósgeislum. Emily Lawrence vaknaði fyrir dögun. Utan glugganna lá perlusilfraður himinn, og mjór þoka lá yfir malbikinu eins og andardráttur sofandi árinnar. Hún sveipaði slopp um sig, gekk í eldhúsið og kveikti á lukt — loginn titraði og lýsti koparketilinn og postulínsbollurnar.

Á efri hæðinni heyrðist lágt, varfærnislegt hljóð hófa. Noël steig niður hægt, reyndi að meiða hvorki stiga né handrið með þungum klaufum sínum. Skrefin voru þyngslamikil, en full af einhvers konar helgri sjálfsstjórn.

Emily sneri sér við og brosti mjúkum brosi.

— Góðan morgun, vinur minn, — sagði hún. — Í dag prófum við eitthvað sem hús göfugra fjölskyldna í London bera fram: ristað brauð með sítrónusmjöri.

Noël nam staðar við borðið og hallaði höfðinu. Langar liðfætur hans færðust hikandi, en í þessari varfærnu hreyfingu bjó undarleg blíða. Hún rétti honum smjörhníf, og hann reyndi að smyrja brauðsneiðina án þess að kremja hana. Smjörið bráðnaði undir snertingu hans og Emily hugsaði að í þessari veru væri meiri mannúð en í helmingi þeirra manna sem hún hafði kynnst.

Eftir morgunmatinn færði hún inn í stofuna opinn Dickens-dódrant. Þennan morgun birtist einn af gjöfum skrímslisins: hann gat skilið talað og ritað mál á hvaða tungumáli sem er — einstök hæfileiki í einstökum líkama. Þau lásu upphátt til skiptis: rödd hennar — lifandi, mjúk, með brosi í endahnútunum; hans — djúp og bergmálsrík, eins og kæmi úr holu bergi. Þegar hann mælti orð full af sársauka virtust stafirnir titra í loftinu.

— Fólk í hans heimi þjáðist mikið, — sagði hann, lokaði bókinni. — En samt trúði það því að hægt væri að byrja aftur.

— Já, — svaraði Emily. — Kannski er það einmitt merking frásagnarinnar: að skrifa lífið eins og enn sé hægt að laga eitthvað í því.

Á borðinu stóðu litlir ilmflöskur, hver með snyrtilegri skrift: „Jasmína. Lavandula. Myrra. Bergamot." Hún opnaði fyrsta flöskuna og færði hana að honum.

— Finndu, — sagði hún.

Noël andaði að sér — ekki með nefi, sem hann átti ekki, heldur með líffæri sem sinnti þeirri starfsemi — og muldraði lágt:

— Þessi ilmur... er eins og hlýr regn á ösku.

Emily hló.

— Og samt skynjar þú ljóðlist betur en ég.

Síðan léku þau viktorískar leiki: Emily gaf vísbendingar, og hann gat lesið merkinguna úr svip hennar, látbragði, augnaráði. Í þungum hreyfingum hans var engin klaufaskapur — þvert á móti, þar var ákveðin tign, eins og sjálft myrkrið væri að læra að verða manneskja.

Um kvöldið fylltist húsið af ilmi af bakkelsi og fersku tei. Emily kveikti kerti og lagði á borðið gamlan fágenginn doðrant í leðurbandi — spegilmyndir þeirra titruðu í glerinu. Noël settist á móti, lagði liðfætur í kjöltu og beið í þögn. Loginn í arninum lék eins og lifandi vera.

Emily opnaði doðrantinn rólega — blaðin voru volg eins og húð, og blekið virtist anda. Hún fletti, og á gulnuðum síðunni birtust fíngerðar línur — stjörnur í hring og yfirskriftin:

„Jera. Heimur sem andar ljósi."

Jera — lifandi pláneta, þar sem jörðin sjálf býr yfir meðvitund og orkan flæðir um gylltar æðar hennar eins og blóð. Í djúpum hennar slær kristallshjarta — og úr því spretta orkutré. Þau nærast á gulli, orku og töfrum. Trén halda himinhvolfinu uppi — mögnuðu orkuegginu sem verndar plánetuna fyrir ringulreið geimsins og fallandi loftsteinum.

Hún leit upp.

— En með tímanum þverra auðlindir Jera. Gullæðar missa leiðni; orkustraumarnir veikjast; töfrasvið brotnar í sundur. Trén, sem glata tengslum við kristallshjartað, geta ekki lengur haldið hvelfingunni — og hún byrjar að molna. Loftsteinar falla, og Jera fölgnar sjálf eins og stjarna sem missir birtu sína.

Noël hlustaði í þögn, eins og hvert orð vekti með sér forna minningu.

— Þá ákváðu Jerenskar þjóðirnar, — hélt Emily áfram, — börn þessarar plánetu, að bjarga heimi sínum. Þær skildu að líf þeirra velti á gulli og töfrum, sömu öflunum og nærðu trén. Til að varðveita jafnvægið leituðu þeir orku í öðrum heimum.

Hún sýndi honum tréskurð: svartar fígúrur sem réttu hendur í gegnum himnahlið.

— En aðrir heimar voru hættulegir. Þar bjuggu öflugir andar, ljót dýr, drekar fylltir hatri og verur sem nærðust á lífinu sjálfu. Jerenar reyndu að skapa eigin líkama — sterka en líflausa — til að sækja auðlindir utan Jera. En sköpun þeirra lifði ekki. Í þeim bjó enginn neisti, enginn vilji.

Hún strauk blaðsíðu.

— Þá kölluðu þeir á guðina. Fyrst á guði reglu, sem héldu jafnvægi stjarna og örlagna. En jafnvel þeirra kraftur gat ekki gefið líkamanum sál. Þau voru fullkomin — og dauð.

— Þá kom einn af frjálsu guðunum, sá sem nefndur var Enki — verndari kunnáttu og handverks. Hann kunni að skapa hold úr steinum og rótum en gat ekki fætt fram sál.

Emily þagnaði, eins og hún hlustaði á orð úr öðrum tíma.

— Og þá, — hvíslaði hún, — kom Anu til hans. Hann horfði út fyrir himininn og leitaði sálar sem gæti verið neisti lífs fyrir nýju líkamanum.

Hún lokaði bókinni, en hélt áfram að tala eins og orðin stæðu enn opin á blöðunum.

— Svo fann hann annan heim — jörðina okkar. Og þar svaraði honum Gyðja jarðar, sú sem stóð milli lifenda og dauðra. Hún barðist við myrkrið. Myrkraverur opnuðu hlið, fórnuðu börnum til að hleypa inn öndum og skrímslum. Hún braut þessi hlið, en fann að hún gæti ekki barist ein lengur.

Þannig réttu tveir heimar hvor öðrum hendur.

Anu og jarðgyðjan gerðu sáttmála: annar skyldi gefa líkama, hinn — sálir. Á Jera voru búin til ílát, staðgenglar, úr orku trjánna. Á jörðu fundust sjálfboðaliðar, útrekstrarprestar, sálar þeirra færðust þangað til að berjast gegn reginóreiðu.

— Við erum brýr milli heima, — sagði Emily. — Þegar maður á jörðu sefur vaknar sál hans á Jera í líkama Enkis. Þar fær hann nýja hæfileika — kraft sem jarðnesk eðli á ekki. En líka byrði ábyrgðar.

Hún leit á Noël.

— Mundu, Noël: sá heimur er fagur en ekki síður hættulegur en okkar. Á Jera færð þú nýja mynd en losnar ekki undan því sem býr í þér. Ljósið og myrkrið þar eru aðeins ný nöfn fyrir valið sem þú gerir.

Loginn í arninum blossaði upp; og augnablik endurspeglaðist í augum Emily ekki eldur — heldur kaldur gljái stjarnanna.

— Við erum afkomendur þess forna sáttmála, — sagði hún. — Og ef Jera fellur, fellum við einnig.

Noël þagði. Hann horfði á hendur hennar — mjóar, viðkvæmar, en fullar kraftar sem tíminn hafði ekki snert. Og einhvers staðar djúpt inni, þar sem hjartað mundi enn hvað það var að lifa, skildi hann: það sem hún sagði var ekki goðsögn. Heldur sannleikur — bergmál forns andardráttar sem vaknaði á ný í blóði hans.

Kafli 16. Fyrstu rætur

„Til að skilja framandi heim verður þú fyrst að ylja þér við eigin arin.“

— Úr skrásetningum Emily Lawrence

Morguninn hófst í regni. Smáar dropaslóðir runnu eftir gluggakistunum og urðu að þráðum — eins og ósýnileg hönd skrifaði tónlist á glerið. Emily sat við píanóið, í léttum kjól á lit við þokuna; á herðum hennar flöktaði endurskin kertaljóss. Húsið fylltist af ilmi af vaxi og kaffi.

Noël stóð fyrir aftan hana, hikandi, eins og hann óttaðist að stíga nær. Klaufir hans snertu varla gólfið og liðfætur, sem héngu niður frá framhandleggjunum, skulfu taugaóstyrkir. Noël notaði næstum aldrei klærnar á höndum sínum, því þær minntu hann á morðið á vampýrnum.

— Komdu nær, — sagði hún mjúklega. — Í dag munt þú heyra hvernig sjálf sálinn hljómar.

Hann gekk nær, þungt en varlega — eins og maður sem óttast að brjóta þögnina. Emily lyfti lokinu af hljóðfærinu: inni glitruðu strengirnir, líkt og heimili fyrir eldflugur. Hún lék létt á nokkra taka — fyrsta nótan hljómaði eins og andardráttur: tær, einmana, brothætt.

— Hér, — sagði hún og snerti takka, — býr morgunninn.

— Hér — rigningin.

— Og hér... þögnin sem kemur á eftir tárunum.

Noël hallaði sér fram. Liðfætur hans snertu varlega við lykla. Fyrsta tilraun varð klaufaleg — hljóðið kom gróft og ójafnt. Hann ætlaði að draga höndina í burtu, en Emily hélt henni á hljóðfærinu.

— Tónlist krefst ekki fullkomnunar, — sagði hún. — Hún þarfnast hjarta. Jafnvel sá sem ekki hefur hjarta úr holdi á það í hljóðinu. Reyndu aftur.

Hann hlýddi. Nú flæddu tónarnir mjúklegar, næstum feimnar. Þeir hljómuðu einkennilega — ekki eins og hjá mönnum, heldur líkt og einhver utan úr öðrum heimi talaði á fornu tungumáli sínu.

— Heyrirðu? — spurði hún. — Þú endurtekur ekki bara mínar hreyfingar. Þú svarar. Þetta er þín laglína.

Noël þagði, en á andliti hans blossaði upp dauf, feimin broskima. Það sá Emily ekki vegna ásýndar hans — en það var þarna.

Svona leið dagurinn. Utan gluggans fjaraði regnið út, skref borgarbúa urðu greinilegri á götum, og í húsinu fylltu píanóhljómar loftið með blíðri einbeitingu.

Um kvöldið lokaði Emily lokinu á hljóðfærinu.

— Nægir í dag, — sagði hún. — Nú er komið að því að heyra aðra tónlist — ekki þá sem skrifuð er með titringi hljóða, heldur þá sem er skrifuð af ljósinu sjálfu.

Húsið fylltist á ný af ljósi sem minnti á andardrátt heimsins. Á undan hverri frásögn hennar um fjarlæga heima fór sami, nærri helgi, rituall. Emily bar á borð. Að þessu sinni: heitt brauð með stökkri skorpu, þykk súpa sem mjór gufustrókur steig upp af, og te í postulínsbollum þar sem glóandi gulbrúnt vökvann greip endurskin eldsins. Hún bar matinn fram í þögn — með hægum, vönduðum hreyfingum sem sjálfar voru tjáning um umhyggju. Í öllum athöfnum hennar bjó fornt vitneski um það að saddur hjartað hlustar betur.

— Borðaðu, Noël, — sagði hún lágt. — Hver heimur hefur sinn eigin bragð. Leyfðu þessum að verða þér stoð.

Þegar hann lagði skeiðina frá sér, kinkaði Emily kolli og leiddi hann í gegnum bókasafnið að leynilegri hurð, faldri á bak við bókahillur. Fyrir innan hana lá stigi niður — í niðurgrafinn sal þar sem luktir lýstu með mjúkum gulbrúnum bjarma og loftið var gegnsýrt ilm af skinnmiðum og gömlum við.

— Í dag — um upphafið, — sagði hún og opnaði massívan doðrant. Á titilsíðunni glampaði á grafið letur:

„Jera. Tími fyrstu rætur."

Hún strauk fingrinum eftir spíral-laga línu, líkt og lifandi mynstri.

— Einhvers staðar í óendanleikanum er Jera — pláneta með sál. Hjarta hennar slær í sjálfu kjarnanum, og úr því hjarta rísa orkutré — spíralmyndaðir risar, rætur þeirra ná dýpra en öll höf, en krónur þeirra snerta stjörnurnar.

Fyrsta þeirra kallast Stóra tréð, eða Lífstréð; nafn þess er Eivaz, þó að heimamenn kalli það einfaldlega Stóra tréð. Í faðmi þess vaknaði fyrst sú vera sem Jerenar heiðra undir nafninu Anu. Risavaxin höfuð, einaugð, við rætur trésins — en hann getur líka verið: hreinn rödd, eða mynd — sem afturganga ljóns með mörg augu og horn, kennandi fyrstu Jerenum tungumál, handverk og skilning á sjálfri kjarna tilverunnar.

Emily fletti blaðsíðunni. Á myndinni skein hvelfing — líkt og norðurljós, í öllum tónum gullsins.

— Í gegnum Stóra tréð fékk Jera líf. Náttúra hennar var ofin úr orkustraumum margra heima — eins og ár sem renna í einn og sama hafið. Rætur trjánna þrengdu sér niður í innyfli plánetunnar og teygðu sig í önnur svið tilverunnar, og báru þaðan lögmál og krafta; efnislegar greinarnar urðu að holdi alls sem lifir. Krónurnar hvíldu við himnana, fléttuðust í ljómandi hvelfingu — öflugt segulsvið sem ver Jera fyrir gereyðandi himintunglum. Á þessari plánetu er ekkert sól, og því er hvelfingin sjálf uppspretta ljóss og hita. Nætur Jera — sem hálfgagnsæ slæða úr ljósi: mjúk, svolítið köld, en lifandi.

— Auk hvelfingarinnar, — hélt Emily áfram, — liggja segulstraumar um alla plánetuna — fínum þráðum, eins og vefur köngulóar, frá yfirborði og alla leið til himintjaldsins. Síðar tóku Jerenar eftir að hægt var að renna eftir þessum línum: risavaxnar himnhveljahvalir og smokkfiskar færðust eftir straumunum eins og jarðneskar skjaldbökur eftir straumi hafsins. Margir íbúar Jera ferðast svona — án þess að brjóta andardrátt hennar, heldur fylgja takti hans.

Hún sýndi Noël teikningu af lagskiptri byggingu heimsins: trjám, svífandi eyjum, glóandi straumum.

— Við stofna trjánna er sviðið sterkast, — útskýrði hún. — Þar halda þau uppi svífandi eyjum sem snúast í kringum þau eins og tungl um plánetu. Við rætur þeirra — vötn og ár sem næra þau með seytlum sínum. Og þar sem rætur vefjast þétt saman, líkt og taugafrumur í heila, fæðist nýtt líf.

Emily fletti blaðsíðunni. Á henni glóðu steinrauð egg.

— Í hnútpunkta rótarkerfisins birtust fyrst egg, lík dýrmætum steinum — rúbín. Í þeim þróuðust fyrstu verur Jera — salamöndrur. Eðli þeirra var hrein orka, og líkamar þeirra ljómuðu eins og kristallar. Hvert egg bar agn efnis sem Jerenar nefna amrit — lifandi steinn sem geymir andardrátt plánetunnar.

Hún talaði hægt, næstum hátíðlega.

— Amrit er ekki tákn, Noël. Hann er lífið sjálft í tærustu mynd. Í honum býr bæði töframáttur, efni og minni. Þökk sé honum gátu salamöndrurnar breyst: fellt af sér húð, fengið vængi, tekið á sig ný form. Þær dóu ekki meðan þær héldu tengslum við takt plánetunnar.

Noël greip ekki fram í. Augnaráð hans var vakandi og kyrrt, en þar kviknaði nú eitthvað sem minnti á lotningu.

— Þannig hófst Tími fyrstu rætur, — lauk Emily lágt. — Lífið varð ekki til af tilviljun, heldur af ásetningi plánetunnar sjálfrar. Jera hugsaði með trjánum, andaði með hvelfingunni og mundi sjálfa sig í hverri einustu veru.

Hún lokaði bókinni, en slökkti ekki luktina.

— Mundu þetta, Noël, — sagði hún og færði honum bolla af heitu tei. — Á Jera eru galdur og orka næstum eitt og hið sama. Og ef þú finnur þig nokkurn tíma þar, skaltu muna: ekki er hægt að rísa upp gegn andardrætti heimsins — þú verður að læra að anda í takt.

Emily brosti mildilega, næstum dapurlega.

— Og nú skaltu borða, — bætti hún við. — Miklar leyndardómar opinberast sjaldan hjarta sem hefur verið skilið eftir án kvöldverðar.

Hann kinkaði kolli — og í þessari einföldu hreyfingu bjó meiri þakklæti en í nokkrum orðum: fyrir brauðið, fyrir teið — og fyrir það að við hlið hennar virtist jafnvel alheimurinn geta verið heimili.

Kafli 17. Salamöndrur og lífsteinninn

„Stundum geta stærstu leyndardómar heimsins komist fyrir í lófunum

—

í örsmáum steini sem ljómar að innan.“

— *Úr skrásetningum Emily Lawrence*

Morguninn hófst í ilmi af nýbökuðu brauði. Emily stóð við eldhúsborðið og við hlið hennar — Noël, risavaxinn, klaufir hans skildu eftir mjölspor á gólfinu. Liðfætur hans héldu óviturlega á tréskeið og hrærðu deigið — hver hreyfing minnti á barnslega tilraun til að snerta eitthvert undur.

— Hveiti er snjór án kulda, — sagði hún lágt, horfandi á hann knéja deigið.

Noël leit á hendur sínar og svaraði djúpri, hugsandi röddu:

— Þá er brauð bundið sólskin.

Þau brostu að klaufalegum líkingunum sínum.

Þegar deigið var risið og húsið fylltist yl, sótti Emily markaðskörfuna sína. Noël varð eftir — hann hafði ekki yfirgefið þetta hús frá því að hann kom inn í það í fyrsta sinn. Þar fann hann sig lifandi, jafnvel meðal skugga. Hann þurrkaði af bókum, færði blómapotta, vökvaði fiðrurnar — eins og hann skildi að blóm, ólíkt mönnum, óttuðust ekki snertingu hans.

Þegar Emily kom aftur var regninu lokið. Hún færði inn nokkur glerílát af ilmvatni, opnaði hvern tappa — og í loftinu blönduðust jasmína, rós og örlítið af myskulykt.

— Þetta eru ilmir minninga, — sagði hún. — Hver ilmur á sitt eigið fortíð.

Noël dró að sér ilm — með húðinni, með geislun sinni, ekki með líkama.

— Þá hafa sumar minningar beiskt andardrátt, — svaraði hann.

Um daginn lásu þau saman: Emily upphátt, Noël þögul, fylgjandi vörum hennar. Stundum útskýrði hún hvernig ætti að skilja línur Dickens eða Tennyson — hann kinkaði kolli, eins og hann geymdi hvert orð í sjálfum sér.

Þau deildu sjaldan skoðunum — og þá með hlýju — eins og tvær sálir sem fundu sameiginlegt tungumál þar sem áður var aðeins þögn.

Um kvöldið lagði Emily á borð — þunnar sneiðar af heitu brauði, þykka kryddaða súpu og te í postulínsbollum. Hún ýtti fatinu nær.

— Borðaðu, Noël, — rödd hennar mjúk. — Saddar eyru heyra sannleikann betur.

Þegar hann þakkaði með kollinkasti, leiddi hún hann í bókasafnið, fann með augunum kunnuglegan hrygg og hóf luktina. Ljós féll á gyllta myndskreytingu — spíralrætur, gljái hvelfingar, úrval rúbína við rætur trjánna.

— Í dag — um fyrstu börn Jera, — sagði Emily. — Þá sem nefndir eru salamöndrur.

Hún opnaði doðrantinn.

— Salamöndrur eru fyrstu lifandi verur Jera. Líkamar þeirra eru ekki hold í venjulegum skilningi, heldur ljómandi kristall í formi. Þær eru litlar, eins og jarðneskir froskdýrungar, en útlit þeirra er óendanlega fjölbreytt: misjafnn fjöldi fóta og hala, viðkvæmir „húfur“ við háls, örsmá horn; sumar bera hæga, þunna vængi. Þær fella húð og breytast eftir því hvaða umhverfi þær lifa í — vindum, raka og orkustraumum — eins og plánetan prófi á þeim ný andardrátt.

Á jaðri myndskreytingarinnar glitruðu litirnir.

— Húð þeirra er eins og stráð gimsteinum, — hélt Emily áfram, — en þetta eru ekki skraut: það er amrit, lífsteinninn, sem þær eru skapaðar úr. Að sjá þær í heild sinni getur ekki hver sem er: fyrir venjulegt auga eru þær aðeins bjarma. En þeir sem greina geislun, sjá salamöndrurnar í allri dýrð sinni — sem hreina orkuforms.

Noël hlustaði án orða; tunglsskin leitaði inn um glugga og lagðist yfir pergamentið, eins og staðfesting.

— Salamöndrur lifa meðan hrynjandi þeirra er ósnortinn, — sagði Emily. — Tilvera þeirra byggir á samhljómi við Jera. Stundum gerist hið sérkennilega: ef salamandra sér spegilmynd sína — ekki skugga, heldur ljósið sitt eigið — þá hverfur formið og eftir situr aðeins lítill amrit-rúbín, þungur í lófa en léttur á hjarta.

Hún fletti blaðsíðunni. Á næstu mynd sáust raðir „trektar" sem hurfu í myrkrið.

— Enn eitt: salamöndrur geta farið milli heima. Þær renna eftir hnútpunkta rótakerfisins — þar sem Jera snertir aðra vídd. Þegar þær fara, skilja þær eftir opnar dyr — og þess vegna kannast heimar hver við annan: líf, lögmál, blóm og dýr — allt endurómar.

Hún þagnaði stutt.

— En þessi leið er ekki opin öllum. Efnisleg líkama geta ekki farið — nema þeir sem bera tvíþætt eðli, andlegt og efnislegt. Þess vegna metum við staðgöngulíkama svo mikið — ílát þar sem andinn getur tekið form bæði hér og þar.

Noël lyfti höfðinu; í augum hans blossaði heillandi forvitni.

— Þú nefndir — amrit, — sagði hann lágt.

— Já, — Emily strauk yfir myndskreytingu þar sem rúbínarnir glóði eins og hlýir kolamolar. —

Amrit er hvorki tákn né goðsögn. Það er lífefni, steinn sem svarar geislun og vekur með sér möguleika forms. Ef vera virkjar amrit með eigin geislun, öðlast hún hæfni til endalausrar endurnýjunar — líkt og salamandra. En í þessum gjöf felst skelfileg verð: persónan getur þynnst út, gefið eftir þyngd sinni fyrir hreinan formhvöt. Um stund heldur viljinn stjórninni — en svo víkur sálinn, og hylkið lifir eins og dýr.

Luktin brast í logi; þögn féll á salinn.

— Í Jera og öðrum heimum er þetta aðeins tekið upp í neyð, — sagði Emily lágt. — Þegar dauðinn er óhjákvæmilegur eða óvinurinn of sterkur. En alltaf er þetta val á barmi tapins á sjálfum sér.

Hún lokaði doðrantinum og horfði nokkur andartök á kápuna, eins og hún heyrði hana anda.

— Þess vegna eru salamöndrur færri nú, — bætti hún við. — Þær eru leitaðar, veiddar; amrit þeirra metið of dýrt. En hverfun þeirra er ekki aðeins vegna veiða. Salamöndrur fjölga sér ekki sem aðrar verur: þær eru frumneisti heimsins, ekki grein hans. Hver glötuð neisti er óbætanlegur.

Emily sneri aftur að borðinu og hellti upp á te.

— Mundu þetta, Noël: í stórum gjöfum eru alltaf falin ábyrgð. Amrit er andardráttur plánetunnar. Þegar við snertum það, snertum við vilja hennar. Stundum — til að lækna, stundum — til að eyða.

Hún lyfti augunum; eldur endurvarpaðist í þeim.

— Og þess vegna höfum við reglu: við leitum ekki salamandra. Við hlustum, þar sem heimurinn kallar sjálfur.

Noël kinkaði kolli. Orð voru óþörf.

Þennan kvöld lærði hann það mikilvægasta: að í sumum steinum rennur lífið sjálft; í sumum neistum hljómar örlög. Og ef maður réttir fram hönd til þeirra — má kveikja ljós... eða glatast í myrkri.

Emily færði honum fat með brauði.

— Fyrir næsta lærdóm, — sagði hún.

Kafli 18. Um heim Jera, sem leynist undir ljósvögunum

„Heimar eru ekki nágrannar, heldur spegilmyndir.
Og ef einn titrar, svarar hinn með bergmáli.“
— Úr skrásetningum Emily Lawrence

Morguninn var gegnsær sem dögg á irisblöðum. Emily sat við gluggann og raðaði penslum. Á gluggasyllunni stóðu krukkur með þynntum okrulit og asúrbláum tónum — litum birtu og svefns. Noël fylgdist með henni, reyndi að anda ekki of hátt. Klaufir hans snertu varla við gólfið og liðfætur hreyfðust hægt yfir hvítu blaði, eins og þær leituðu leið til þess sem mætti kallast fegurð.

— Teikning, — sagði Emily og hellti vatni í glerfötu, — er ekki sjón. Hún er andardráttur.

— Þá kann ég ekki að anda, — svaraði Noël hæsi.

— Þá skaltu læra að sjá með hjartanu. Það veit alltaf hvar ljósið byrjar.

Hann reyndi að draga línu. Liðfætur hans skjögruðu og skildu eftir sérkennilegan far — ójafnan, en lifandi.

Emily brosti.

— Sérðu? Þetta er bylgja. Og í henni býr þegar líf.

Dagurinn leið hægt. Síðar sýndi hún honum markaðsblóm: liljur, narsissur, lavendergrein. Húsið fylltist aróma, og Noël lokaði augunum — ekki af ótta, heldur til að drekka ilminn í sig.

— Þau anda ljósi, — hvíslaði hann.

— Og undir ljósinu leynist alltaf haf, — svaraði hún.

Þau töluðu lítið. Orðin og myndirnar sem risu á milli þeirra skildu aðeins þau tvö.

Um kvöldið lagði Emily fram máltíð: þykka linsubaunasúpu, brauð með gullinni skorpu og ilmsterkt te með myntu. Hún settist á móti og sagði:

— Í kvöld, Noël, mun ég segja þér frá Jera — skurðpunkti milli heima.

Luktin flökraði og ljósunnar skópu á veggjum.

— Jera tók í sig andardrátt annarra landa, — hélt Emily áfram. — Hún innlimaði gróður og dýr ókunna himna, en líka nokkur náttúrulögmál og andlega krafta annarra sviða. Af öllum heimum eru aðeins Jera og Jörðin nefndar lifandi; allir hinir — dauðir, og andardrátt þeirra má heyra aðeins í draumi.

Hún opnaði doðrantinn; á gulnuðum blöðum sá Noël mynd — eins og neðansjávarríki, ljómandi eins og sofandi haf.

— Yfirborð þessa heims líkist sjávarbotni, — sagði Emily. — Þar eru kórallar í stað trjáa og þara í stað grasa. En undrið er þetta: allt sem vex á Jera virðist líkja eftir manni. Runnar taka form handa, stofnar herma sveigjur líkamans og blóm opnast eins og augu. Þetta eru ekki bara plöntur, Noël — heldur endurómun lifandi forma, minningar heima sjálfra.

Noël hallaði sér nær; úr sandhól reis mynd sem líktist sofandi konu.

— Meirihluti Jera er sandur, — sagði Emily. — En til eru staðir þar sem jörðin syngur. Þar vaxa orkutré — rætur þeirra, mjóa eins og vír, teygja sig marga kílómetra. Kringum þau verða til gróðuroasar — eyjur lífs, þar sem vatn rennur og loftið er mettað ljómi. Úr þessum rótum spretta blóm óþekktra mynda — með laufum sem glitra líkt og fljótandi kristall.

Hún fletti blaðsíðunni. Nú sýndi myndin verur með líkama hulinn glóandi stöfum.

— Öll dýr Jera bera tákn á húð, — útskýrði hún. — Þetta eru forn letur, merking þeirra er gleymd, en táknin lifa. Þau skipta um lit eftir andardrætti verunnar: reiði — elrauður, svefn — silfur, gleði — himinsblár.

Hún sýndi aðra mynd — hjörð lafaandi fiska með löngum uggum.

— Í stað fugla lifa hér fljúgandi fiskar, sem nefnast sízhji. Þeir ferðast eftir segulstraumum plánetunnar, eins og þeir syndi í ósýnilegu loftsjó. Þeir hafa bæði tálkn og lungu — því kallast þeir tvíandarnir. Þegar þeir slá uggum sínum titrar loftið af ljósi, eins og glerbylgjur.

Noël hlustaði, með andardrátt numinn.

— Í þessum heimi er veiði jafnvægislögmálið, — sagði Emily. — Yfir Jera svífa himneskir hvalir sem nærast á þrumuskýjum. Þeir draga þau til sín eins og vatn og fyllast ljóma hvelfingarinnar — og þá glóir kviður þeirra, eins og lukt í stormi. Þegar hvalurinn mettast sleppir hann gufuskýi — leifum stormsins sem hann innbyrti. Á baki hans lifa heilar byggðir smáverum, þara og kóralla — líkt og fljótandi eyjur.

— Lifandi heimur á lifandi líkama... — muldraði Noël.

— Einmitt. En jafnvel þessir títanar eru elt af rándýrum — krækenum, risasmokkfiskum. Þeir eru stærri en hvalir og hreyfast eftir segulstraumum eins og skuggar stormsins. Liðfætur þeirra bera hringlaga tennur og sogskálar þeirra sprauta eitri; fíngerðir griparmar gefa frá sér raflost. Þegar kræki veiðir, titrar líkami hans eins og lifandi elding.

Emily benti á myndina.

— Sjáðu þessar tvöföldu blöðkur — vængi? Þeir eru ekki til flugs, heldur til orkusöfnunar. Þegar kræki hefur safnað nógu miklu rafmagni fer straumurinn um allt líkamann — ekki til tortímingar, heldur styrkingar.

Noël hreyfði sig ósjálfrátt frá síðunni, eins og frá lifandi skepnu.

— Er eitthvað skelfilegra en kræki?

— Já, — Emily kinkaði kolli. — Á landi búa risavaxnir ormar, jafn langir og krækar. Þeir leynast undir sandi og aðeins opin gin þeirra sést — eins og blóm sem gefur frá sér sæta angan. Í fyrstu virðist það hluti landslagsins. Sá sem kemur nær — deyr. Gufur þeirra svæfa jafnvel voldugustu verur. Þegar ginið lokast breytist allt í kringum það í grafreit — þar sem sandurinn geymir síðustu leifar lífs.

Hún lokaði bókinni.

— Jera er hvorki góð né ill, — sagði Emily. — Hún er minni annarra heima storknað í efni. Jafnvel risaverur sem við köllum saratanar og zaratanar — eru lifandi eyjar sem bera heilar lundir á baki sér. Á skeljum þeirra vaxa kórallar og gras — eins og plánetan sjálf hafi gleymt hvar jörð endar og hold byrjar.

Ilmur pappírs og heits tes fyllti herbergið. Emily þagði lengi og bætti svo við:

— Allt þetta er vegna þess að Jera tengdi lifandi og dauða heima forðum. Hún er skurðpunktur tilverunnar. And possibly þess vegna andar hún enn.

Noël lyfti höfðinu.

— Og við, — spurði hann lágt, — erum við líka hluti af andardrætti hennar?

Emily brosti þreytulega og dapurlega.

— Ef ekki væri svo, — svaraði hún, — hefðirðu aldrei spurt þessa spurningu.

Kafli 19. Kímerur Jera

„Ekki er öll myrkur illviljuð — stundum hverfur hún aðeins á bak við sköpun sem ljósið þorði ekki að sýna.“

— Úr skrásetningum Emily Lawrence

Morgunninn var kyrr, eins og heimurinn hefði enn ekki ákveðið hvort hann ætlaði að vakna. Emily opnaði gluggann; ferskur rigningarlyngur og ilmur af nýbökuðum brauðum fylltu húsið. Klaufir Noël dundu mjúklega við trégólfið og liðfætur hans héldu varlega á pensli — hann reyndi að ljúka við rós í gömlu albúmi hennar.

— Línur eru eins og andardráttur, — sagði hún og horfði yfir öxl hans. — Þær má ekki kreista. Þú verður að hlusta á augnablikið sem þær fæðast.

Hann kinkaði kolli. Einn fótanna skjálfnaði og skildi eftir sig dökkan blett á blaðinu.

— Ég gerði mistök, — muldraði hann.

— Nei, — brosti Emily blítt. — Þetta er bara sá staður þar sem rósin kaus að lifa á sinn hátt.

Síðar drukku þau te. Emily sýndi honum pressuð blóm og litla ilmflösku sem hún hafði keypt á mörkuðum: bergamót, iris, örlítið af reykelsi. Noël hlustaði á lýsingar hennar eins og á sögur. Stundum kinkaði hann aðeins, stundum spurði hann eina spurningu — en í hverju orði hans var meiri tilfinning en í langri ræðu.

Um daginn las hún fyrir hann úr gömlum kveri eftir Matthew Arnold og hann hlustaði eins og hver lína vakti eitthvað týnt í honum.

— „...Og heimurinn virtist fullur drauma og dýra sem leituðu ljóss,“ — las Emily.

Noël lækkaði höfuðið. Í þögninni á milli augnaráða þeirra myndaðist eitthvað stærra en meðaumkun eða ótti.

Um kvöldið stóð á borðinu rjúkandi baunasúpa með timjan, mjúkt, heitt brauð og te með mildu beiskju. Emily þagði á meðan hann borðaði og hlúði að hljóðri þyngd dagsins.

— Líkami þinn verður að muna lífið áður en þú heyrir um það sem lifir án þess, — sagði hún mjúklega er hann lagði frá sér bollann.

Noël lyfti augunum; í gráum augum hans glitraði endurskin luktarinnar.

Emily opnaði lok gamla doðrants. Blöðin báru ilm af salti og fornleika. Á fyrstu myndinni sáust skakkir skuggarnir af verum sem líktust blöndu af klóm og kristöllum.

— Í dag segi ég þér frá kímerum Jera, — sagði hún lágt. — Frá þeim sem anda án sálar og lúta hvorki ást né meðaumkun.

Hún fletti síðunni.

— Þessar verur kunna enga töfra, — sagði Emily. — En einmitt þess vegna eru þær ósnertanlegar fyrir þeim. Enginn galdur, ekkert eldgos dreka getur skaðað þær: þar sem engin sál býr er engu að grípa.

— Þær finna ekki til? — spurði Noël.

— Þær finna ekkert, — svaraði hún. — Þær eru eins og járn eða stormur. Þær elta aðeins holdið, því andinn er þeim ósýnilegur. Á meðan sál er ókroppuð — sjást hún þeim ekki.

Ljós luktarinnar speglaðist í málmgljáandi prentmyndum — eins og í augum veranna sjálfra.

— Kímerur eru liðdýr, — hélt Emily áfram. — Þær lifa í nýlendum og hver hefur drottningu. Henni hlýða þær án skilyrða og verja til síðasta andardráttar. Margar gerðir eru til, en eitt sameinar þær: svartur skel og kristalútvextir — uppspretta kraftar þeirra. Litir kristallanna eru mismunandi: rökkurblár, djúpblár, eitrugræn, purpuri, gullinn.

Hún benti á fyrstu myndina.

— Hér eru kímerskönguIær: kristallar þeirra eru litir rökkurs. Þær spinna vefi sem leiða rafstraum; í hverri þræði titrar lost sem lamir bráðina áður en hún gerir sér grein fyrir dauðanum. Net þeirra eru sem strengir eldingar.

Næsta blað sýndi sporðdreka með glitrandi klær.

— Þessir eru sporðdrekar ísskímans. Klærnar senda rafhögg, stungan skýtur orkuör sem bræðir jafnvel brynju kræka. Hættulegir eru þeir ekki af bræði, heldur af nákvæmni.

Noël skoðaði litmyndina.

— Og þessir? — spurði hann og horfði á langar, snákalegar verur.

— Þær eru skólópendur, — sagði Emily. — Kristallar þeirra eru eitrugrænir. Eitrið eyðir ekki bara holdi, heldur aurunni líka: sá sem bitinn er missir ekki blóð — heldur hluta sjálfs sín. Töfrar, vilji, styrkur — allt veikist eins og étið af tómleika.

Hún fletti áfram.

— Aðrar eru til: risabiðlur með sverðum í stað arma. Kristallar þeirra eru gullnir. Þær gleypa töfra óvina og snúa þeim á móti þeim. Því sterkari sem andstæðingurinn var, því lengur lifa sverð þeirra. Bardagi þeirra er dans ljóss og dauða.

Blað eftir blað — hægt, sem prestur í bænabók.

— Fljúgandi kímerur eru geitungar-fiðrildi. Líkami þeirra glitrar í öllum litum litrófsins; vængirnir dreifa dufti — orkuhrímlum. Úr því spinna þær sjónhverfingar: sumar verða ósýnilegar, endurvarpa ljósinu; aðrar hverfa í þoku og birtast annars staðar; hinar skapa mirrur þar sem hugurinn tapar mörkum draums og vöku.

Noël renndi liðfæti varlega yfir brún myndarinnar, eins og hann vildi snerta ljósflökt þess.

— Þetta er hræðilegt... og stórkostlegt.

— Jera þekkir ekki okkar skiptingar, — sagði Emily blítt. — Þar sem við sjáum skelfingu, sér hún jafnvægi.

Á næstu síðu voru maurar.

— Þetta eru verkfræðimaurar, — sagði hún. — Þeir byggja borgir og lifa eftir lögmál skynseminnar. Þeir geta tekið kraft annarra kímera, brætt kristalla þeirra saman í kjarna — skotfæri. Jafnvel án sálar getur heimur hugsað.

Síðan kom mynd af veru með höfuð líkt heila og mörg augu á endum þunnra arma.

— Þetta eru líkir, — sagði Emily. — Þeir líta út eins og draugur úr martröð, en vit þeirra er hæst meðal kíméra. Þeir loka töfrum inni í sér og skila þeim til baka — með sama styrk. Enga kristalla þurfa þeir: líkami þeirra er sjálfur leiðari. Augu þeirra eru speglar sem endurvarpa ekki ljós — heldur vilja.

— Og þeir síðustu eru skynvilludýr, — hélt hún áfram. — Líkust marglyttum: gegnsæ, glitra mánaðsteini. Þeir geta sest inn í dauða steinlíka líkama surrogata: safna honum úr brotum, skipta um taugar og hreyfa skrokkinn eins og maður hreyfir hanska. Veikleiki þeirra er í höfðinu: þar leynist veran sjálf undir rafstraumshettu. Því eldri sem dýrið er, því fleiri spegilmyndir býr það til — tómar skuggaverur sem felldu marga okkar.

Síðasta blaðið sýndi eitthvað enn hryllilegra.

— Og loks — brúðumeistaraköngulær. Þær undarlegustu. Í stað fóta hafa þær mannshendur, og á bakinu tugi augna. Þær stjórna brúðum úr lífvana líkama: vefurinn tekur sér stöðu tauga, og brúðurnar hreyfast eftir þeirra vilja. Hver fingur stjórnar einu lífi. Þær nærast á lífi fórnarlamba á meðan brúðurnar hlýða.

Noël þagði. Heyrst hafði aðeins brak ljóssins og andvari vindsins við vegginn.

— Þær eru ekki illar, — sagði Emily, eins og hún hefði skynjað ótta hans. — Þær eru minni heims þar sem jafnvel sálarlaus líf þráir hreyfingu. Jera hafnar engri mynd, því í hverri, jafnvel hinni ljótustu, býr glampi tilgangs.

Hún lokaði bókinni.

— Mundu þetta, Noël: heimur lifir ekki vegna góðs — heldur vegna vilja, jafnvel þeirra sem þekkja ekki ljós.

Hann horfði lengi á hana — ekki sem fræðimann, heldur sem mann sem hafði einhvern tíma litið í hyldýpið og ekki snúið sér burt.

— Jera er ógnvekjandi, — hvíslaði hann.

— Nei, — svaraði Emily mjúklega. — Jera er bara hreinskiptari.

Kafli 20. Hinir, eða frumfættir Jera

„Form sem virðast okkur furðuleg eru oftast aðeins aðrar málfræði sömu lífsins.“

— *Úr skrásetningum Emily Lawrence*

Morguninn var svalur og bjart. Emily stóð við eldavélina og hrærði hafragraut í koparpotti. Noël, sem studdi sig klaufalega við borðbrúnina, fylgdist með gufu stíga upp úr pottinum og breytast í óstöðuga skýju. Liðfætur hans héldu varlega á postulínsbolla, og þegar brúnin strauk húð hans minnti hljóðið á andvarp fiðlu.

— Varlega, — sagði Emily og brosti. — Þetta er heitt, eins og morgunroði.

— Morgunroði brennur ekki, — svaraði hann djúpri röddu.

— Einungis þá sem ekki óttast að horfa á hann, — svaraði hún.

Hann lækkaði augun. Þau borðuðu í þögn og hlustuðu á laufið suða í garðinum fyrir utan.

Eftir hádegi færði hún inn bækur — gamla doðranta með myndskreytingum og litaböndum sem bókamerkjum. Þau lásu upphátt: Emily mjúkum, íhugulum tón, Noël sjaldnar, aðeins einstök orð — eins og hann bragðaði á þeim.

Stundum rifust þau — um gott, sálina, fyrirgefningu eigin myrkurs. En deilur þeirra voru lágar, eins og samtal tveggja skugga sem hefðu fundið sameiginlegt ljós.

Að lokum setti Emily fyrir hann disk af heitu kjötrétti með ilmandi pipar, brauðsneið og te með sítrónugrasi. Hún beið þar til hann hafði borðað — í umhyggju hennar var eitthvað sem líktist eiði: að sérhver leið til djúpra leyndarmála skyldi byrja á bragði lífsins.

— Nú má, — sagði hún. — Í dag mun ég segja þér frá Hinum — frumfættum Jera, þeim sem fornu bækurnar rugluðu við tritóna. Þeir eru þó aðeins ein grein Jerena; í ásýnd þeirra heyrast bergmál heillar siðmenningar.

Hún opnaði doðrantinn. Á myndinni — hávaxnar verur með slétta, glitrandi húð og þungum, viftulíkum skottum.

— Mundu, Noël: Jera er ekki bara land, heldur skurðpunktur heima. Úr rótahnútum orkutrjánna greindust einhvern tíma mismunandi ættir Jerena. Ein þeirra eru Hinir. Þeir ráða ekki yfir eigin töframætti, eins og aðrir Jerenar, og það sem mikilvægast er: þeir eru ónæmir fyrir göldrum. Í eðli þeirra er ekkert fyrir töfrana að festa sig við. Þess vegna kallast þeir „hinir" — ekki af fyrirlitningu, heldur nákvæmni.

— Svo galdur nær þeim ekki? — spurði Noël.

— Galdur ekki, — svaraði Emily. — En vilji og stál ná öllu.

Hún fletti. Ný mynd sýndi fjórarma veru með langan hala og slétta útlimi sem féllu niður frá höfðinu eins og liðfætur.

— Fjórar hendur, langur, ár-líkur hali, — las Emily, eins og hún rifjaði upp líffræðilega skrá. — Hali úr sjö útvextum eftir hryggnum, sem renna saman í einn sundugga. Á þurru landi breiðast þessir geislar út og mynda brynju. Æðahnoð í efri hluta baks — lík sundugga. Húðin getur skipt lit og mynstri eins og hjá smokkfiski — þess vegna er felulitur þeirra næstum fullkominn. Útlínurnar hverfa í ljósi, og augað sér aðeins óljósa bylgju.

— Þeir eru froskdýr, — hélt hún áfram. — Þeir bera tálkn og lungu og eru því jafnfrjálsir í vatni og á landi. Ræða þeirra heyrist ekki: Hinir hafa ekkert tungumál í okkar skilningi. Þeir tala með bendingum — fornu táknmáli, næmu og fíngerðu eins og andardrætti.

Á spássíum blaðsins glömruðu tákn — bylgjur, spíralar strauma, skeljar.

— Af þessum merkjum greina þeir ættbönd og samfélög, — sagði Emily. — Hvert tákn ber með sér skyldleika og skyldu. Í æðum þeirra rennur lítil deigla mannlegs blóðs, en uppruni þeirra er annar. Örlög þeirra líka.

Hún fletti. Í ljósi luktarinnar lifnuðu smámyndir — Hinir við vatnsbakka.

— Þótt þeim skorti eigin töfra eru þeir ekki varnarlausir, — sagði Emily. — Líkamar þeirra geta breyst. Þegar þeir drekka í sig blóð tiltekinna kíméra, endurvekja þeir sporslíf viðkomandi krafts. En mælikvarðinn er strangur: ekki fleiri en fjórir hæfileikar — einn í hverja hendi. Í framhandleggjunum búa orkuhnútar sem leiða „lánuðum" krafti, eins og smiður sem mótar glóandi járn.

— Fjórar hendur — fjórir kraftar... — muldraði Noël.

— Lögmálið, — staðfesti Emily. — Með árunum herðist hold þeirra, úthald vex, en aðeins að því marki sem blóðið leyfir. Hinir safna ekki töfrum upp — þeir lifa í takti Jera. Þeir eru dansarar í andardrætti heimsins.

Hún sneri blaðinu. Þar reis vera úr sandi — líkami með sunduggum og hálfgegnsæjan ljóma.

— Gegn andaverum nota Hinir innsiglaða töfra sem þeir fá í gegnum kímur-líka — eins konar spegilmynd annarra krafta, læst í lykil. Í beinum bardaga nota þeir sverð og stunguknífa mótaða eftir býflugnukímerum — sverðin gleypa töfra höggsins og skila þeim til baka. Til eru kristallblöð — vopn sem bera minningar fremur en orku.

— Þeir berjast með skugga annarra krafta, — sagði Noël hægt.

— Stundum er skugginn nákvæmari en ljósið, — svaraði Emily.

Á næsta opnu svífur tignarleg vera með væng-líka sundugga yfir sandinum.

— Skatar þeirra, — sagði Emily mjúklega. — Næstum bræður. Þessar verur búa líka yfir tvöföldu andardrætti — tálknum og lungum. Þær renna eftir segulstraumum plánetunnar eins og yfir loftsjó. Á líkama þeirra eru ljósblettir eins og gluggar. Um nætur kvikna höf Jera í mjúkum ljóma samtals þeirra — eins og stjörnurnar hafi flutt í hafið.

Noël hvíslaði:

— Skilja þær táknin?

— Þær skilja taktinn, — leiðrétti Emily. — Og það nægir. Þær eru ekki þrælar, heldur förunautar. Náttúran virðist hafa skapað þær fyrir Hina — líkindi sjást jafnvel í mynstri sundugga þeirra.

Emily þagnaði, hlustaði á brak luktarinnar, og mælti síðan mjúklegri röddu:

— Í Hinum býr engin grimmd. Þar er skylda. Vöggu þeirra er vatn, heimili þeirra — sandur, lögmál þeirra — jafnvægi. Þeir sækjast ekki eftir völdum og tilbiðja ekki kraft fyrir kraftinn sjálfan. Þeir taka frá Jera aðeins það sem þarf — og skila henni meira í formi vinnu, skipulags og trúmennsku.

Hún lokaði bókinni, lagði hönd á kápuna.

— Mundu þetta, Noël: ónæmi gegn töfrum er ekki áskorun til guða, heldur form auðmýktar. Hinir hafna ekki gjöfinni — þeir taka einfaldlega ekki við því sem þeim er ekki ætlað. Kraftur þeirra liggur í sátt við náttúruna; í því að geta breyst — án þess að hætta að vera þeir sjálfir.

Noël hallaði höfðinu, hugsandi. Hann sá fyrir sér fjórar hendur og fjóra krafta, hala úr sjö geislum sem sameinuðust og skildu, mynda brynju, mynda klæði — hávaðalaust tungumál, heiðarleika sem ekki þurfti orð.

— Þeir virðast mér... heiðarlegir, — sagði hann loks.

Emily brosti.

— Jera lýgur sjaldan, — sagði hún. — Það erum við sem heyrum í rödd hennar það sem við viljum heyra. En Hinir hlusta eins og er. Þess vegna lifa þeir.

Hún færði honum tebollann. Noël tók við honum, og í þessari einföldu hreyfingu bjó samþykki — við hana, við sjálfan sig, við heim sem var að læra að anda í honum, varlega, en óumflýjanlega.

Kafli 20. Hinir, eða frumfættir Jera

„Form sem virðast okkur furðuleg eru oftast aðeins aðrar málfræði sömu lífsins."

— *Úr skrásetningum Emily Lawrence*

Morguninn var svalur og bjart.

Emily stóð við eldavélina og hrærði hafragraut í koparpotti. Noël, sem studdi sig klaufalega við borðbrúnina, fylgdist með gufu stíga upp úr pottinum og breytast í óstöðuga skýju. Liðfætur hans héldu varlega á postulínsbolla, og þegar brúnin strauk húð hans minnti hljóðið á andvarp fiðlu.

— Varlega, — sagði Emily mjúklega og brosti. — Þetta er heitt, eins og morgunroði.

— Morgunroði brennur ekki, — svaraði hann djúpri röddu.

— Einungis þá sem ekki óttast að horfa á hann, — svaraði hún fljótt.

Hann lækkaði augun.

Þau borðuðu í þögn og hlustuðu á laufið suða í garðinum fyrir utan.

Eftir hádegi færði hún inn bækur — gamla doðranta með myndskreytingum og litaböndum sem bókamerkjum.

Þau lásu upphátt: Emily mjúkum, íhugulum tón, Noël sjaldnar, aðeins einstök orð, eins og hann bragðaði á þeim.

Stundum rifust þau — um gott, um sálina, um fyrirgefningu eigin myrkurs. En deilur þeirra voru lágar, eins og samtal tveggja skugga sem hefðu fundið sameiginlegt ljós.

Eins og alltaf byrjaði Emily á hinu einfalda: hún setti fyrir Noël disk af heitu kjötrétti með ilmandi pipar, brauðsneið og te með sítrónugrasi.

Hún beið þar til hann hafði borðað — í umhyggju hennar var eitthvað sem líktist eiði: að sérhver leið að hyldýpi skyldi byrja á bragði lífsins.

— Nú má, — sagði hún. — Í dag mun ég segja þér frá Hinum — frumfættum Jera, þeim sem fornu bækurnar rugluðu við tritóna. Þeir eru þó aðeins ein grein Jerena, og í ásýnd þeirra heyrast bergmál heillar siðmenningar.

Hún lyfti lokinu af doðrantinum. Á myndinni — hávaxnar verur með slétta, glitrandi húð og þungum, viftulíkum skottum.

— Mundu, Noël: Jera er ekki bara land, heldur skurðpunktur heima. Úr rótahnútum orkutrjánna greindust einhvern tíma mismunandi ættir Jerena. Ein þeirra eru Hinir. Þeir ráða ekki yfir eigin töframætti, eins og aðrir Jerena, og það sem mikilvægt er: þeir eru ónæmir fyrir göldrum. Í eðli þeirra er ekkert fyrir töfrana að festa sig við. Þess vegna kallast þeir „hinir" ekki af fyrirlitningu, heldur af nákvæmni.

— Svo galdur nær þeim ekki? — undraðist Noël.

— Galdur ekki, — svaraði Emily. — En vilji og stál ná öllu.

Hún fletti áfram. Ný mynd sýndi fjórarma veru með langan hala og slétta útlimi sem féllu niður frá höfðinu eins og liðfætur.

— Fjórar hendur, langur, ár-líkur hali, — taldi Emily upp, eins og hún læsi úr líffærafræði heimsins. — Hali úr sjö útvextum eftir hryggnum, sem renna saman í einn sundugga. Á þurru landi breiðast þessir geislar út og vefjast um líkamann — þannig verður halinn að brynju og stoð. Í efri hluta baks — kambur, líkur sundugga. Húðin getur skipt lit og mynstri eins og hjá smokkfiski — þess vegna er felulitur þeirra næstum fullkominn. Útlínurnar hverfa í ljósinu og augað sér aðeins óljósa bylgju. Þeir eru froskdýr, með bæði tálkn og lungu, og eru því jafnfrjálsir í vatni og á landi. Ræðu þeirra heyrist ekki: Hinir hafa engan „tungumál" í okkar skilningi. Þeir tala með bendingum — fornu táknmáli, næmu og fíngerðu eins og andardrætti.

Á spássíum myndarinnar sáust tákn: bylgjur, spíralar strauma, skeljar.

— Af þessum merkjum greina þeir ættbönd og samfélög, — hélt Emily áfram. — Bylgja, skel, geislalíkar útlínur — hvert tákn ber með sér skyldleika og skyldu. Í æðum þeirra rennur lítil deigla mannlegs blóðs, en uppruni þeirra er annar, eins og örlög þeirra.

Hún fletti. Í ljósi luktarinnar lifnuðu smámyndir — Hinir við vatnsbakka.

— Þótt þeim skorti eigin töfra eru þeir ekki varnarlausir, — sagði Emily. — Líkamar þeirra geta breyst. Þegar þeir drekka í sig blóð tiltekinna kíméra, endurvekja þeir sporslíf viðkomandi krafts. En mælikvarðinn er strangur: ekki fleiri en fjórir hæfileikar — einn í hverja hendi. Í framhandleggjunum búa orkuhnútar sem líkama fram „lánuðum" krafti, eins og smiður kallar sverð úr brennandi málmi.

— Fjórar hendur — fjórir kraftar, — hvíslaði Noël.

— Slíkur er lögmálið, — svaraði hún. — Með árunum herðist hold þeirra, úthald vex, en aðeins að því marki sem blóðið leyfir. Hinir safna ekki töfrum upp — þeir búa í takti Jera, eins og dansari í andardrætti tónlistarinnar.

Hún benti á mynd þar sem úr sandinum reis vera með sunduggum.

— Gegn andaverum nota Hinir innsiglaða töfra sem þeir fá gegnum kímur-líka — spegilmynd annarra krafta, lokuð í lykil. Í beinum bardaga nota þeir sverð og stungukínífa mótaða að fyrirmynd bíflugnukímura, sem sverðin gleypa töfra höggsins og senda þá til baka. Til er einnig steinefnavopn — kristallblöð, þar sem rennur ekki töfrar, heldur minning um þá.

— Þeir berjast með skugga annarra krafta, — sagði Noël hugsandi.

— Stundum er skugginn nákvæmari en ljósið, — svaraði Emily.

Á næsta opnu — tignarleg vera með væng-líka sundugga, svífandi yfir sandinum.

— Skatar þeirra, — sagði hún mjúklega. — Næstum bræður. Þessar verur, líkt og Hinir, búa yfir tvöföldu andardrætti: tálknum og lungum. Þær renna eftir segulstraumum plánetunnar, eins og yfir loftsjó. Á líkama þeirra eru mörg ljósbletti, eins og gluggar. Um nætur kvikna höf Jera í mjúkum ljóma samtals þeirra, og manni finnst eins og stjörnurnar hafi flutt í hafið.

— Skilja þær táknin? — spurði Noël.

— Þær skilja taktinn, — leiðrétti Emily. — Og það nægir. Þær eru ekki þrælar, heldur förunautar. Náttúran virðist hafa skapað þær fyrir Hina: líkindi sjást jafnvel í mynstri sundugga.

Emily þagnaði og hlustaði á daufan brak luktarinnar. Þá mælti hún lægra, með hlýju, eins og hún talaði um nána:

— Í Hinum býr engin grimmd. Þar er skylda. Vöggu þeirra er vatn, heimili þeirra — sandur, lögmál þeirra — jafnvægi. Þeir sækjast ekki eftir völdum og tilbiðja ekki kraft fyrir kraftinn sjálfan. Þeir taka frá Jera aðeins það sem þarf, og skila henni meira — í formi vinnu, skipulags og trúmennsku.

Hún lokaði bókinni.

— Mundu þetta, Noël: ónæmi gegn töfrum er ekki áskorun til guða, heldur form auðmýktar. Hinir hafna ekki gjöfinni — þeir taka einfaldlega ekki við því sem þeim er ekki ætlað. Kraftur þeirra liggur í sátt við náttúruna, í því að geta breyst án þess að hætta að vera þeir sjálfir.

Noël kinkaði hægt kolli. Hann hugsaði um fjórar hendur og fjóra krafta, um hala úr sjö geislum sem skiljast og sameinast aftur, verða að brynju og klæðum eftir því sem umhverfið krefst, um þögult tungumál og heiðarlega einfaldleika þessara vera.

— Þeir virðast mér... heiðarlegir, — sagði hann.

— Jera lýgur sjaldan, — sagði Emily. — Það erum við sem heyrum í rödd hennar það sem við viljum heyra. En Hinir hlusta eins og er. Þess vegna lifa þeir.

Hún færði honum tebollann.

Noël snerti heita postulínið — og í þessari einföldu hreyfingu bjó samþykki: við hana, við sjálfan sig, við heiminn sem var að læra að anda í honum — varlega, en óumflýjanlega.

Kafli 21. Heimur hinna dauðu — Hagalas

„Dauðinn er ekki endir vegarins, heldur spegill þar sem sálin sér sjálfa sig berum augum."

— *Úr skrásetningum Emily Lawrence*

Morgunninn storknaði í dropum á glerinu. Rigningin hafði fallið þrjá daga samfleytt og fyllt húsið ilm af raka og nýbökuðu brauði. Emily, í svuntu úr þykkum dúk, skar niður epli fyrir böku. Noël stóð hjá, hélt skál klaufalega — liðfætur hans hreyfðust varlega, eins og hann óttaðist að snerta heiminn of harkalega.

— Skerðu mitt í tvennt, — sagði hún án þess að líta upp. — Sérðu? Kjarninn líkist stjörnu.

— Já, — muldraði hann djúpt. — En innra með — er tómið.

Emily brosti.

— Í tóminu er líka form. Það sér samt ekki hver sem er.

Þegar deigið var tilbúið leyfði hún honum að setja bökuna í ofninn. Klauf Noël skall mjúklega við tréið og fyllti húsið augnabliki af hlýjum, vandræðalegum lífshljómi.

Meðan bökunin lyktarði út í loftið, tók Emily niður gamalt eintak Fausts. Hún las, og Noël hlustaði. Stundum lyfti hann höfðinu — eins og eitthvað í rödd hennar hreyfði við gamalli sársauka í honum.

— Menn hafa alltaf leitað leiðar handan marka, — sagði hún og lokaði bókinni.

— Og fundið dauðann, — svaraði hann lágt.

— Stundum. En stundum — svör.

Um kvöldið dró úr rigningunni. Emily bar fram kvöldmat: þykka linsubaunasúpu með rósmarín, ristaða brauðsneið, te með hunangi og sítrónu. Hún setti bökuna á borðið, og ilmur kanils blandaðist öndun arinsins.

Noël borðaði hljóðalaust. Augnaráð hans fylgdi dökkum birtu luktarinnar, línum andlits hennar — eins og hann hlustaði ekki á orð, heldur á góðmennsku sem hugur hennar bar.

Þegar hann lauk, rétti Emily úr skyrtukraga sínum og sagði:

— Í kvöld, Noël, mun ég segja þér frá hinum stærsta heimi — heimi hinna dauðu, sem kallast Hagalas. Hann er svo víður að hann á sér mörk líkt og Jörð — en engin landamæri þjóða, aðeins yfirráðasvæði þeirra vera sem stjórna honum. Hann er ekki staður ógnar, eins og fáfróðir halda, heldur spegill réttlætis þar sem sálin sér hvað hún hefur verið.

Hún opnaði doðrantinn. Silfurbjartri mynd var lýst: stjarnasnauð slétta, tvær verur að ganga — önnur skínandi, hin fölnuð eins og þoka.

— Hagalas, — hóf Emily, — er heimur dómsins. Þegar manneskja deyr, klofnar sálin í tvennt. Ljós hluti hennar verður Verndari, hinn myrkri — Bölvun.

— Klofning sálar... — endurtók Noël. — Þýðir það að gott og illt lifi í hverjum?

— Ekki alveg, — svaraði hún mjúklega. — Þetta eru ekki „gott" og „illt", heldur samviska og afmyndan. Hið fyrra er tært eins og morgunhljómur, hið síðara gruggugt sem vatn eftir storm.

Hún fletti.

— Verndari er vera ofin úr ljósmálmi. Engin hold — aðeins geisli, bundinn í brynju. Ljós vængir, glóandi hringur, og líkamanum þakið mynstrum eins og letur heimsins. Vopn hans skín eins og sól. Engir tveir Verndarar eru eins: andlit þeirra og hreyfingar endurspegla líf sálarinnar sem þeir gæta.

Noël laut nær myndinni.

— Augu þeirra... þau eru svo mörg, jafnvel á brynjunni.

— Já, — kinkaði Emily. — Augu Verndarans eru skynfæri annarra vídda. Hvert er uppspretta hæfileika — sjón sem sér ekki rúm, heldur eðli. Í þessum augum býr krafturinn.

Luktin flöktaði, eins og ljósið svaraði orðum hennar.

— Hlutverk Verndarans er að vernda sálina fyrir Bölvun — bæði á meðan hún lifir og á stund dóms. Ef sálin hlustaði á samviskuna, styrkist Verndarinn. Við komandi dóm sigrar hann myrkrið — og sálin lyftist upp í hærri heim, til Ríkis sælu, eða eins og fornir Jerena kölluðu það: Garðs Andardrátta Ljóssins.

Emily lokaði augunum örlítið.

— Á þeim augnabliki storknar Verndarinn í eilífri helgipósu og reisir kringum sig ljóskúpu, líka þeirri sem hylur Jera sjálfa. Innifrosin í þessari kúpu fæðist heill heimur: plöntur sem líkjast ljósastjökum skína mjúku ljósi; stönglar þeirra minna á kertaloga; og dulrænar fiðrildi frjóvga þá.

Noël hlustaði andardráttarlaust.

— Dýrin þar — eru úr steini en lifandi, — hélt hún áfram. — Líkamar sumra óma eins og flauta, annarra líkt og strengjahljóðfæri. Og úr auga Verndarans, sem líkist björtu ljóshneti, fellur söngur á gleymdu máli, líku latínu. Enginn illur andi getur gengið inn í ljóskúpuna. Þetta er lítill heimur friðar.

Hún þagnaði. Síðan varð rödd hennar dekkri.

— En hlýddi sálin ekki eigin samvisku, — sagði hún, — þá fellur hún undir Bölvun. Á þeirri stundu deyr Verndarinn — leysist upp, og á hans stað fæðist fantur: skaðlaus skuggi, minning um glatað ljós.

— En Bölvunin? — hvíslaði Noël.

Emily opnaði gárótta mynd: köngulólíka veru með holum augum.

— Hún er röng hlið samviskunnar, — sagði Emily. — Hún er úr ótta, girnd, reiði og löngunum sem sálin hlúði að í lifanda lífi. Líkami hennar er fölhvítur og síbreytilegur — endurómar þann skelfing sem lifði innra með manninum.

— Hræðilegt, — hvíslaði Noël.

— Aðeins þeim sem hlusta ekki á hjartað, — svaraði hún.

Hún hélt áfram:

— Bölvanir nærast á orku lastanna. Jafnvel mannleg líkami líður fyrir þær: kvíði beitir magann, reiði hjartað, örvænting þurrkar beinin. Sál og hold — eru sama spegill.

Emily sneri blaðinu.

— Þegar sálin klofnar, hefst orustan. Verndari og Bölvun berjast um eina sál. Sá sigrar, sem sálin hlustaði á í lifanda lífi. Veitir ljós — lyftist sálin. Veitir myrkur — gleypir Bölvunin hana, og hún festist í eilífu stríði eigin þjáningar.

— Er þetta refsing? — spurði Noël.

— Nei. Þetta er ekki hefnd — heldur birting. Alheimurinn refsar ekki. Hann sýnir aðeins hver þú ert.

Síðan fletti hún yfir á mynd dreka meðal stjarnanna.

— En stundum birtist önnur örlög, — sagði Emily mildar. — Þegar mikill stríðsmaður deyr, umbreytist sálin í Hagalas í dreka. Slíkar verur geta ferðast milli heima, skipt á milli stjarnholdi og efnislegu formi. Þær eru dýr — en vit þeirra er skýrt eins og stál. Eldur þeirra er minning; flug þeirra — spor eilífðar.

— Svo drekarnir... eru börn dauðra? — spurði Noël.

— Já, — sagði Emily. — Þeir eru andardráttur Hagalas, minni hans.

Hún lokaði bókinni. Loftið þyngdist — eins og fyrir storm.

— Í hverjum okkar, Noël, býr og Verndari og Bölvun. Hver dagur er lítill Hagalas. Og sérhver ákvörðun — sverðshögg sem ákveður hvor þeirra vinnur.

Noël þagði. Ljósið skalf á milli þeirra, eins og það hlustaði líka.

Emily brosti — þreytt, en hlýtt.

— En nú skaltu borða. Sannleikur verður ekki skilinn á tóman maga.

Hún rétti honum brauð. Og í þessari einföldu hreyfingu bjó meiri birtu en í öllum heimum sem hún hafði lýst.

Kafli 22. Um verur sem lifa í minni dauðans

„Skuggar nærast á því sem við köllum sjálf; þess vegna er sérhver fundur við myrkrið samtal við hungrið.“

— *Úr skrásetningum Emily Lawrence*

Morgunninn ilmaði af kaffi og rigningu. Emily setti á borðið silfurföt með ristuðu brauði og appelsínusultu. Noël sat við gluggann, studdi klaufirnar að fót sterks eikarstóls og fylgdist með því hvernig fiðrildablóm í garðinum réttu sig í átt til sólar. Liðfætur hans flettu varlega blaði, eins og hann óttaðist að rífa viðkvæmt pappírinn.

— Sjáðu, — sagði Emily og rétti að honum mjótt flöskuglas. — Þetta er jasmína: ilmur sumars, falinn í gleri.

Hann andaði að sér; í augnaráðinu blossaði eitthvað sem minnti á minningu.

— Loftið á minni, — sagði hann lágt.

— Já, — svaraði hún. — En það er sjaldan hlustað á það.

Síðar sátu þau við arininn. Emily kom með *Drauga frá Canterbury* og las upphátt — leikrænt, í réttri mælingu; hann hlustaði hljóðalaust, einbeittur, eins og hvert orð þyrfti að skilja ekki aðeins með huga, heldur líkama. Stundum spurði Noël eina einustu, nákvæma spurningu — og Emily svaraði ekki strax, heldur eftir stutta þögn.

Dagurinn rann hægt í rökkur. Sólin gullaði gólf og veggi, og í húsinu ríkti brothætt þögn.

Í kvöldmat, eins og alltaf fyrir þungar frásagnir, var borðið lagt: þykkur kjúklingasoð með salvíu, sneið af heitu brauði, sterkt te með kardimommum. Þegar þau höfðu borðað dempaði Emily ljósið og opnaði doðrant.

— Nú er það hægt, — sagði hún mjúklega. — Í kvöld — um anda, um djinna: um þá sem nærast á lífi og minni, og um það hvernig skal þekkja hungur þeirra.

Hún leiddi fjöður langs spássíu, þar sem fornum myndskreyti hafði verið trúað fyrir hringum ljóss sem lágu hver yfir annan.

— Veistu hvað geislun er, Noël? Það er fínlegt krafthjúp, ósýnilegt svið um líkama. Í henni býr heilsan og siðferðið, minnið og viljinn; án hennar er maðurinn aðeins skel. Djinnar nærast bæði á holdi og geislun: sumir augljóslega, aðrir eins og þoka sem sýgur yl úr gleri.

Hann kinkaði kolli. Emily fletti blaðsíðunni.

— Augljósastir eru ifritar, — sagði hún. — Þeim er líka gefið nafnið rauðir, eldsverur. Þeir ráða eldi jafn fimlega og sverðsnillingur sverði. Óttinn er uppáhaldsgildra þeirra: með því að kynda að hjartanum lama þeir bráðina, og manninum finnst eins og hann brenni lifandi. Stundum taka ifritar á sig form — það er mistök þeirra og von okkar: stál verkar á þá. En oftar halda þeir sig ósýnilega — og þá slökkvir ekki járn, heldur galdur, ljós og vilji.

— Þeir finna okkur eftir geislun? — spurði Noël.

— Eftir titringnum, — leiðrétti Emily. — Eins og snákur finnur hita, finnur ifriti neistann af ótta. Þess vegna er fyrsta skrefið — að róa hjartað.

Á næstu opnu blasti við köld, blámynd: vera líkt og reykur yfir ís.

— Leyndardómsfyllri eru maridar, — hélt hún áfram. — Litur þeirra er blár; frumefni þeirra — kuldi og tóm. Maridar hafa ekkert holdlegt form: þeir eru efemernir, fara inn í hluti og inn í manninn. Þá verður til andsetning: raddir, sýnir, síendurteknar hugsanir um dauðann; líkaminn fölskast, eins og lífsorkan hyrfi sjálf. Maridar ráða yfir bölvunum: eins og hirðir — hjörð, þannig safnar marid saman og rekur hann myrkar hnúta tilfinninga. Því sterkari sem marid er, þeim mun fleiri hnútar heldur hann — og því dýrara greiðir hann fyrir það með ísköldum sársauka, sem brennir eigin skugga.

— Er hægt að sjá þá? — spurði Noël.

— Aðeins í jaðrarljósi — þegar ljósið óttast ekki skuggann, — svaraði Emily. — Fyrir okkur eru þeir þoka, fyrir fáfróðan — tómt rými.

Emily strauk næstu smámynd: rándýrslegar skuggaverur, hálf mannlegar, hálf dýrslegar.

— Til eru líka þeir sem kjósa hold umfram geislun, — gúlar. Í gömlum annálum nefndust þeir *kuttrubar* — gróft orð, en nákvæmt. Þeir eru misjafnir í útliti og mætti: sumir skapa sýnir — fagurra kvenna eða ungra manna — og lokka bráðina burt án þess að snerta hana, þar til stund höggsins kemur. Þetta eru ekki andaverur, heldur líkamleg skrímsli með innrænan hvöt og dýrslega hyggju. Á móti þeim þarf sverð; á móti töfrum þeirra — hreinleika hjartans.

Hún fletti áfram.

— Ljósinu næstir eru Silatar. Þeir líkjast mönnum úr gufu og reyk: í stað fóta — vindstólpi með léttum eldingum. Hjá ifritum væri þetta eldur, hjá maridum — ís og vatn, en hjá Silötum — loft. Þeir breyta sér ekki í annað, ráðast ekki á, ráða aðeins yfir tilfærslu í rúmi — til að forðast högg. Hætta þeirra felst í orðum: þeir eru óvenju vitrir og unna því að kenna, deila vitneskju um liðna tíð, nútíð og jafnvel það sem enn hefur ekki orðið að tíma. Silatar ljúga ekki og brjóta ekki viljann, en sannleikur þeirra slær við eins og sterkt vín. Að rugla — er líka leið til að tortíma.

Hún lokaði bókinni um stund, leyfði orðunum að seytla niður, og opnaði hana svo aftur — nú á töflum upprunans.

— Hvaðan koma þeir? — sagði Emily lágmælt. — Djinnar fæðast í heimi dauðra, í Hagalas, eftir dauðann. Í fornöld voru gúlar títanar og skrímsli — tröllaætt, kýklópar, ograr — nátengd jarðfrumefninu. Beinin þeirra, eftir fallið, eru flutt í Hagalas, þar sem dóminn bíður þeirra. Þeir hafa samvisku — en hún vinnur öðruvísi: gúl má verja heimili og sína eigin, en að éta menn — brýtur lögin.

Hver lifði samkvæmt samvisku, rís upp; hver lifði gegn henni, fellur og verður bölvaður andi.

— En ifritar? Maridar? — spurði Noël.

— Ifritar eru fyrrum eldtítanar: þeir halda eftir hluta kraftarins, stundum jafnvel andlegar brynjur og vopn sem tengdust þeim í lifanda lífi. Hlutur þeirra er eilífur eldur og bergmál óttans sem þeir vöktu. Maridar eru af títönum kulda, vatns og vinds: snjórisar, goðsagnaverðir frostsins. Í Hagalas fá þeir vald til að bölva, en hvert bölvun sárar þá: þannig verða þeir að vansköpuðum „spekingum tómsins", stundum nefndir lítjar — beinagrindur með efemernu holdi, þar sem í stað vatns rennur tjara næturinnar.

Hún dró fjöður eftir neðri spássíu, þar sem kjentum þjóðum var raðað.

— Álfar, dvergar, álvar og aðrir — ef þeir lifa gegn samvisku — verða eftir dauðann að lifandi líkkömum, þar sem holdið sameinast hægt landslagi Hagalas. Sumir hinna föllnu, ef þeir voru hermenn en náðu ekki mikilleika, berjast að eilífu hver við annan — þeim er gefið heitið draugar (draugar stríðsins). Ef þeir áttu grip sem var bundinn geislun þeirra, kemur hann með þeim hingað. Maridar beisla bæði drauga og bölvanir; en ljós Silata, Verndara og paladína er þeim óbærilegt. En hver úr þessum þjóðum lifði eftir samvisku — rís upp eins og menn.

— Er hægt að tortíma þeim? — spurði Noël lágmæltur.

— Djinni — já, en hann endurfæðist í Hagalas, — svaraði Emily. — Draug eða sjálfri bölvuninni — ef þú fellir, hverfur hún án marks: ekkert bergmál, enginn skuggi; og bundin sál annaðhvort frelsast og rís, eða fellur í tómið gleymskunnar — eftir mælikvarða sannleikans.

Hún þagnaði, hlustaði á brak ljóssins og bætti svo við:

— Mundu þetta, Noël: hungur skuggans er hungur þess sem við höfum ekki sagt. Ifriti drekkur ótta, marid — efann, gúl — holdið; Silat — sannleikann, en gefur hann á móti. Þess vegna er helsti skjöldurinn — samviskan. Ekki kraftaverk, ekki verndargripur, ekki sverð — samviska.

Hann kinkaði kolli. Í augnaráði hans var ekki aðeins vitneskja, heldur þreyta hjarta sem í fyrsta sinn sá verð eigin veikleika.

— Borðaðu meira, — sagði Emily og færði honum brauð. — Sögur um myrkrið þurfa alltaf smá ljós.

Kafli 23. Páladínar Sólartrésins

„Til eru verur sem eiga ekki lengur sjálfum sér — því andardráttur þeirra er ekki meir þeirra eigin, heldur andardráttur stjörnunnar.“

— Úr skrásetningum Emily Lawrence

Morguninn hófst í þögn og ljósi. Emily opnaði gardínurnar örlítið — geislar brutust inn í herbergið og brotnuðu á glerinu eins og í glermálverki. Rykið í loftinu sveimaði um eins og gullnar skordýr.

Noël sat við píanóið. Massívur líkamsvöxtur hans virtist óeðlilegur við hlið fíngerðra nótnanna, en tentaklarnir hreyfðust með undraverðri mýkt. Emily stóð við hlið hans, snerti öxl hans létt með fingurgómunum og taldi taktinn varla heyranlega.

— Ekki flýta þér, — hvíslaði hún. — Tónlist þolir ekki afl. Hana verður að finna, eins og andardrátt.

Hann kinkaði kolli og djúpur hljómur titraði í herberginu, endurvarpaður af glerinu.

— Hún... líkist ljósi, — sagði hann eftir stundarkvíld.

— Einmitt, — svaraði Emily. — Ljósið er líka hægt að heyra.

Eftir æfinguna fór hún á markaðinn eftir nýbökuðu brauði og hunangi. Þegar hún kom aftur heim, fann hún hann við teikningu: á blaðinu blöstu við óljós útlínur trés sem ljómaði innan frá.

— Hvað er þetta? — spurði hún.

— Draumur, — svaraði hann. — Það vex upp á við, en rætur þess eru á himnum.

Emily brosti.

— Þá mun ég í dag segja þér frá þeim sem þjóna slíku tré. Frá páladínum — vörðum ljóssins sem bera eið sólarinnar.

Noël þagði, en í augnaráði hans flökti geislabrot sama ljóss og barst inn um gluggann — hljótt, tært og næstum mannlegt.

Um kvöldið fylltist húsið aftur af yl. Emily setti á borðið linsubaunasúpu með tímjani, mjúkt brauð og te sem ilmaði af lavender og hunangi. Hún beið þar til Noël hafði borðað og talaði síðan — rólega, líkt og alltaf þegar hún var að opna hlið til annarra heima.

— Í dag, — sagði hún, — mun ég segja þér frá þeim sem standa milli ljóss og laga. Frá páladínum, börnum fæddum í rótum Hins Mikla Trés, sem sálir ljóma bjartari en sól, en leið þeirra er vegur auðmýktar.

Hún opnaði stórbók. Á fornum koparstungu voru sýndar fígúrur í löngum skikkjum með hettum, og mjúkt ljós skein út undan klæðinu.

— Meðal Jereníana, — hóf Emily, — eru sumir sem líkjast mönnum frekar en aðrir. Þeir nefnast páladínar. Merki þeirra er hnöttur með geislum, líkur sól: tákn sálar plánetunnar, endurómun andardráttar sjálfrar Jera.

Hún leit á Noël.

— Páladínar nærast ekki á fæðu í okkar skilningi. Þeir draga afl sitt úr umbreyttri orku illra anda og hreinsa hana þar til hún verður að ljósi. Því eru þeir skapaðir úr hreinni orku Hins Mikla Trés — fyrsta orkutrésins.

— Miklir ljósmunkar, — sagði Noël lágt.

Emily kinkaði kolli.

— Já. Opin líkama þeirra ljóma sem sól, — en að sýna þetta ljós opinberlega telst ósiður. Þess vegna bera páladínar víðar skikkjur með djúpum hettum sem hylja andlit og hendur. Jafnvel í gegnum klæðið brýst ljómi þeirra út — mjúkt, líkt og dögun undir þoku.

Ljós lampans endurvarpaðist í augum hennar, og augnablik virtist Emily sjálf minna Noël á þá himnesku ætt.

— Á bak við bindindið býr ekki kuldi heldur auðmýkt, — hélt hún áfram. — Líf þeirra tilheyrir ekki þeim, heldur Trénu. Þeir fylgja ekki eigin löngunum; jafnvel hjónabönd eru inngengin samkvæmt vilja Trésins — þegar það skipar tveimur logum að verða að einum andardrætti.

Á næstu síðu sýndi koparstungan fíngerðar línur sem tengdu líkneski páladína við rætur risavaxins trés sem seildist upp í himininn.

— Þeir eru tengdir alheiminum um orkustrauma Trésins og sál plánetunnar. Því er ekki rúm fyrir ástríðu eða hvatvísi í brjósti þeirra: aðeins skýrleika og skyldu. Mál þeirra er rólegt og hreint, hreyfingar nákvæmar — líkt og andardráttur klukku.

— En ef þeir eru svona ljóslifandi, — spurði Noël lágt, — hvers vegna eru þeir kallaðir vígamenn?

— Því jafnvel ljósið verður að eiga sverð, — svaraði Emily. — Enginn ótti er meiri fyrir myrkrið en ljómi sem kann að berjast.

Hún fletti næstu síðu þar sem páladín snerti geislandi veru með lófa sínum.

— Páladínar geta tengst þeim sem nefnast Varðar. Þetta er gagnkvæm tenging. Þegar páladín snertir útgeislun anda sameinast þeir og Vörðurinn verður honum að fylgdaranda.

— Og hann lifir í honum? — furðaði sig Noël.

— Já. Fylgdarandinn fær sæti í öðru heilahvelinu, — skýrði Emily. — Hann sefur þar þar til húsbóndinn vekur hann með vilja sínum. Frá þeirri stundu eru þeir óaðskiljanlegir: hugsanir þeirra einar, andardráttur sameinaður. En páladín má aðeins hafa einn fylgdaranda.

Hún lyfti augunum.

— Til að viðhalda innra ljósi þurfa páladín og fylgdarandi orku. Þeir nærast eins og djinnarnir, en í gagnstæða átt: djinnar umbreyta ljósi í myrkur, páladínar — myrkri í ljós. Afl þeirra vex þegar þeir hreinsa illsku.

— Þannig getur jafnvel illska orðið næring fyrir ljósið? — mælti Noël hugsandi.

— Ekki næring, — leiðrétti Emily mjúklega. — Orka.

Hún snerti neðstu línu síðunnar með fingurgómi.

— En til er takmörk: páladín getur að vísu notað hluta af krafti Varðarins, en getur aðeins kallað hann fram einu sinni. Í því augnabliki nær sameining þeirra hæstu hreinleika — og líkami páladíns sundrast í öldu æðri titrings. Hann deyr, en skilur eftir blossaljós sem hreinsar víðfeðmt svæði.

Noël lækkaði augun.

— Þeir deyja þá fyrir ljósið?

— Alltaf, — sagði Emily hljótt. — Þegar páladín sér að úrslit orrustunnar eru þegar ráðin, kallar hann Varðinn fram og umbreytir sér í hlið milli heims. Í því augnabliki fæðist ekki lengur vígamaður, heldur ljómandi afl — eitt öflugasta fyrirbæri Jera. Þetta er fórn sem kveikir heiminn á ný.

Um stund ríkti þögn. Lampinn brann stöðugt, og fyrir utan gluggann glitruðu stjörnurnar, líkt og minntu á að jafnvel þær væru aðeins endurkast þeirra sem einu sinni urðu að ljósi.

— Páladínar sækjast ekki eftir frægð, — sagði Emily. — Nöfn þeirra eru sjaldnast varðveitt. En ef þeirra nyti ekki við, væri ljósi Jera löngu slokknað. Og ef til vill stendur nú einhvers staðar einn þeirra á mörkum heimanna og heldur enn á sverði sínu, á meðan við tölum hér við lampaljósið.

Noël kinkaði kolli; í augnaráði hans birtist skuggi bænar.

— Mér virðist ég skilja, — sagði hann. — Þeir eru þeir sem deyja ekki til einskis.

— Nei, — svaraði Emily. — Þeir eru þeir sem deyja með merkingu. Og þess vegna lifa þeir lengst allra.

Hún reis á fætur, slökkti lampann, og í rökkri urðu skuggamyndir þeirra að tveimur hljóðlátum ljósglæmum — eins og minni um hina fornu páladína sem enn geyma ljós Hins Mikla Trés.

Kafli 24. Heimur URUZ — ríkið undir bergshjörtum

„Myrkrið undir jörðu er ekki ávallt afsprengi illsku — stundum ver það ljós sem ekki þarfnast sólar.“

— *Úr skrásetningum Emily Lawrence*

Morguninn hófst með klirri postulíns og angan af kakói. Emily stóð við eldavélina í léttum blúnduslopp, og Noël, klunnalega hokinn undir loftinu, reyndi að þeyta rjóma með því að halda þeytarann í tentakli. Hver vinstur fylgdi með mjúku frakti — sæt froða dreifðist á hófana.

— Farðu varlega, — sagði hún hlæjandi. — Þú ert að hefja storm í skálinni aftur.

— Hann er þegar hafinn, — svaraði hann hásum rómi.

Síðar, þegar borðið var lagt, drukku þau heitt súkkulaði og horfðu á blómin á gluggakistunni. Emily hafði komið með nýja potta af markaðnum — með lárviði og hvítum sýklamenum.

— Veistu, — sagði hún, — hvert blóm hefur sína sögu. Sýklamen er blóm fyrirgefningar.

Noël horfði á krónublöðin, eins og hann reyndi að skilja hvern þau fyrirgáfu — og fyrir hvað.

Eftir hádegisverð tók Emily fram gamlan Byron-bindi — útlestinn og brothættan.

— Í dag — „Manfred“, — sagði hún hátíðlega.

Hann hlustaði þögull, spurði stundum stöku spurningar, eins og hann vildi prófa styrk merkingar hvers vísu.

Þegar hún lauk lestrinum, hélt þögnin sig lengi í herberginu. Aðeins klukkan á veggnum taldi tímann, eins og andardrátt eilífðar.

Eins og alltaf áður en sagan hófst, hugsaði Emily um kvöldverðinn. Hún setti fyrir hann einfalt en hlýtt rétt — baunagraut með tímjani og sneið af fersku brauði. Umhyggja hennar virðist jafnvel ylma loftið. Þegar hann hafði borðað, kveikti Emily lampann og gulgyllt skinið snerti gamla stórbókina.

— Í dag, Noël, — sagði hún, — mun ég segja þér frá heimi Uruz — dimmu en stórfenglegu ríki þar sem logi neðanjarðar andar eins og hjarta.

Hún opnaði bókina og á síðunni birtust teikningar af borgum höggnum í innviðum fjalla.

— Þar lifðu tvær þjóðir, — hóf Emily. — Dvergar og dökkálfar. Þeir fyrstu — börn steins og elds, þeir síðari — börn myrkurs og vits. En í dag — um dverga.

Noël hlustaði án þess að blikka.

— Dvergar, — sagði hún, — voru lágvaxnir, en í anda og styrk yfirgengu þeir marga af Jerens börnum. Smíðalist þeirra átti sér enga hliðstæðu: þeir smíðuðu gripi sem gátu staðist jafnvel guðum og bölvuðum sálum. Rúnagöll þeirra og alkemía voru varðveitt í fyllstu leynd. En jafnvel þekking á formúlum tryggði engan árangur: aðeins dvergur gat beitt þessari list, því leyndarmálið lá ekki í formúlunum — heldur í útgeisluninni, í eldsál þeirra sem gat kveikt málm með vilja einum.

Emily leit upp á Noël.

— Þeir segja að innri eldur þeirra sé endurómur andardráttar sjálfrar Jera. Þess vegna, þegar þeir dóu út, varð neðanjarðarloginn kaldari.

Hún fletti blaðsíðu.

— Eftir fall Uruz var hann gleyptur af myrkri dauðra heima. En draugar dverga urðu eftir. Þeir heyrast enn í dýpstu námum — högg picköxu, hringur hamars á steðja, eins og tíminn sjálfur vilji ekki sleppa verkum þeirra. Þessir andar snúa aftur þangað sem þeir lifðu: í smiðjurnar þar sem eldurinn fæddist, og í námurnar þar sem steinarnir sváfu.

— Þannig tók jafnvel dauðinn ekki frá þeim iðn sína, — sagði Noël lágt.

— Einmitt, — kinkaði Emily kolli. — Sálir þeirra hamra eilífðina.

Hún brosti dauflega og hélt áfram:

— Dvergar ráku eldsmagíu og reistu borgir við rætur eldfjalla. Þar runnu engar ár — heldur kvika, skínandi eins og sólsetur fangið í jörðu. Fyrir ást þeirra á eldi voru þeir stundum taldir eldsandar. Hjá þeim lifðu kvikudrekar — stórfengleg og hættuleg. Þessi skrímsli hleyptu aðeins dvergum að sér: milli þeirra var fornt samkomulag — drekar gættu borganna og dvergar færðu þeim bráð og sáu um afkvæmi þeirra. Jafnvel nú, þegar þjóðin er fallin, gæta drekar enn rústanna, eins og þeir vaki yfir minningunni.

Noël þagði og horfði á loga lampans. Emily talaði mjúklega, en hryggð ómaði í rödd hennar — eins og hún hefði sjálf einu sinni staðið í þessum eldfjallaborgum.

— Sumir dvergar, — sagði hún að lokum, — notuðu amrit — lífstein. Hann veitti styrk, en bölvaði sálina. Líkami þeirra þróaðist áfram, en andinn sat fastur milli heima. Þeir eru lifandi enn — dauðlausir og ólifandi, ráfandi í dýpunum eins og sofandi í vöku.

— Sofandi? — endurtók Noël.

— Já, — svaraði hún. — Sál þeirra reikar sem draugur, en líkaminn lifir, nærður af amriti og sveppum í hellum neðanjarðar.

Emily sýndi honum teikningu — gífurlegan svepp sem ljómaði mjúku grænu ljósi.

— Sveppir — eru líf Uruz. Í borgum neðanjarðar var engin sól, en þar var sín vistkerfi. Þar óxu sveppir — tré með rótum líkum kolkrabbasogskálum; marglitusveppir sem svifu í loftinu; kertisveppir sem gáfu frá sér ljós. Allt lifandi þar glóði — því án sólar verður ljósið að lifa innan frá. Ljómi þeirra — er efnafræði sálar, — sagði Emily brosandi. — Dvergar vissu allt um þetta. Þeir notuðu sveppi í lækningar, í iðn og jafnvel í stríð.

Hún hreyfði bókina lítillega.

— Til var sveppur sem nefndist blóðberserkur. Ef dvergur át hann, varð líkaminn um stund óhreyfanlegur: húðin hertist, vöðvar loguðu, sársauki hvarf. En um leið slokknaði hugurinn. Hann réðist á alla — óvini og vini. Þennan svepp notuðu þeir aðeins á örvæntingartímum.

— Og samt... — sagði Noël og brá augabrún, — hvers vegna nota slíkt?

— Vegna þess að óttinn við dauðann er stundum sterkari en dauðinn sjálfur, — svaraði Emily lágt. — En það var önnur leið — amrit. Hann opnaði ekki aðeins afl líkamans, heldur líka töfra sálarinnar. En eins og hver gjöf, krafðist hann gjalds.

Hún lokaði bókinni og sagði næstum í hvísli:

— Eftir amrit sneri dvergur aldrei aftur. Þegar sálin yfirgaf líkamann, sogaði holdið til sín gripi, sveppi og kristalla og varð að einni skepnu. Sumir breyttust í lifandi sveppi, aðrir í kristalverði, hjá sumum óx vopnið saman við höndina. Jafnvel dauðir héldu þeir áfram að geisla töfraorku, eins og steinninn sjálfur sleppti þeim ekki.

— Og ef maður drepur þá? — spurði Noël.

— Þá hverfur sálin, — svaraði Emily. — Sporlítið. Hún kemst ekki til Hagalaz. Þetta er dauði í gleymsku, eins og þeir hefðu aldrei verið til.

Þögn féll. Emily horfði á loga lampans, sem titraði lítillega í dragsúgnum, og bætti við:

— Dvergar voru þeir sem elskuðu lífið svo mikið að þeir reyndu að smíða það upp á nýtt. En í því, Noël, liggur harmleikur þeirra: allt sem kann ekki að deyja, hættir að lifa.

Hann þagði. Aðeins andardráttur lampans speglaðist í augum hans, eins og þar logaði enn sama kvika hins forna heims.

Kafli 25. Heimur Isa — ríki íss og þagnar

„Til er kuldi sem drepur, og til er kuldi sem varðveitir eilífðina. En báðir eru andlit sömu sannleikjar.“

— úr skrásetningum Emily Lawrence

Morguninn var kaldur og tær. Fínn hrímhjúpur lá á rúðunum og sólargeislarnir, sem brutust í gegnum glerið, breyttu honum í kristalsfléttu. Emily, vafin í ullarsjal af vana — eins og henni væri í raun kalt, — var að kveikja upp í arninum.

Síðar bjuggu þau til morgunverð — hafragraut með hunangi og eplum. Hófar Noëls dundu þungt á gólfinu, tentaklarnir héldu skeiðinni óvissum tökum, en honum tókst samt. Emily fylgdist með því hvernig hann lagði berjarnar varlega í skálina — líkt og dýrgripi.

Eftir matinn kom hún með bók eftir Shelley af hillunni.

— Í dag — „Frankenstein“, — sagði hún. — Mig grunar að þú munir finna hann þér skyldan.

Hann þagði og hlustaði á lestur hennar, og truflaði hann aðeins einu sinni:

— Enginn skildi hann.

— Nei, — svaraði hún blítt. — Eins og marga sem voru skapaðir ekki eftir mynd, heldur þvert á hana.

Þegar sólin hafði risið hærra, fór Emily í hanska og gekk út á markaðinn. Þegar hún kom til baka bar hún með sér ískaldar greinar af lyngplöntum — viðkvæmar eins og andardráttur vetrar. Hún setti þær í vasa og loftið fylltist ferskleika.

Eins og alltaf fyrir frásögnina útbjó Emily kvöldverð af alúð: soðið grænmeti, dálítið af fiski, te með oreganó og skeið af hunangi. Þau borðuðu þögul, og hún sat við hlið hans — líkt og eldri systir sem verndar ekki aðeins líkamann heldur líka sálina. Þegar allt var til reiðu, hellti hún honum meira tei og sagði mjúklega:

— Í kvöld mun ég segja þér frá heimi þar sem jafnvel andardráttur klingir af kulda. Frá heimi Isa — fornri heimkynnum hrímjötna og þeirra sem þorðu að beisla ævarandi frostið.

Hún opnaði gamlan stórbók. Á fölnuðum blaðsíðunum glitraði teikning af fjöllum, umluktum snjóaþyt og fígúrum — gífurlegum, líkt og sjálfir tindarnir.

— Einu sinni bjuggu hér hrímjötun, — hélt Emily áfram. — Verur skapaðar ekki úr holdi, heldur úr sjálfum andardrætti vetrar. Eftir dauðann breyttust þær í djinna-marída, verndara kuldans, dæmda til að ráfa milli heima dauðra og lifenda. En sumir þeirra völdu aðra leið: þeir gripu til amrits — og dæmdu þannig sjálfa sig til ódauðleika án endurfæðingar.

Hún leit upp á Noël, eins og til að sannreyna hvort hann skilji verð þessara orða.

— Amrit gerir sálina of þunga fyrir himnana. Þessir jötnar fara ekki til dauðraheims: þeir verða að öndum íssins — hluta af fjöllunum, hluta af hríðinni. Líkamar þeirra — eru björg töfra, blóð þeirra — storknuð kraftsorka. Og þegar þeir deyja, rís sálin ekki upp — hún hverfur einfaldlega.

— Sporlítið? — spurði Noël.

— Sporlítið, — kinkaði Emily kolli. — Eins og andardráttur á gleri þegar hitinn hverfur. Þannig er hlutskipti allra jötna sem amrit rennur um æðar hjá.

Hún fletti blaðsíðu: á henni voru dýr, risavaxin eins og hús, þakin hrími og feld sem glitraði af kulda.

— Í heimi Isa, — sagði Emily, — lifa dýr líkum jarðneskum íbúum heimskautasvæða: birnir, úlfar, sjóljón. En þau eru risar í augum manns, afkomendur þeirra tíma þegar Jera sjálf andaði hægar. Rödd þeirra er eins og nið veðursins; spor þeirra hverfa ekki fyrr en eftir aldir.

Emily renndi fingrunum yfir mynd af fjallgarði.

— Jötnarnir settust að í hellum og göngum sem tengdu fjallshryggjina. Þessir gangar voru eins og æðar heimsins, eftir þeim rann ísmagían. Meðal þeirra mátti stundum finna dverga sem yfirgáfu Uruz. Þeir leituðu friðar, þagnar, einsemdar — og fundu hana hér, meðal kletta og vinda. Menn kölluðu þá fjallabúa.

— Dvergar... jafnvel hér? — undraðist Noël.

— Já, — svaraði Emily með mildu brosi. — Þeir óttuðust ekki kuldann: eldurinn í sálum þeirra var sterkari en nokkur hríð. Þeir höggvuðu sér hús inn í fjallið, hlóðu helgidóma í eilífan ís og smíðuðu úr frostnu bergi gripi sem gátu stöðvað jafnvel andardrátt guðanna.

Hún gerði hlé og leyfði orðunum að frjósa í loftinu.

— Í sömu fjöllum lifðu líka ísdrekar, — hélt hún áfram. — Andardráttur þeirra gat stöðvað fljót, augun glóðu eins og kristallar. Og það undarlega er — milli dverga og dreka ríkti forn tenging, ekki ótti heldur virðing. Drekarnir leyfðu fjallabúum að nálgast sig, og þeir færðu þeim bráð og skreyttu bæli þeirra með gimsteinum. Þannig, jafnvel í heimi kuldans, þar sem allt líf virðist fjandsamlegt, lifði vinátta sem fæddist úr þögn.

Noël hlustaði með hugann fullan af myndum orða hennar; það var eins og kuldinn hefði skriðið inn í herbergið og andardráttur þeirra beggja breyst í gufu.

— Kuldi, — sagði Emily lágmælt, — er ekki ávallt fjandi. Hann varðveitir það sem ekki má deyja. En hver sá sem ákveður að verða eilífur, verður einnig einmana. Þannig fór það fyrir jötnunum. Kraftur þeirra breytti þeim í fjöll — en tók frá þeim röddina. Þeir heyra allt, en geta ekki svarað neinum.

Hún lokaði bókinni og leit á Noël.

— Þetta er verð eilífðar, — sagði hún. — Allt sem er hreyfingarlaust, hættir fyrr eða síðar að vera lifandi.

Hann kinkaði kolli, án þess að þora að segja orð. Og aðeins vindurinn fyrir utan gluggann minnti þau á að einhvers staðar langt burt, á tindi heimsins, sofa enn þeir sem eitt sinn vildu verða ódauðlegir.

Kafli 26. Einherjar — erfingjar elds og íss

„Arfleifð býr hvorki í blóði né beinum, heldur í eldinum sem lifendur og dauðir miðla hver til annars.“

— *úr skrásetningum Emily Lawrence*

Morguninn var vindasamur og greinar hins gamla asks þustu við gluggann. Í arninum voru glóðir að kulna og skildu eftir sig angan af plastefni og gærdagskvölds yl. Emily kveikti eldinn á ný, en Noël, hallaður yfir borðið, reyndi að skrifa með penna. Tentaklarnir héldu honum varlega, en blekið flæddi samt út — bókstafirnir umbreyttust í undarleg mynstur, líkt og fornar rúnir.

— Þetta eru ekki orð, — sagði hann hásum rómi.

— Kannski er það bæn, — svaraði hún með blíðu brosi.

Síðar, yfir tei með kanil, opnuðu þau ljóðasafn Tennysons. Emily las hátt ljóð um orrustu og hetjudáð, og Noël hlustaði eins og hann væri að minnast einhvers löngu gleymds.

— Menn eru undarlegir, — sagði hann eftir hlé. — Þeir vegsama þá sem deyja.

— Kannski, — hvíslaði hún, — er dauðinn þeirra leið til að verða eilífir.

Þegar klukkan sló hádegi, tók Emily fram málarakassa og setti striga fyrir framan hann.

— Málaðu það sem þú finnur, — bað hún.

Hann hugsaði um stund og dró síðan á hvíta strigann tvo liti — eld og ís. Þeir fléttuðust saman, eins og þeir deildu en gátu þó ekki verið til hvor án annars.

Emily horfði hljóð og dagsljósið féll á strigann; í augum hennar speglaðist sami mótsögn — heimur þar sem sársauki og fegurð lifa í sama andardrætti.

Áður en hún byrjaði frásögnina, útbjó Emily kvöldverð: heitan linsubaunasúpu, brauðsneið með hunangi og te með lavender. Það var hljótt; aðeins lampinn sprak og ljós hans féll á blaðsíður hins gamla stórbókar, eins og andardráttur lifandi elds.

Þegar Noël var búinn að borða, lyfti Emily höfðinu og sagði mjúklega:

— Í kvöld mun ég segja þér frá þeim sem héldu áfram verki dverga, frá þjóð sem fæddist úr ösku og hrím — Einherjum.

Hún opnaði bókina. Á síðunni var mynd af veru í hringbrynju, með rúnir glóðandi á líkamanum líkt og spor innra sólarljóss.

— Einherjar, — hóf hún, — eru afkomendur fornu Jerabúa, sem eitt sinn lifðu í heimum Uruz og Isa. Þeir fæddust í gegnum Hið Mikla Tré og líkjast forföður sínum — dvergum — en eru hærri og sterkari. Karlarnir bera skegg niður á belti og líkamar þeirra eru líkt og meitlaðir úr kletti. Á enni hvers Einhers skín aðalrúnan — tákn innri krafts hans. Nafn hvers þeirra er valið í heiður þeirrar rúnar: nafn — er ekki hljóð, heldur áletrun örlaganna.

Hún fletti síðu þar sem sýndar voru smiðjur, rúnahringir og fornir hamrar.

— Einherjar erfðu af dvergunum list rúnanna og smíði málms. Þeir fylgdust með draugum smiðanna sem héldu áfram að vinna jafnvel eftir dauðann, og í gegnum það skilning fengu þeir hið sanna inntak handiðnarinnar. Dvergarnir, eins og þeir hafi séð fyrir sér eigin útþrán, skildu ekki eftir visku sína á skinnrollum, heldur í steini og málmi. Rúnir — eru þeirra arfleifð.

— Þannig erfðu þeir ekki aðeins iðnina, heldur anda hennar, — sagði Noël mjórri rödd.

— Já, — kinkaði Emily kolli. — Aðeins Einherjar geta fullkomnað gripi og gefið þeim nýtt líf. Þeir lúta ekki áhrifum töfra, en geta notað þau þegar þeir smíða rúnagripi. Kraftur þeirra býr í höndum þeirra; trú þeirra — í hamrinum.

Hún renndi fingri yfir mynd af gripnum — glóandi hamri með innfelldum kristöllum.

— Fyrir Einherjana er vopn — fylgdarandi. Þeir þurfa ekki sálverur með sér: hvert sverð, hvert spjót, hver amulett geymir brot af sálu þeirra. Þess vegna, þegar Einheririnn fellur, deyr vopnið með honum.

— Þannig lifir afl þeirra í málminum? — spurði Noël.

— Í málminum og í tákninu, — svaraði Emily. — Í því sem er skapað úr erfiði og trú. Fyrir þá er hver gripur lifandi vera, tengd skapara sínum.

Hún brosti lítillega.

— Til að smíða rúnagrip verður Einherir að afla sjaldgæfustu efniviðar. Því öflugri sem gripurinn er, þeim mun erfiðara er að finna rétt efni. Þetta er leið ekki aðeins styrks, heldur anda. Stundum stendur leit að einum kristal í áratugi. Aðeins þeir — og engir aðrir — geta notað slíka gripi.

— En dvergarnir? — spurði Noël. — Gátu þeir ekki smíðað fyrir aðra?

— Eitt sinn, — svaraði Emily, — já. En sú þekking er glötuð. Einherjar erfðu aðeins hluta af fornu minningunni, en gáfu henni nýjan anda — anda þess tíma þegar eldur og ís lærðu að lifa í einum líkama.

Hún lokaði bókinni og sagði nær hvíslandi:

— Í hverjum þeirra logar bæði eldur Uruz og kuldi Isa. Þeir eru brú milli heima, erfingjar þeirra sem loguðu og þeirra sem frusu. Og þess vegna, Noël, eru einmitt Einherjar allra kynþátta Jera næst því að skilja merkingu eilífðar.

Hann þagði lengi og sagði síðan lágt:

— Þá er það svo, að eilífðin er ekki smíðuð af guðum, heldur af dauðlegum höndum?

Emily brosti, og í augum hennar blossaði mjúkt ljós lampans.

— Kannski, — sagði hún, — felst í því hin mesta leyndardómur Jera.

Kafli 27. Dökkálfar — verndarar skuggans

„Myrkur er ekki fjarvera ljóss, heldur minning þess. Því aðeins sá sem hefur þekkt birtuna er fær um að meta missi hennar.“

— úr skrásetningum Emily Lawrence

Morgunninn náði húsinu í rökkri: þung gluggatjöldin hikuðu við að hleypa sólargeislum inn, og regnið barið á rúðuna í mjúkum takti. Emily kveikti lampann með mjóum skermi — mildt gulbrúnt ljós flæddi um herbergið og breytti því í skjól frá heiminum.

Noël sat við gluggann, hallaður yfir skákborði. Tentaklarnir færðu taflmennina af undraverðri nákvæmni og hófarnir slógu taktfast á gólfið.

— Þú ert aftur að leggja gildru, — sagði Emily og settist á móti.

— Ég er bara að fylgjast með, — svaraði hann hásum rómi. — Í hverri spilamennsku verður einhver að vera skugginn.

— Þá leyfðu mér að vera ljósið, — brosti hún.

Skákin lauk með jafntefli. Að því loknu átu þau síðbúinn morgunmat — hafrakökur með sultu úr appelsínuberki og te með bergamot. Emily sagði frá því hvernig ein markaðskona hélt því fram að blóm skynjuðu skap kaupenda. Noël hlustaði og hallaði höfði lítillega, eins og hann væri að íhuga hvort myrkur gæti angað eins og jasmin.

Eftir hádegismatinn sótti Emily bók eftir Poe og byrjaði að lesa hátt. Rödd hennar rann mjúklega, eins og regnið úti.

— Þetta fjallar ekki um ótta, — sagði Noël allt í einu. — Þetta fjallar um einsemd.

— Þú hefur rétt fyrir þér, — svaraði hún. — Og þar af leiðandi — um mannúð.

Hann þagði, en í augum hans flökti sorg — dauf, líkt og andardráttur vinds á frosnu gleri.

Fyrir kvöldsöguna lagði Emily borð eins og vant var. Í þetta sinn kom hún með jurtadrykk og brauð sem hún hafði bakað um morguninn. Þegar hún hafði sett það fram, sagði hún mjúklega:

— Þú lítur í dag út fyrir að vera dálítið dapur — eða með hugann annars staðar. Drekktu. Í kvöld segi ég þér frá þeim sem einu sinni þorðu að líta hinum megin við ljósið.

Hún kveikti lampann. Ljósið titraði á blaðsíðum hins forna stórbókar, þar sem línur koparstungunnar fléttuðust saman í dularfull mynstur — líkt og greinar fornrar skógar sem huldu myrkrið undir laufkrónu sinni.

— Hlið við hlið við dverga, — hóf Emily, — lifðu dökkálfar, sem stundum voru nefndir dökkir alfar. Þeir voru bæði fagrir og ógnvekjandi. Sagt er að þeir hafi valdið falli hins unga heims, því þeir brutu fyrstir lög alheimsins — þeir þorðu að opna hliðin til heims dauðra.

Noël leit upp.

— Og hvers vegna gerðu þeir það? — spurði hann lágt.

Emily svaraði ekki strax.

— Úr forvitni, — sagði hún loks. — Ekki þeirri sem leiðir til þekkingar, heldur þeirri sem leitar valds.

Hún fletti síðu. Þar var dökkálfur myndaður með silfurhvítt hár og augu dekkri en nóttin.

— Þessir dökkálfar voru afkomendur forns ættar naganna og ljósa álfa. Frá nögunum erfðu þeir þekkingu á alkemíu og myrkragaldri, og einnig hæfileikann til að búa til amrit — þennan sama lífstein. En sú þekking glataðist að eilífu. Alkemía þeirra dó með þeim sem fóru of nærri hinu bannfærða.

Emily strauk fingri eftir brún bókarinnar.

— Borgir dökkálfanna risu í dimmum skógum og á mýrum, þar sem eilífur mistur lá í rótum trjánna. Hús þeirra risu eins og storknaðar greinar: hvassir turnar, mynstraðir hvelfingar, steinbogar

— allt í byggingarlist þeirra bar með sér gotneska hryggð. Rigningar voru tíðari, nætur lengri og loftið dirfðist af raka og göldrum.

Hún brosti dauflega.

— Sagt er að vefur gæludýra þeirra — risa könguló a — hafi verið notaður sem þræði. Úr honum ofnu þeir flauel, silki og blúndur. Klæðnaður þeirra var dökkur: leður, satín, svartur demantur — líkt og sjálf nóttin hefði vafið sig um líkama þeirra.

Noël hlustaði, hálf andartakandi.

— Silfurhærðir, fölir á húð og með augu lit djúpsins, höfðu dökkálfar vald á svörtum göldrum. Þeir lærðu að beita mætti dauðra gegn þeim sjálfum. Í list að beisla anda og böl bættu þeir djinnum í kunnáttu, en án þess að finna hvorki sársauka né ótta. Sálir þeirra voru kaldar sem marmari.

Emily fletti blaðsíðu.

— Eftir að afkvæmi nöganna og ljósa álfa — fyrstu vampírarnir — komu í heiminn, voru slík sambönd bönnuð í öllum heimum. Vampírismi veitti sérkennilegan styrk: tímabundið ónæmi gegn galdri þess kynþáttar sem þeir drukku blóð af. Líkamar þeirra læknuðust, afl þeirra jókst — en um leið jókst hungrið. Þeir drápu ekki af illsku, heldur af þorsta.

— Og fyrir það voru þeir reknir burt? — spurði Noël.

— Þeir voru upprættir, — svaraði Emily lágt. — Ætt þeirra var strikuð út úr sögu heimanna.

Í smástund hvíldi þögn. Lampinn tók kipp.

— En hinir hræðilegustu þeirra, — hélt hún áfram, — voru þeir sem þorðu að sameina vampírismann og amrit. Þessi kvikindi glötuðu öllu mannlegu. Þau urðu að gargýlum — skrímslum úr steini og myrkri, holdgervingum bölvunar. Þegar fæða þrýtur, breytast þau í stein og falla í dvala í margar aldir. Líkamar þeirra klífast, líkt og öldur frosnar í klett. En ef angan blóðs finnst í lofti — vakna þau.

Emily lækkaði röddina.

— Gargýlur flugu sem vættir næturinnar — gríðarstórar, með langa hala og vængi úr beini og skugga. Þær þoldu hvorki ljós né silfur. Augu þeirra — hyldýpi, en hjarta þeirra — kol, þar sem eldurinn slokknaði áður en hann gat orðið að hita.

Noël brá svip, en vegna gerðar andlitsins sást það varla.

— Þá át myrkrið sem þeir kölluðu sjálfa þá? — spurði hann.

— Já, — svaraði Emily. — Sú var kaldhæðni drambsins. Þeir vildu stjórna dauðanum — en urðu sjálfir andlit hans.

Hún leit á lampann: veikur logi titraði á glerinu.

— Allt sem skapað er án kærleika breytist fyrr eða síðar í stein. Jafnvel hjartað.

— Þá eru þeir vampírarnir sem ráfa um göturnar... þeir sömu og lifðu forðum? — spurði hann mjúklega.

Emily leit út um gluggann, þar sem regnið varð að þoku.

— Það er leyndarmál. Enn er deilt um hvernig vampírarnir komu í heim okkar, og hvort þeir eigi nokkurn veginn skyldleika við þá sem lifðu áður.

Þau sátu hljóða um stund. Utan gnauðaði vindurinn, og einhvers staðar í fjarska, handan heimsins, var eins og bergmálið af vængjum heyrðist — bergmál þeirra sem löngu höfðu sofnað í steini.

Kafli 28. Galdramenn myrkursins — börn skugga og loga

„Sá sem leitast við að ná valdi yfir dauðanum verður að vera reiðubúinn að deyja af eigin skugga.“

— úr skrásetningum Emily Lawrence

Morgunninn var undarlega kyrr. Þoka lá yfir götum, eins og borgin hefði ekki enn vaknað. Emily sat við eldhúsborðið og hrærði í gömlum koparpotti þykkum súkkulaðidrykk. Gufan ilmaði af kanil og mjólk.

Noël, hár og óþjáll, reyndi að skera brauð. Tentaklarnir skulfu, hnífurinn rann til, en hann hélt áfram af þrautseigju.

— Varlega, — sagði hún mjúklega. — Brauðið er ekki óvinur; það má sigra án blóðs.

Hann brosti stuttlega — djúpur hljómur, líkt og urr í gegnum bros, fór um herbergið sem snöggur glampi hlýju.

Síðar sátu þau við arininn. Emily tók fram þunnan bók — *Myrkri hugleiðingar* eftir Hawthorne. Hún las lágt og rödd hennar blandaðist við brakandi eldinn. Noël hlustaði og horfði í logana. Í endurkasti augna hans glöddu neistarnir — tveir gulbrúnir glóðarkolar í botnlausum skugga.

— Menn óttast eld, — sagði hann að lokum. — En sækjast samt í hann.

— Því í hverjum manni býr bæði ljós og aska, — svaraði hún.

Eftir lesturinn fór Emily á markaðinn en Noël sat eftir við arininn. Hann horfði á glóðirnar deyja í öskunni og hugsaði: kannski getur skrímsli varðveitt ljós — ef það óttast ekki eigið myrkur.

Fyrir kvöldsöguna útbjó Emily að vanda látlausan kvöldverð. Hún setti á borðið skál af heitri súpu, sneið af dökku brauði og jurtadrykk.

— Í kvöld, — sagði hún, — lærir þú um þá sem gátu hneigt anda — og þó hneigðust ekki sjálf.

Noël kinkaði kolli. Augnaráð hans varð skarpt, eins og hann vissi að saga af þunga væri framundan.

Emily opnaði gamlan stórbók. Á gulnuðu blaðsíðunni voru teiknaðar verur með horn, glóandi augu og tákn brennd í húðina.

— Meðal Jerabúa, — hóf hún, — er sérstakur kynstofn, nefndur galdramenn myrkursins. Þeir, eins og margir, fæddust í gegnum rætur Hins Mikla Trés og standa dökkálfum nær — kannski afkomendur þeirra í fjarlægð.

En galdramenn fóru aðra leið: þeir vildu ekki tilbiðja galdra, heldur beisla þá, slíta kraftinn úr höndum anda og láta hann þjóna sér. Ekki fyrir valdið sjálft — heldur fyrir reglu sem fæddist úr óreiðu.

Hún fletti blaðsíðu.

— Að eðlisfari eru þeir að hálfu menn, — hélt Emily áfram. — Í blóði þeirra geymast leifar mannlegrar uppruna, eins og hjá mörgum Jerabúum. Þar til þeir mynda tengsl við fylgdaranda eru þeir nánast óaðgreinanlegir frá mönnum — nema að augun endurspegla bæði loga skynseminnar og hyldýpi þekkingar. En þegar bandið við anda er stofnað, speglar hold þeirra náttúru hans, og sálin verður ekki lengur ein.

— Þannig verða þeir að þeim sem þeir beisla? — spurði Noël.

— Að hluta, — kinkaði hún kolli. — Sálin helst þeirra, en líkaminn verður spegill krafts fylgdarandans.

Hún leit upp.

— Flestir þeirra binda sig við ifríta — eld-djinna. Galdramaður drepur djinnann, tekur sál hans og bindur hana við eigin orku. Frá þeirri stundu verður ifritinn fylgdarandi hans — fangi og spegilmynd. Hann deyr ekki, en stöðvast í þróun sinni og verður að skugga sjálfs sín.

— Þá hættir andinn að vera lifandi? — spurði Noël.

— Ekki lifandi — heldur frjáls, — sagði hún. — Galdramenn sem hafa hneigt ifríta taka sjálfir einkenni elds: húðin roðnar, horn spretta á enni, augun verða gullin og miskunnarlaus, og við bakið birtist hali — tákn innri logans. Slíkir kallast asurar.

Hún dró andann og hélt áfram:

— En aðrir binda sig við marída, djinna vatns og kulda. Þeir verða að nákvæmendum. Húð þeirra er köld og föl, augun ljóma eins og ís og andardráttur þeirra ber með sér frost. Þeir skapa ekki eld — þeir kalla fram skugga, ráða yfir dauðum og beygja dauðann undir vilja hins lifandi.

Noël lét höfuðið síga.

— Og hvað verður af öndunum sem þeir hneigja? — spurði hann lágt.

— Þjónar marída hverfa, — sagði Emily, — en nákvæmendur varðveita afl þeirra. Því sterkari sem maridinn var, þeim mun fleiri sálir hafði hann undir sinni stjórn. Þannig safna þeir sjálfir herjum sínum — ekki úr líkama, heldur úr minningu hinna dauðu. Afl þeirra mælist í fjölda þeirra sem þeir geta haldið milli heima.

Hún fletti síðu með fornum rúnatáknum.

— Hver ætt galdramanna hefur sitt merki.

Asurar bera fimmhyrning — tákn valds yfir eldi og ástríðu.

Nákvæmendur — öfugan þríhyrning sem bendir niður, til djúpa heims dauðra.

Emily hallaði sér lítillega fram.

— Til eru líka hinir þriðju, — sagði hún lágmælt. — Þeir sem beisluðu afl gúla. Þeir kallast rakshasar; karlarnir rakshasar, konurnar rakshasí. Þeir geta kallað fram skrímsli eða orðið að þeim sjálfir. Húð þeirra er öskugrá, augun dýrsleg og vígtennurnar — merki ættar þeirra, tákn hungurs sem aldrei sefur.

— Tennur eru þá merki þeirra? — spurði Noël.

— Já, — kinkaði Emily kolli. — Tennurnar minna þá á að dýr býr innra með þeim. Og svo lengi sem þeir muna það, geta þeir haldið eðli sínu í skefjum.

Allir fylgdarandar galdramanna verða fyrst að deyja af þeirra eigin hendi og aðeins einn fylgdarandi fylgir þeim alla ævi — það er óumbreytanlegt, því þeir verða að einni veru með honum.

Hún lokaði bókinni og horfði lengi á hann hugsi. Í herberginu ríkti þögn, og aðeins veikur andardráttur lampans minnti á ljósið sem enn barðist við myrkrið.

Kafli 29. Heimar jötna

„Til eru heimar þar sem sjálfur dauðinn virðist örsmár og andardráttur vindsins getur brotið fjall. Þar býr eilífðin ekki á himni — heldur undir fótum manns.“

— *úr skrásetningum Emily Lawrence*

Morguninn hófst með ilm af nýbökuðu brauði og mjúku hringli leirtauðs. Emily stóð við eldavélina og fylgdist með því hvernig deigið lyftist í gufu, en Noël reyndi að herma eftir hreyfingum hennar. Tentaklarnir brugðust honum — skálin var við það að renna undan, en hún greip hana tímanlega og hló.

— Þú ert of sterkur fyrir deigið, — sagði hún brosandi. — Það elskar mýkt.

— Mýkt brotnar, — svaraði hann djúpri rödd.

— Ekki alltaf. Stundum þolir hún meira en styrkur.

Þau borðuðu morgunmat við gluggann. Fyrir utan svifu skýin — hægt, eins og fjöllin sjálf færu leið sína um himininn. Emily tók fram bók Vernes, *Ferð til miðju jarðar*, og las um neðanjarðarheima og forna risaverur. Noël hlustaði hljóður, með hófana á gólfinu og höfuðið lítillega hallað, eins og djúpar, steinbornar minningar titruðu undir húð hans.

— Risi, — sagði Emily, — er ekki alltaf sá sem er stór í líkama. Stundum er það sá sem ber þunga einsemdarinnar.

Hann kinkaði kolli. Skuggi skilnings hvarflaði yfir augnaráð hans.

Þegar hún fór á markað eftir mjöli og smjöri, sat hann áfram við gluggann — kyrr, geysilegur en undarlega friðsæll. Regnið sló á rúðuna, og í þeim hljómi var eitthvað óendanlega lifandi við þögn Noëls.

Að kvöldi, að venju, útbjó Emily kvöldverð: sneið af nýbökuðu brauði, þykka kjötsúpu og ilmandi jurtate sem ylti jafnvel sálarinnar.

Hún settist niður hjá honum og sagði með mjúkri, næstum móðurlegri hlýju:

— Í kvöld segi ég þér frá heimum þar sem jötnar búa. Frá löndum sem fæddust við dögun tímans, þegar heimurinn þekkti hvorki guði né bænir.

Noël leit á hana einbeittur. Emily opnaði hinn forna stórbók og veikburða ljósið féll á blaðsíðurnar eins og endurvarp fjarlægs loga speglaðs í auga títans.

— Einn af fyrstu heimum, — hóf hún, — var Nautiz, land Jötunanna, steinrisa sem voru elstu verur heims. Það var heimur þar sem tíminn rann öðruvísi og himinninn virtist framhald jarðarinnar.

— Þar réðu risaeðlur og fornar skepnur, — sagði hún áfram, — og tré uxu þar sem stofnar voru gildari en turnar, en mosar sem blómstruðu á líkama risanna glóðu innan frá mjúkum græn-gullnum ljóma.

Hún fletti síðu og Noël sá koparstungu af trölli, sem axlirnar höfðu vaxið saman við fjöllin og ár runnu niður eftir líkama þess.

— Tröllin, — sagði Emily, — voru hin elstu og grimmustu allra jötna. Líkamar þeirra voru úr steinlögum, bundnum saman með andardrætti plánetunnar sjálfrar. Þau líktust björgum og höfðu vöxt sem yfirskyggði fjallgarða. Hugrakkir menn, sem þorðu að klífa líkama þeirra, leituðu ekki frægðar heldur sjaldgæfra jurta og steinda sem uxu aðeins á húð þessara risa.

Noël hlustaði án þess að blikka.

— Töfrar voru ekki notaðir í Nautiz, — bætti hún við, — því náttúran sjálf var töfrunum. Hún rann um æðar jarðar, nærði steinbörn sín. Orka plánetunnar flæddi um æðar þeirra og úr henni fæddust dýrmætustu efni sem ófáanleg eru í öðrum heimum.

Hún tók sopa af teinu og hélt áfram:

— Annar heimur, Noël, heitir Dagaz — land eldjötna. Þar leysir loginn loftið af hólmi og kvika rennur í stað ánna.

Noël, sem horfði á ljós logans, hvíslaði:

— Þar er eflaust eilífur hiti...

— Nei, — brosti Emily mildilega, — þar er ekki hiti — þar er andardráttur stjörnunnar sjálfrar.

Hún strauk greftri sem sýndi eldrauðan sjóndeildarhring.

— Þar lifa jötnar Dagaz, sem eftir dauðann verða ifritar — eldsandar. Líkamar þeirra eru sambráðnir úr kviku og steini, raddir þeirra dynja eins og eldgos. Sumir þeirra notuðu amrit — stein eilífrar lífs. Þannig fæddust xerufar — verur sem eru hálf hold, hálfur eldur.

Emily lyfti augum.

— Í þeim heimi eru líka aðrar undursamlegar verur: eld-drekar sem svífa í bráðnu bergi, ragorar — risafálkar sem blossar upp á fiðrinu sem stjörnur, og basanar — fuglar sem líkjast hanum en eru ofnir úr hreinum loga. Þeir eru feimnir, en lífshættulegir ef þeim er raskað.

— Allt rándýr? — spurði Noël.

— Já og nei, — svaraði Emily. — Í Dagaz er engin jurtafæða. Allt sem lifir nærir sig á orku plánetunnar, dregur hana úr steini og málmi. En hinir sterkari gleypa þá veikari, og jafnvel eldurinn þekkir hungur.

Hún horfði niður á næstu síðu.

— Þar má sjá eldorma — *boitata*, svarthesta *nightmara*, og auðvitað þá sem veiða í hjörðum — eldhelhunda. Væl þeirra líkist niði vinds sem hleypur yfir öskureiti.

Emily þagnaði augnablik, eins og hún leyfði orðum sínum að síga dýpra. Ljósið í lampanum titraði.

— Forðum réði þessum heimi Surtr, — hélt hún áfram. — Risavaxinn úr eldi og stáli. Hann var máttugastur allra jötna, ekki aðeins í þessum heimi, heldur allra. Einn daginn, blindur af valdafíkn eða annarri þrá, lyfti hann sverði sínu til að eyða öllum heimum. Og það tókst honum næstum. En fyrstu guðirnir stöðvuðu hann.

Eftir dauðann varð Surtr máttugasti ifrit sem til hefur verið — herri hins dauða heims, sem fleiri andar hlýddu en nokkrum öðrum áður.

Hún þagði. Logi lampans titraði — eins og snertur vinds úr þeim heimum.

Og í þeirri stundu skildi Noël, að frásagnir Emily voru ekki aðeins sögur. Þær voru minningar þeirra sem lifðu, sköpuðu og dóu — minningar um heima þar sem eilífðin hafði bæði hold og rödd.

Kafli 30. Soulu — ríki anda og skóga

„Þeir sem hlusta á hvísl laufanna heyra andardrátt eilífðarinnar. Því í hverju tré býr minning fyrstu stjarnanna.“

— *úr skrásetningum Emily Lawrence*

Morguninn ilmaði af jasmini og ferskum jurtum. Emily kom heim af markaðinum með knippi af lavender og myntu í körfunni — ilmurinn dreifðist um húsið líkt og vorið sjálft hefði stigið inn yfir þröskuldinn. Noël sat við gluggann og fylgdist með sólargeislum brotna í glerflöskum af ilmvatni sem hún raðaði vandlega á hillu.

— Hver ilmur, — sagði Emily og opnaði flösku, — er eins og andi skógarins. Hver þeirra hefur sinn eigin anda.

Hann rétti varlega fram tentakel, eins og hann væri að snerta ljósið.

— Þessi... angar af minningu, — sagði hann hásum rómi.

Síðar kenndi hún honum að skrifa með penna. Blekið settist hikandi, línurnar skulfu, en lifðu — eins og ungt vínviðarspíra sem brýst í gegnum jörðina.

— Ekki óttast ójöfnuna, — sagði Emily og rétti blaðið. — Náttúran þekkir engar beinar línur.

Hann kinkaði hljótt, og skuggi skilnings fór um augnaráð hans — eins og einhver fornn, sofandi andi svaraði kalli.

Um hádegisbil fylltist húsið af ilmi bleks, myntu og rigningar. Allt virtist lifna — jafnvel bækurnar á hillunum virtust anda.

Fyrir kvöldsöguna gætti Emily þess að heimilið yrði umvafið hlýju og ró.

Hún kom með te bruggað á blöðum jasmins og myntu, færði þeim léttan kvöldverð og settist hjá honum. Ljós lampans féll á hendur hennar — fínar, þreyttar, en sterkar, eins og greinar sem héldu uppi himninum.

— Í kvöld, Noël, — sagði hún mjúklega, — segi ég þér frá Soulu — heimi þar sem álfar lifðu. Ekki dökkálfar, heldur hinir —

skógarandar, börn vinds og ljóss. Það er ríki þar sem náttúran sjálf andar af viti, þar sem dýr hafa ekki hold, heldur eru hugsjónir lífsins, eilíflega endurfædd í nýjum myndum.

Noël lagði frá sér tebollann og horfði á hana af athygli.

— Þar... voru allir lifandi andar? — spurði hann.

— Já, — kinkaði hún kolli. — Í Soulu eru dýr ekki líkamar, heldur hugmyndir lífs. Þau minna á jarðneskar skepnur líkt og draugar, en óhrædd, því þau þekkja ekki dauða.

— Álfarnir, — hélt hún áfram, — líta út eins og menn, en það er aðeins spegilmynd anda þeirra. Við fæðingu eru þeir loftkenndir, gegnsæir, eins og morgunloft. Aðeins þegar þeir ná þroska þurfa þeir að velja leið sem mótar örlög þeirra.

Hún fletti síðu úr hinum forna stórbók.

— Tvær leiðir voru til. Fyrsta — leið skógarbarna, sem bundu örlög sín að eilífu við líf plantna. Önnur — leið hamförunnar, sameining við anda dýrs. Af þessu vali réðst ekki aðeins líkami þeirra, heldur sjálft eðli þeirra.

— Skógarbörnin, — sagði Emily, — gátu vafið sér í efnislega mynd með því að fléttast inn í lauf og rætur. Líkamar þeirra urðu lifandi holdgerving náttúrunnar. Þau nærðust á ljósi og orku jarðar og gátu verið bæði í andaheiminum og efnisheiminum.

Hún brosti lítillega.

— Ímyndaðu þér: húð þeirra líktist blómapetri, hár þeirra voru vínviður, augu þeirra döggdropi. Þegar þau tóku hold blómstruðu plöntur í kringum þau, eins og heimurinn svaraði þeim með ást.

Hún hagræddi blaðsíðunum og hélt áfram með hljóðri aðdáun:

— Þau nærðust ekki eins og við. Í líkama þeirra var staður líkur blómahjarta. Með sveigjanlegum sprotum — tentaklum mjúkum sem svifrákum bráðusvepps — gleyptu þau fæðu og sundruðu henni með innri orku. Þau borðuðu ekki — þau umbreyttu lífi í ljós.

Noël hlustaði óblikkandi.

— Karlarnir kölluðust sídar, en konurnar dríöður. Ef þau snertu afl amrits hættu líkamar þeirra að eldast og sálir þeirra runnu saman við skóginn.

Sídar urðu að entum — trjám með hjarta manns, en dríöður að loftkenndum öndum sem svifu í ljósgeislum og stjórnuðu vindi og vexti gróðurs.

— Þau voru verndarar jafnvægis og leyndarmáls, og gátu búið til ofsjónir — breytt lögun skógarins, falið slóðir, villt burt óboðna gesti.

Hún renndi fingri yfir koparstungu sem sýndi konu úr ljósi og vínvið.

— Dríöðurnar voru líkt og ofnar úr laufum og blómum. Líkamar þeirra voru úr stilkum og hárið úr grænni trefjavef. Þær gengu ekki, heldur svifu í loftinu, eins og speglanir á vatni.

Emily þagði augnablik og sagði síðan:

— Í Soulu er ekkert fast. Ár-stíðir geta breyst á einum degi. Vor verður að vetri, sumar að stormi. Tíminn rennur þar eins og andardráttur heimsins: ójöfn, en lifandi. Enginn veit hvaða lögmál stjórna honum.

Hún lækkaði röddina:

— Ef álfur valdi leið dýrsins, varð hann hamförumaður. Slíkur álfur gerði sáttmála við anda dýrs og fékk afl hans. Hann gat tekið líki fylgdaranda síns og geislaði aura hans eins og norðurljós. Úlfur, örn, slanga — myndin fór eftir því hvaða sál svaraði kalli hans.

Vopn hans voru ekki úr málmi — þau fæddust úr anda:

sverð hans var framlenging á eðli hans, spjótið andardráttur, boginn söngur vindsins.

— Ef þeir snertu afl amrits, gafst líkami þeirra dýrslegu náttúrunni á vald: þeir urðu sterkari en þeir voru í lifanda lífi. Þá notaði dýrið afl álfsins, eins og álfurinn væri orðinn fylgdarandinn.

Hún lokaði bókinni.

— Í heimi Soulu voru engin stríð, — sagði Emily, — en stöðug barátta milli vaxtar og visnunar, milli lífs og eigin skugga þess.

Hvert lauf sem féll bar með sér sögu einhvers.

Hver regndropi bar minningu.

Og það kvöld hreyfði Noël sig ekki lengi, horfði á ljósið. Það var eins og djúpt inni í honum spíraði fyrsti sprotinn — minning um ljós sem lifir jafnvel í skugganum.

Kafli 31. Druídar — verndarar lífssinfóníunnar

„Þeir drottna ekki yfir náttúrunni — þeir hlýða andardrætti hennar. Og í hverri hreyfingu þeirra lifir forn taktur plánetunnar."

— úr skrásetningum Emily Lawrence

Um morguninn var húsið baðað í grænu ljósi — sólargeislar liðu gegnum laufið og endurvöruðust í glerkrukkum með vatni og sprotum. Emily kenndi Noël að endurplanta plöntur. Hann hélt á leirkerinu af þeirri varfærni, eins og hann héldi á hjarta lifandi veru. Tentaklarnir snertu mjúka moldina og blönduðu henni við rætur.

— Jörðin man snertingu, — sagði hún.

Hann svaraði ekki, kinkaði aðeins. Honum virtist eins og sjálf moldin svaraði rödd hennar.

Síðar lásu þau saman *Ritgerð um náttúruna* eftir Emerson. Emily las af innlifun, en Noël hlustaði eins og sá sem heyrir fyrst í lífi sínu söng vindsins.

— Heldurðu að trén hafi sál? — spurði hún.

— Ef við höfum hana, — svaraði hann, — hvers vegna ekki þau?

Þegar Emily fór á markað eftir ferskar jurtir, var húsið enn fullt af ilm moldar, hunangs og morgunsólar. Allt lifandi virtist hlusta á þögnina.

Að kvöldi sinnti hún aftur þeirri hljóðu, hlýju umhyggju sem Noël þótti meira virði en nokkur orð. Hún færði honum seyði úr hunangi og jurtum, setti sneið af brauði með þykkri sultu við hliðina og sagði með mildri, næstum móðurlegri hlýju:

— Í kvöld segi ég þér frá þeim sem tala við sjálft lífið — frá drúíðum.

Noël, hugsi en einbeittur, kinkaði.

Emily opnaði fornlegan stórbók. Undir þunnu lag af ryki glitruðu merki á síðum hans — fornar fléttur, líkar rótum og laufgreftri.

— Drúídar, — byrjaði hún, — eru sérstök grein Jerabúa, sem erfðu kraft skógarbarna og hamförumanna. Líf þeirra er holdtekinn jafnvægi. Ef fylgdarandi drúída er planta, dregur hann afl úr jörðu og ljósi; ef hann er dýr — úr hreyfingu og andardrætti.

— Líkt og hjá flestum kynþáttum þarf að drepa veruna áður en hún verður fylgdarandi, — hélt hún áfram. — Heimurinn sjálfur dæmir þannig hvort sá sem kallar sé verðugur þess að binda hana við sál sína.

— Einnig geta plöntur orðið fylgdarandar þeirra, — sagði hún. — Þegar drúídi neytir þeirra, breytist líkami hans að lögun og eiginleikum þess sem hann innbyrti. Hann öðlast hæfileika sem dvaldi í lifandi vexti.

Hún strauk hugsi fingrum yfir textann.

— Drúídi getur haft fjölda fylgdaranda: anda dýra, fugla eða plantna. En hann getur aðeins tekið líkamlega mynd með einum þeirra — þeim sem tengdur er hjarta hans. Þessi útvaldi fylgdarandi verður spegilmynd sálar hans. Hann þarf að ala hann upp, nærast, vernda. Þeir eldast, en visna ekki; breytast, en deyja ekki — eins og börn. Og með þeim þroskast drúídinn sjálfur. Án ástar og umhyggju lifir enginn kraftur.

Emily þagnaði augnablik.

— Allir drúídar eru fræðimenn náttúrunnar, — sagði hún síðan. — Þeir þekkja plöntur og skepnur, en þekking þeirra nær lengra en vísindi. Þeir rannsaka ekki bara lífið — þeir hlusta á það. Töfrar þeirra eru andardráttur vinds, hjartsláttur laufblaðs, hvísl regns. Þeir tala við náttúruna sem jafningja.

Hún fletti blaðsíðu.

— Sérhvert drúídavopn er sérstakt — bogi Víðjaja. Hann er ekki úr málmi, heldur lifandi tré, með greinum sveigðum eins og tveimur sverðum sameinuðum í eina heild.

— Boginn er líka sverð? — spurði Noël hissa.

— Já, — brosti Emily. — Vopnið er tvíeðli — eins og lífið sjálft: það getur skapað og eytt. Þegar drúídi dregur bogann fram, birtist strengurinn úr hreinni náttúruorku, og örin fæðist úr ljósi fylgdarandans. Hver skot krefst hluta af eigin orku hans — andardráttar sem hann leggur í sáttina.

— Þegar hætta nálgast skiptist boginn í tvö sveigð sverð, — sagði hún. — Hvert þeirra ber sama afl og strengurinn. En þegar krafturinn þverr finnur drúídinn veikleika fylgdaranda síns. Þá verður hann að fæða hann, hvíla hann, hreinsa sál hans. Annars þornar lind lífsins — eins og uppþornaður brunnur.

Hún strauk fölnaðan teikning.

— Jafnvel klæðnaður og brynjur drúída eru ræktaðar úr sérstökum plöntum. Sumar mjúkar sem silki, aðrar sterkar sem stál. Lifandi vefir anda með eiganda sínum: þegar drúídi er rólegur eru þeir mjúkir og gegnsæir; þegar hann er í hættu harðna þeir eins og tréberki.

Noël hlustaði agndofa.

— Drúídar ferðast með hjálp fylgdaranda sinna, — hélt Emily áfram. — Sumir fljúga á risafuglum, aðra bera fornir beitardýr. Aðrir rækta plöntur sem líkjast bátum og sigla á vindhafi. Þetta er enginn galdur — heldur náttúran sjálf í hljómandi samhljómi.

Hún sýndi honum merki sem var ritað í spássíur bókarinnar — þrjár samtengdar línur sem mynduðu fullkominn hring.

— Þetta tákn kallast þrennutvinningur. Það merkir einingu þriggja þátta: náttúru, alheims og anda. Án þess getur enginn drúídi verið til.

Emily lokaði bókinni og sagði mjúklega:

— Kraftur þeirra liggur ekki í töfrum — heldur í hlustun. Þegar þeir þegja — talar heimurinn. Og þá hættir jafnvel vindurinn að vera vindur — hann verður rödd sjálfrar tilverunnar.

Kafli 32. Ingvas — heimur demíúrga

„Þegar guðirnir þagna, byrja steinarnir að tala.

Og í þögn þeirra geymist sannleikurinn um fall skaparanna.“

— úr skrásetningum Emily Lawrence

Morguninn var ilmandi af olíu og kolaryki. Emily hafði ákveðið að kenna Noël að móta úr leir. Á eldhúsborðinu stóð skál með gráum deigmassa, hulinn rökum klút.

— Prófaðu, — sagði hún og rétti honum bút. — Leirinn geymir hita, jafnvel þegar formið hverfur.

Tentaklar Noëls hreyfðust klaufalega en af varúð. Hann reyndi að móta skál; leirinn skjálfaði milli fingra hans eins og lífveran andaði. Þegar formið loks varð að skál, brosti Emily:

— Sérðu? Jafnvel skrímsli geta skapað eitthvað sem er mjúkt.

Hann svaraði ekki, en í svip hans birtist lítil, feimin svipur — sjaldgæf, næstum mannleg.

Eftir morgunmat sátu þau við gluggann og skoðuðu safn af gömlum klukkum á arinhillunni. Emily útskýrði hvernig hvert tannhjól minnti á hjarta — slag þess, takt þess. Noël hlustaði og í þögninni virtist einhver ósýnilegur gangur hljóma — ekki klukkna, heldur sjálfs lífsins.

Að kveldi, áður en hún hóf frásögn sína, útbjó Emily kvöldverð — heitan seyði, sneið af brauði með jurtum og skál af ilmandi tei. Þá sagði hún:

— Í kvöld, Noël, segi ég þér frá Ingvas, — sagði hún með blíðum rómi, líkt og hún nefndi nafn forns helgidóms. — Það var heimur demíúrga, vera sem höfðu vald sköpunarinnar — og heimur falls þeirra.

Noël lagði skeiðina frá sér og horfði einbeittur á hana. Emily lyfti lampanum, og hlýtt ljós féll á opna stórbókina, á síður sem báru merki forna snertinga.

— Þegar er var, — hóf hún, — var Ingvas hjarta heimsanna, staður þar sem allar leiðir þekkingar runnu saman. Demíúrgarnir sköpuðu form sem gátu hugsað; hluti sem gátu fundið; steina sem gátu sungið. Þeir sjálfir voru eins og lifandi gripir, ofnir úr tærri töfraorku. Sum þeirra voru jöfn guðum — að sumu leyti meiri.

En eftir Fyrsta Mikla Sundrið, sem Surtur olli með eyðandi mætti sínum, féll Ingvas. Nú eru þar aðeins rústir — baðaðar köldu ljósi frá öðrum heimum.

Hún fletti síðu. Á koparstungu loguðu hvelfingar, brotnar bogahvelfingar og skuggamyndir vera, föst í þögulum gný.

— Af þessum mikla kynstofni lifa aðeins artefaktarnir, — sagði Emily. — Sumir sofa enn í steinsölum Ingvasar; aðrir flakka milli heima. Þeir máttugustu fylgdu eigendum sínum inn í Hagalaz, heim dauðans. Þeir eru ekki aðeins hlutir. Þegar eigandinn deyr, skapa þeir fanta — svipmyndir þeirra sem áttu þá. Það er vörnin: meðan fanturinn lifir, er gripurinn ósnertanlegur. Aðeins sá sem sigrar skuggann fær vald hans.

Noël brá svipnum.

— Þannig... lifnar gripurinn sjálfur við?

— Já, — svaraði Emily. — Hinir miklu artefaktar nærast ekki aðeins á orku eigandans, heldur eigin vilja. Sumir má líkja við fylgdaranda, aðrir — við verur sem öðlast hafa skilning án sálar.

Hún hélt áfram:

— Veikari artefaktar taka á sig líkama til að fela sig eða verjast. Stundum er það fótur, auga eða skordýralík mynd. Maður getur séð hring sem hreyfist þegar þú nálgast... eða krús sem flýr eins og smádýr.

Noël virtist ætla að brosa, en gat það ekki. Emily bætti við:

— Hættulegust eru grímúrar Ingvasar. Þeir eru ekki bækur — heldur lifandi verur. Blöð þeirra gleypa auru eigandans og þegar hann deyr snýr bókin aftur til Ingvasar — til að bíða nýs útvalds. Hver grímúrar er einstakur. Annar eins er ekki til.

Hún sýndi mynd af fornum tóm, skreyttum spíral af gullrúnunum.

— Þessar bækur, — sagði hún, — voru skapaðar af fornustu göldrum allra heima. Þær varðveita ekki aðeins þekkingu — heldur gefa kraftinn beint til sálar. Blöðin renna saman við auru eigandans og gera hann að ílát fyrir mátt. Orð seiðanna breytast samkvæmt anda lesandans: það sem einn mælir verður fyrir öðrum tómur hljómur. Hvert orð lifir — andar með anda eigandans. Og þegar hann deyr, snýr bókin heim — til rústanna.

Emily lokaði varlega bókinni, eins og hún óttaðist að trufla minningu þeirra sem greiddu með lífi sínu fyrir þekkingu.

— Þeir segja, — hvíslaði hún, — að jafnvel amrit gefi eftir valdi sumra grímúra. Þess vegna er Ingvas kallað eilífa spegilsköpunin — staður þar sem sérhver hlutur man eftir skapara sínum.

Logi lampans titraði, og í kjallaranum varð kyrrð.

— Til er kenning, — sagði Emily, — sem skýrir undarlega hegðun allra töfrahluta. Eftir hið Fyrsta Sundur, þegar Surtur leysti út heri sína, fóru öldur töfra í gegnum allt sem var. Efnið lifnaði. Jafnvel hið sálausa fékk löngun. Þannig fæddust minnisgripir — hlutir sem geta beðið, öfundast, óttast.

Hún horfði í eldinn.

— Heimur Ingvasar er horfinn, en andardráttur hans lifir enn. Stundum, Noël, virðist sem plánetan sjálf varðveiti móðgun fornu skaparanna. Og ef maður hlustar í vind, heyrist hvíslandi raddir þeirra segja: „Við sköpuðum of mikið... og glötuðum sjálfum okkur."

Noël svaraði ekki. Hann kinkaði aðeins — og í fyrsta sinn glitraði í augum hans hljóðlátur, ósagður ótti.

Kafli 33. Gebo — logi endalokanna

„Þegar loginn gleypti himininn fundu jafnvel guðir engin orð til að réttlæta sig fyrir eilífðinni.“

— *úr skrásetningum Emily Lawrence*

Um morguninn ákvað Emily að kenna Noël að elda. Í eldhúsinu glampaði sólarljós á slitnar koparpottana og kastaði hlýjum endurköstum á veggina. Hann hélt hnífnum klaufalega með tentaklunum, reyndi að skera brauð án þess að kremja það.

— Mýkra, Noël, — sagði hún blítt. — Að elda er að læra þolinmæði. Jafnvel einfaldasta brauð verður að bæn ef maður snertir það með ást.

Hann kinkaði. Hreyfingar hans urðu mildari og skömmu síðar fylltist allt húsið af ilm af olíu, lauk — og af tíma, mannlegum og hlýjum eins og andardrætti arnarsins.

Eftir matinn lásu þau *Hjarta myrkursins* eftir Conrad. Emily talaði um það hversu hræðilegt væri þegar eldur mannsins breyttist í loga eyðingar. Noël hlustaði — og kannski í fyrsta sinn skildi hann hvað það þýddi að óttast ekki dauðann, heldur tómið í sál manns.

Fyrir kvöldsöguna lagði Emily á borð af sinni hlýðu alúð. Hún færði skálar af heitum seyði, brauð og lagði hönd sína stuttlega á öxl hans, hvíslaði næstum bænandi:

— Í kvöld segi ég þér frá heimi Gebo — heimi sem féll í logum Fyrsta Mikla Sundursins. Hann var einu sinni land sáttar — en varð að ösku sem aldrei mun rísa aftur.

Noël leit upp. Í augum hans glitraði ljós lampans — endurvarp fjarlægs elds.

Emily opnaði fornhandrit og rödd hennar fylltist fornri sorg:

— Fyrir löngu, — hóf hún, — braust út á sjóndeildarhringum Gebo hin mesta orusta sem alheimurinn hefur nokkurn tímann séð. Hún var nefnd Fyrsta Mikla Sundrið — atburður sem eyddi guðum og rauf lög heimsins.

Sökudólgurinn var Surtur — eldjötunninn, drottinn frumlogans. Hann leiddi heri eyðingar, sameinaði undir fána sínum jötna Dagaz og Isa, uppvakninga úr Hagalaz, skugga og skrímsli sem eitt augnaráð þeirra gat gert vit manna vanstillt. Með þeim gengu tvö kvikindi úr djúpu óreiðunnar: Volgrímur — úlfur án upphafs og enda, í augum hans speglaðist myrkur heimanna, og Sargand — ormur hyldýpis, sem huldi sjálfa öxul alheimsins með hringjum sínum.

— Orustan stóð öldum saman, — hélt Emily áfram. — Þegar guðir reglu og vélar óreiðunnar mættust skall þrumugangur og heimurinn nötraði. Sólir slokknuðu, himinninn myrkvaðist og sjálfur tíminn stífnaði, eins og hann hefði óttast eigið andardrátt. Ljósið og myrkrið börðust ekki fyrir sigri — heldur fyrir merkingu tilverunnar. Enginn þeirra gat hyglt vogarskálina. Gott og illt fléttuðust saman eins og rætur eins og sama trés.

— Og þá, — hvíslaði Emily, — lyfti Surtur eldsverði sínu, sem slegið var úr hjarta kvikunnar, og lagði í það allan mátt frumlogans. Hann hjó í sjálfan grunn heimsins. Loginn reis ofar en skýin, ofar en stjörnurnar — og Gebo hvarf í augnabliki endalokanna.

Hún þagnaði.

Noël sat hreyfingarlaus, starði í loga lampans.

— Svona lauk orustu Ljós og Myrkurs, — sagði Emily mjúklega. — Enginn vann, því sigurinn hafði misst merkingu sína. Heimarnir lifðu af — en urðu aldrei þeir sömu.

Hún fletti blaðsíðu.

— Enn veit enginn hvað orsakaði stórskiptin: þrá dökkálfa eftir valdi, sem brutu lög alheimsins, eða bræði eldtitans. En eitt er víst: báðir báru sökina. Eftir hörmungarnar voru jafnvel guðirnir dæmdir sem einfaldar sálir. Sumir varpaðir niður í heim dauðra, aðrir umbreyttust í titana og skrímsli.

Emily lokaði bókinni hægt. Hljóð blaðsíðanna minnti á bjölluhljóm í auðum helgidómi.

— Heimur Gebo er horfinn, — sagði hún, — en aska hans svífur enn í straumum töfra Jera. Sagt er að neistar þess loga lifi í hjörtum þeirra sem hafa fundið örvæntingu — en ekki glatað trú.

Hún horfði á Noël.

— Stundum, — sagði hún, — virðist sem í hverjum okkar logi kjarni hins forna elds. Hann getur brennt — eða yljað. Allt ræðst af vilja hjartans.

Kafli 34. Drekabornir — afkvæmi elds og himins

„Í æðum þeirra slær forn bræði hinna voldugu stríðsmanna,
í augnaráði þeirra — minni stjarnanna."
— úr annálum Emily Lawrence

Frá því snemma morguns ilmdi húsið af kolum og heitu mjólkurfroði. Emily hafði borið upp gamla járnpönnu úr kjallaranum og ákveðið að kenna Noël að steikja egg — einfalt, næstum hversdagslegt undur. Tentaklar hans hlýddu illa; eitt egganna féll með dempuðum brothljóði á gólfið.

— Það er allt í lagi, — sagði hún með ljúfri brosrós. — Jafnvel drekar lærðu ekki að fljúga fyrr en þeir sneru sig til himins.

Hann svaraði ekki, kinkaði aðeins. Í þögninni heyrðist aðeins brak eldsins og hljómur áhölda. Ljós frá glugganum breytti skugga hans á veggnum í eitthvað fornt og næstum göfugt — minningu um dýr sem er að læra að verða maður.

Síðdegis sýndi Emily honum litlar flöskur með austurlenskum ilmum — moskus, ömbur, jasmin. Noël dró ilma að sér varfærnislega, eins og hann skildi fyrst nú að heimurinn gæti ilmt af lífi, ekki blóði.

Fyrir kvöldsöguna sýndi Emily á ný hina rólegu umhyggju sína. Hún færði heitan, ilmandi kjötsopa með jurtum, skar brauð og kveikti kerti svo mjúkt ljós félli á andlit Noëls. Í hverri hreyfingu hennar bjó blíða — eins og hún reyndi að græða ekki aðeins líkama hans, heldur sálina.

Þegar hann lagði tóma skálina frá sér, hafði Emily þegar opnað fornan fjalldrunkinn sem angaði af tíma og ösku.

— Í kvöld, Noël, — sagði hún lágt, — segi ég þér frá drekabornum — þeim sem í blóði sínu bera mannleika og reiði himneskra skepna.

Hún renndi fingri eftir tréskurðarmynd sem sýndi hávaxin, fögur en sterk líkama, þakna fíngerðum hreisturskífum sem glitruðu í grænleitu og bronskenndu ljósi.

— Hinir fyrstu Jerenska, — hóf Emily, — voru skapaðir úr rótum lífsins, en flestar kynslóðir komu síðar — með fæðingu. Í dag skulum við tala um þá Jerenska sem líkjast mönnum, en í hverjum þeirra býr fornkraftur — arfleifð drekakynsins.

Húð þeirra er líkt og reiður slöngu, en andlitin mannleg — þó með rándýrslegri göfgi. Augun stór með lóðréttum sjáöldrum; nefið smátt og stutt; og oft má sjá langan hala sem þjónar bæði sem vopn og stoð.

— Þeir eru líkari mönnum en skepnum? — spurði Noël.

— Já, — svaraði Emily. — Þeir eru verur við mörk heima. Í þeim lifir hold mannsins og andardráttur dreka.

Hún fletti blaðsíðu.

— Sannur máttur þeirra kemur þó aðeins fram þegar þeir binda sál sína við sál dreka. Sagt er að slík tegund hafi einu sinni lifað í heimi Náutiz, en enginn veit með vissu hvað varð um þá.

— Þegar drekaborninn sækir hina sönnu styrk, — sagði Emily, — verður hann að sigra dreka í bardaga. Ekki til að drepa, heldur til að standast próf og öðlast kraft. Þegar drekinn fellur, reikar sál hans á milli heima um stund. Þá getur stríðsmaðurinn annaðhvort gleypt mátt hennar — eða bundið hana að eilífu og gert hana að fylgjufélaga sínum.

Hún leit á Noël.

— Í þeirri stundu fæðist ekki bandalag — heldur samruni. Sál dreka og Jerensks verða að einni heild. Því fornsögulegri og voldugri sem drekinn var — því dýpri er umbreytingin.

Augu breytast, lýsa eins og bráðinn glósteinn; húð hylst nýju hreistri, lit fylgjufélagans; horn spretta fram, í sama formi og á drekanum. Rödd þeirra verður djúp, skruðningsrík, næstum dýrleg — og andardráttur þeirra verður hiti sem bræðir málm.

— Meðal drekaborninna, — hélt hún áfram, — eru nokkur fornum kynjum. Ef fylgjufélaginn er bundinn lofti — stormum, eldingum, kulda — eru þeir nefndir nordar. Ef tengingin er við eld og kviku — eru þeir pýrómanar.

Hvert kyn ber sinn tákn:

- nordar: blá horn — tákn himins og vinds
- pýrómanar: eldraud horn — tákn lifandi loga

Hún þagnaði örlítið.

— En til eru þeir sem margsinnis er hvíslað um en sjaldan nefndir upphátt, — sagði hún lægra. — Meðal allra drekategunda eru þeir sem kallast svartir drekar.

Í æðum þeirra rennur blandað blóð — dreka og kýmera. Þeir lúta ekki töfrum — en beita þeim eins og andardrætti. Þeir eru svo voldugir að loftið sjálft logar af nærveru þeirra. Á bakinu bera þeir kristalnibbur sem glóa frá höfði og niður að hala.

— Sá sem hyggst gera sér svartan dreka að fylgjufélaga greiðir dýru verði, — sagði Emily.

— Hvaða verði? — hvíslaði Noël.

— Hann missir sjálfan sig, — svaraði hún. — Sá sem bindur sál sína við svartan dreka hættir að vera maður. Hann verður drekinn — líkama, anda og huga. Hann er ekki lengur persóna — heldur náttúruafl.

— Fáir þeirra geta talað, — bætti hún við, — og þeir muna ekki hverjir þeir voru. Svartir drekar þurfa engin tákn — þeir eru tákn. Þeir eru holdgervingur eilífra myrka sem gleypa ljósið.

Emily andaði djúpt; logi kertisins titraði.

— Sagt er að einn þeirra, sá allra sterkasti, hafi eitt sinn risið gegn sjálfum guðunum og reynt að tortíma Stóra tré Jera. Hann var lagður að velli með sameinaðri krafti ljóssins — en andardráttur hans lifir enn í djúpi heimsins.

Hún lokaði fálkanum; hljóð síðunnar minnti á vængjabak.

— Svona er örlagabraut þeirra sem fæðast af eldi og himni, — sagði hún lágt. — Þeir eru börn kraftsins — og sumir þeirra eru börn einsemdarinnar.

Kafli 35. Uppljómun — eldur hins guðdómlega

„Guðdómleiki er ekki gjöf, heldur prófraun.

Sá sem vekur í sér ljós guðanna, verður að vera reiðubúinn að brenna í því."

— úr skrifum Emily Lawrence

Um morguninn setti Emily gamla kerti í eirhaldara á píanóið. Hún kenndi Noëli að greina tóna eftir heyrn, án þess að líta á lykla. Hver tentakill hans réttist hægt að einni hvítu eða svörtu nótu — varlega, eins og hann óttaðist að brjóta sjálfa þögnina.

— Tónlist er andardráttur ljóssins, — sagði hún. — Í hverjum hljómi býr ögn af hinu guðdómlega.

Hann svaraði ekki, en hljómurinn sem spratt undan undarlegum fingrum hans var óvænt tær — eins og sólargeisli á marmara. Emily brosti: í hreyfingum hans var engin þungi, aðeins auðmýkt og hljótt einbeiting.

Eftir tímann opnaði hún gluggann. Dagsljósið rann inn á gólfið, eins og helgur geisli. Noël horfði lengi á rykkornin fljóta í loftinu og sagði lágt:

— Ljós... lifandi.

Emily kinkaði kolli. Hún vissi: svona hefst uppljómun.

Fyrir kvöldsöguna sýndi hún á ný þagnaða, móðurlega umhyggju sína. Hún færði honum heitt ragú, sneið af fersku brauði og bolla af ilmsterku tei. Í hreyfingum hennar var þreytt, en góðlátleg ró — eins og hvert snerting hefði tilgang.

Þegar Noël lagði tóma skálina frá sér, opnaði Emily fornan fjalldrun-kinn og mjúkt gull ljóssins rann eftir síðum sem ilmuðu af tíma og ryki.

— Í kvöld, Noël, — sagði hún hljóðlega, — segi ég þér frá því sem fæstir þekkja: um uppljómunina, um þá sem — þótt dauðlegir — urðu að guðum.

Noël þagði. Emily andaði djúpt og hélt áfram:

— Meðal Jerenska komu upp sjaldgæf tilvik þar sem í einum þeirra vaknaði guðamáttur. Ekki samkvæmt lögmáli, ekki samkvæmt vilja — heldur eins og elding: skyndilega, ófyrirséð. Til að þessi uppvakning gæti gerst þurfti eitt: algert einrými sálar. Jereninn mátti hvorki hafa fylgjufélaga né tengjast honum. Sál hans þurfti að vera hrein, óskipt, ósnert.

— Þegar guðdómurinn vaknaði, — sagði Emily, — umbreyttist líkaminn: varð sterkari, fullkomnari, eins og eldur stjarnanna bryti sér leið um æðar hans. Á enni hans birtist tákn — bjartur hringur, sól þekkingarinnar. Augu og hjarta tóku að ljóma innanfrá. Sagt er að í myrkri hafi mátt sjá slátt hjartans skína undir húðinni — eins og stjörnu undir rifjum.

Þau lifa lengur en allir, eldast ekki; stundum sniðgengur dauðinn þau, þar til viljinn sjálfur slokknar. En máttur þeirra er einstakur — einn í öllum heimum. Hann endurspeglar innra landslag vaknaðs sálar: hann gat umbreytt örlögum þjóða — eða reynst fánýtur, eins og glampi á vatni.

Emily fletti blaðsíðu.

— Sá uppljómaði gat síðar fengið sér fylgjufélaga — en aðeins eftir vakninguna. Þeir fylgjufélagar voru voldugri en nokkur önnur skepna, því guð dregur til sín hið líkt. Þeir þjónuðu ekki einungis — heldur runnu saman við anda eigandans og urðu að framlengingu máttar hans. Slík Jeren eru kölluð guðir. En jafnvel meðal guða eru tvær leiðir: sumir — guðir reglu, sem þjóna heiminum og jafnvægi; aðrir — frjálsir guðir, sem fylgja hjarta sínu.

— Þýðir það að uppljómunu verður ekki náð með vilja einum? — spurði Noël.

— Nánast ekki, — svaraði Emily. — En sumir reyndu að nálgast hana með krafti amrits. Þá skipti engu máli hvort maður átti fylgjufélaga eða ekki. Slík vakning var kölluð bölvuð uppljómun. Hún gaf mátt — en tók sálina. Á enni birtist tákn hálfmánans. Líkaminn varð ódauðlegur — en tómur. Fyrst hélt hugurinn sér, en smám saman slokknuðu persónan og minningarnar, og veran breyttist í sálarlausan eyðileggjara sem lifði aðeins af tregðu forns vilja.

— Hjarta og augu slíkra verna ljóma einnig, — sagði Emily, — en ljósið er kalt — eins og öskustjarna.

Hún lét hugann reika og hélt áfram:

— Önnur tilvik hafa verið sögð. Tengsl við amrit geta aðeins átt sér stað einu sinni — það er lögmál alheimsins. Sá sem hlaut uppljómun án steinsins gat afhent kraft sinn í amrit. Til þess þurfti hann að sameinast kristalnum með aurunni og nefna eigið nafn. Þá flutti öll orka hans yfir í steininn — og guðinn missti hæfileikana, eins og hann hefði aldrei haft þá. Sá sem síðar snerti steininn með aurunni sinni fengi í hendur þetta arfleifðarljós — ekki bölvun, ekki niðurbrot — aðeins hreinan mátt. Slíkt hefur verið nefnt í frásögnum frá Anu og Silötum — og allt sem frá þeim kemur er öruggt.

Emily leit til Noëls.

— Allir amritsteinar, — sagði hún, — verða að vera varðveittir í gullkerum. Annars gæti máttur þeirra vaknað fyrir tilviljun, við snertingu einni.

Andartak sást í augum hennar — eins og hún stæði á þröskuldi dýpri sannleika.

— Meðal annarra vera, Noël, geta líka verið uppljómaðir. Á ennum þeirra birtist spírall — tákn óafturkræfs vegar. Og aðeins ein tegund ber hina sérstöku gjöf — kraft seirenanna. Rödd seirenunnar getur ekki einungis sundrað töfrum, heldur og eytt vél magans — mann eða guð. Þær kallast andmagar — og stundum guðadrápar.

En máttur þeirra krefst fórnar. Hver öskur krefur líkamans — hluta af eigin holdi. Því voldugri sem óvinurinn er — þeim mun meira missir seirenan af sjálfri sér.

— Þannig að til að fella guð, þarf hún að gefa líkama sinn? — spurði Noël.

— Og stundum — líf sitt, — svaraði Emily.

Hún þagnaði, síðan hélt hún áfram:

— Ef hins vegar annað dýr notaði amrit, varð kraftur þess að breytingu. Með því að neyta holds eða blóðs annarrar veru gat það tekið yfir hæfileika hennar, minningar, jafnvel kraft guðs. En með hverju skrefi dofnaði persónan. Það varð að dýri án hugsunar — en ekki án máttar.

Emily hnekkti höfði.

— Slíkar verur voru hræðilegastar allra, — hvíslaði hún. — Í þeim varð uppljómun ekki að ljósi — heldur loga sem étur sálina.

Hún þagði. Í kjallaranum hljómaði aðeins brothljóð ljóssins.

— Allir sem nokkru sinni hafa náð uppljómun, — sagði hún að lokum, — segja frá sýn sem birtist þeim þegar mátturinn vaknaði. Þeir sáu myndir fyrri tilvistar — án nafna, en skýrar og tærar eins og sál þeirra gengi aftur í gegnum öll spor lífsins. Sú sýn tók aðeins andartak — en upplifuðust sem löng draumsferð frá titringi fæðingar til sársauka missis og sætleika fyrirgefningar.

Og þó var ómögulegt að orða hana. Hún rann undan eins og draumur undir vöku; minningar breyttust í tilfinningar, og sál þeirra mundi ekki myndir — heldur sjálfa eilífðina, þar sem allt er ljómandi andardráttur ljóss og skugga.

Noël hreyfði sig ekki. Hann fann: það sem Emily sagði voru ekki goðsögur — heldur lifandi saga Jera, hjartsláttur hennar. Heimur, sem hann — fyrr eða síðar — mun neyðast til að ganga inn í.

Kafli 36. Líf milli heima

„Úr steini og andardrætti stjarnanna voru þeir ofnir.

Ekki menn né guðir, heldur ílát fyrir þá sem þorðu að stíga yfir mörkin milli heima.“

— *úr skrásetningum Emily Lawrence*

Morguninn hófst í þögn og angan af kolareyk. Emily kom með leir inn í eldhúsið — kaldan, rakann, þungan, líkt og bút úr jörðinni sjálfri. Í dag hafði hún ákveðið að sýna Noël ekki bara handverk, heldur eitthvað meira — listina að gefa andardrætti form.

Síðast höfðu þau búið til skál — einfalda, klaufalega, en hlýja, eins og fyrstu orðin sem þau sögðu hvort við annað. Nú var kominn tími til að ganga lengra.

— Við skulum reyna að skapa mynd, — sagði Emily. — Ekki hlut, heldur svip. Ekki mann né dýr, heldur það sem er þar á milli — anda formsins.

Noël kinkaði. Í þungum tentöklunum virtist leirklumpurinn vera lifandi vera sem hreyfði sig hægt, tók við sameiginlegum andardrætti þeirra. Þau fóru að móta saman: Emily gaf andlitinu útlínur, hann — vængjum sem uxu úr bakinu. Þetta átti að verða verndari — vera sem tengdi jörð og loft, hold og ljós.

— Ekki flýta þér, — sagði hún og lagaði mjóa línu. — Leirinn er andardráttur jarðar. Við máttum ekki brjóta hann — aðeins hlusta.

Orð hennar voru einföld, en báru í sér meira en ráð um handverk. Ekki voru öll lífsviðvörun Emily bein, en Noël fann á milli línanna það sem hún vildi segja. Hver hreyfing hennar var lexía — ekki um leir, heldur um lífið.

Það var eins og hún kenndi honum að vera til ekki aðeins á Jörðinni, heldur undirbjó hann fyrir annað, óskiljanlegra líf — Jera. Orð hennar voru ekki skipanir heldur hljóðlát opinberun, þar sem heyrðist minni annarra stjarna. Í gegnum þau færði hún honum þekkingu á því hvernig skyldi hlusta á hjarta annars heims og skilja tungumál sem bindur saman tvær ólíkar en skyldar verur. Þau urðu hvort öðru að þriðja heimi — rými milli heima þar sem aðrir lögmál giltu: trúnaður, mildi, þögult samþykki. Þar rann tíminn hægar, ljósið var hlýrra og þögnin — lifandi.

Hann horfði á Emily og í augnaráði hennar sá hann endurkast alls þess sem hann hafði áður talið óskiljanlegt. Ljós lampans snerti andlit hennar mjúklega, eins og það óttaðist að rjúfa leyndardóm ró hennar. Jafnvel loftið virtist standa kyrrt og hlusta á andardrátt hennar.

Og í því augnabliki skildi Noël: hún var ekki aðeins kennari og förunautur, heldur brú milli þess sem hann hafði verið og þess sem honum var ætlað að verða. Hún talaði ekki um ást — en í þögn hennar heyrðist hún.

Hann gerði sér ekki strax grein fyrir hvað hafði breyst. Heimurinn var sá sami: fyrir utan féll snjór, í arninum sprak við eldinn, ilmur teins fyllti herbergið hægt. En einhvers staðar djúpt, undir hjúp venjubundinna tilfinninga, brást eitthvað við — eins og gluggi hefði opnast þar sem hjarta hans dró í sig sinn fyrsta eigin andardrátt.

Emily sat á móti honum, mótaði figuruna með honum, og hver hreyfing hennar var hluti af mikilli sátt sem hann hafði ekki kunnað að heyra áður. Þegar sköpunin fékk loks fullgerðan svip, minnti hún á engil úr öðrum heimi — ekki himneskum, heldur jarðbundnum, ofnum úr leir og ljósi. Vængirnir voru aðeins dregnir upp, eins og þeir væru við það að draga andann.

Emily brosti og setti figuruna á hillu við hlið fyrstu skálarinnar þeirra.

Hann horfði lengi á það sem þau höfðu skapað. Í mjúku morgunljósinu virtist leirverndarinn lifandi; og kannski, í það augnablik, andaði hann í raun.

Fyrir nýju frásögnina hugsaði Emily, eins og alltaf, um hinn einfalda yl: hún færði mat, dró ketilinn nær eldinum. Hver hreyfing hennar var hljóðlát og vönduð — hluti heimilislegs helgisiðar. Og í þessum yl kjallarans, meðal gamalla bóka og vaxilm, hóf hún frásögnina — um þá sem nefndir eru súrrogatar.

Jerabúar skapa undraverur — súrrogata, steinlíka líkama fyrir mannssálir. Til fæðingar þeirra nota þeir sérstaka drekasteina og köngullaga ávexti Hins mikla orkutrés — dýrmætustu gjafir sem rót þess fæðir.

Tveir steinar eru teknir úr augum dreka, einn — úr hjarta hans. Þeir eru litlir: þegar drekinn fæðist, myndast þessir steinar fyrst og vaxa síðan ekki, aðeins vaxa hold utan um þá. Augnsteinarnir þjóna sem heili — tvö heilahvel; hjartasteinninn — sem uppspretta krafts. Þegar allir þrír armarteiktarnir eru sameinaðir við rætur Trésins, er ávöxturinn lagður milli „augna" og hjartasteinninn látinn síga niður í grunninn.

Ræturnar, eins og lifandi æðar, vefjast um armarteiktana og skapa nýjan líkama — súrrogata. Orkan rennur eftir rótunum og vekur umbreytingu steinanna. Á fæðingarstaðnum blossar upp ljóshvelfing — lík þeim sem verndarar reisa þegar nýtt líf vaknar.

Þannig hefst uppvakningin. Steinæðar fléttast saman og móta líkama; orka Trésins breytir köldum steini í lifandi hold — vef úr steini og ljósi.

Inni í hverjum súrrogata er fíngerð leiðslukerfi: þúsundir rótþráða tengja „augu" og „hjarta" við útlimina. Þeir skapa orkuyfirfærslur líkar manlegum taugamótum og gera líkamanum kleift að hreyfast.

Súrrogatar eru kynlausir. Þeir þurfa ekki venjuleg skynfæri — hvorki munn, nef né eyru — og samt heyra þeir, tala og skynja. Skynjun þeirra fer í gegnum auruna — straum sem tengir þá við mannssálina. Auran er þeim sjón, heyrn, rödd og snerting. Þegar súrrogati talar, kviknar orkuvinda við andlit hans — þar sem munnur manns væri: því sterkari rödd, þeim mun bjartari blossi.

Þeir skynja snertingu og sársauka, en þekkja ekki bragð né lykt. Þeir nærast á orku sálarinnar, draga hana inn um auru sína — eins og ljós sem sígur inn í stein.

Þegar samstillingunni lýkur birtist steinmaski á andliti súrrogatans — sléttur, án munns og nefs, en með útskorinni merkingu: nafninu sem orkustréð hefur gefið. Nafnið endurspeglar eðli sálarinnar sem bundin er líkamanum; það getur táknað skapgerð, örlög eða dulið orð, ekki alltaf skiljanlegt öllum, en Trénu sjálfu.

Súrrogatar og Jerabúar sem fæðast úr rótum bera svipuð merki: hjá hinum fyrrnefndu birtast þau í andlitinu, hjá hinum síðari — við hálsinn, eins og innsigli upprunans.

Kraftur súrrogatanna býr í orkusteinum sem innbyggðir eru í líkama þeirra. Þeir nota þessa steina sem uppsprettu vopna. Steinar af ólíkum höfuðáttum finnast í öllum heimum Jera; með sérstökum tækjum er úr þeim búið til skotfæri, svipuð jarðneskum kúlum.

Vopn þeirra eru málmhringir — hlaup sem magna orkuflæðið. Því aflmeiri sem steinninn er, þeim mun fleiri hringi þarf; annars springur straumurinn í höndunum. Við skotið brýst hrein orka út úr hlaupinu sem særir bæði hold og anda.

Áhrifin ráðast af höfuðáttinni:

eldsteinar — sprengja,

íssteinar — frysta,

loftssteinar — slá menn niður eða skapa keðjueldingar.

Við skot blossar röð galdrandihringja eftir hlaupinu — ljósmið.

Úr flísum steinanna eru smíðuð handsprengjur og skjaldkristallar. Til návígis opna súrrogatar kristalla á framhandleggjum sínum, sem mynda orkumeitil eða skjöld.

Hinar viðkvæmustu hlutar súrrogatans eru augun og hjartað: uppsprettur vitundar og vilja. Eins og hjá drekum eru „augun“ miðstöð hugsunar; þess vegna leitast óvinir við að höggva höfuðið af — þá slitnar tengsl sálar og líkama. En ef súrrogati deyr, fellur líka sá er bundinn er honum: aturnar þeirra eru ofnar í eina þráð, og án ljóma hans getur mannssálin ekki verið til.

Útdrifsmenn Jera ráða aðeins yfir þeim töfrum sem þeir fá frá fylgjufélögum sínum og armarteiktum; þess vegna velja súrrogatar sér fylgjufélaga úr öðrum greinum Jerabúa — nema hinum. Þegar tengslin myndast breytist svipur þeirra — augnaráð, göngulag, hreyfingar — eftir eðli fylgjufélagans.

Guðir geta þeir þó aldrei orðið: til þess þarf einingu meðvitundar og undirmeðvitundar, en hjá súrrogötum eru þær sundraðar — önnur vakir, hin sefur. Og ef til vill er það einmitt ástæðan fyrir því að amritsteinninn hefur enga stjórn á þeim.

— Sérhver kraftur, — sagði Emily, — skilur eftir sig merki á líkamanum. Aura og hold eru eitt. Þegar galdraorka er mikil birtist hún sem ljómandi mynstur — líkt og húðflúr sem lifa af ljósi.

Slík merki fæðast líka hjá þeim sem ráða yfir armarteiktum, því orka hlutarins er bundin eigandanum. Hjá súrrogötum koma mynstur fram ekki aðeins á steinlíkunum heldur einnig á mannslíkamanum — þar sem aurustraumurinn fer.

Emily þagnaði augnablik, horfði á skinnrúllu fornu táknanna.

— Veistu, Noël, — sagði hún mjúklega, — Tréð gefur nöfn ekki af tilviljun. Stundum endurtakast þau hjá mismunandi sálum — ekki af því að nafnið sé það sama, heldur vegna þess að andinn sem persónan fæðist úr er óbreyttur.

Hún renndi fingri eftir línunum sem lýstust upp í eldi lampans:

— Ef sál hneigist til einsemdar, leitar sannleikans og óttast ekki dauðann, skírir Tréð hana oft með nafninu Elíjáhu. Það nafn tilheyrir ekki einni veru — það merkir að andinn fæðist í mynd Elíjáhu: í þrautseigju, skapferli, óbuganleika gegn myrkrinu.

Sérhvert nafn er ekki bara orð — heldur fótspor sálar, eilíft merki hennar.

Kafli 37. Eridu — turninn við Hið Mikla Tré

„Borgir eru bækur þar sem mannkynið skrifar von sína.
Og við rætur Trésins læra jafnvel steinar að lesa.“
— úr skrásetningum Emily Lawrence

Morguninn ilmaði af nýbökuðu brauði og regni. Emily sýndi Noël, enn einu sinni, hvernig ætti að hnoða deig: þungir tentaklar hans hnoðuðu mjúkan massann hægt, skildu eftir djúpar farir á yfirborðinu — mynstur óþekktrar skriftar. Hann hreyfði sig varlega, eins og hann óttaðist að brjóta sjálfan loftið í kringum hana.

— Bragð brauðs er bragð heimilis, — sagði hún og stráði mjöli á borðið.

Noël kinkaði hljótt. Honum líkaði hvernig gerið lyftist og virtist anda; hvernig loginn í ofninum svaraði minnsta hreyfingu. Í þessum morgunhelgisiðum fann hann dularfulla huggun, eins og heimurinn gæti samt verið einfaldur og góður.

Síðar sátu þau við gluggann og borðuðu, og Emily las upphátt — rödd hennar svaraði mjúklega nið regnsins. Fyrir utan leystist grátt London upp, en hið innra reis eigið andrúmsloft — hljóðlátur turn: turn ljóss og yljar, þar sem hennar kvöld hófust og hlustun hans.

Að vanda, áður en hún hóf frásögn sína, lagði Emily á borð fátæklegan en hlýjan kvöldverð: þykka rótargrænmetissúpu, sneið af volgri brauðhleif og te með hunangi. Síðan lagði hún forn fjalldrunka í kjöltuna og opnaði.

Emily talaði oft af innlifun — einkum um heimana — með lifandi ljóma í augunum þegar hugsunin bar hana lengra en orðin náðu. Á slíkum stundum varð orðræða hennar hröð, full af hugtökum og myndum sem Noël skildi ekki. Hann hlustaði án þess að grípa fram í, ekki af kurteisi — heldur hljóðlátu lotningu gagnvart innblæstri hennar. Stundum kinkaði hann kolli, eins og til að staðfesta ekki merkinguna, heldur réttmæti sjálfs ákafans. Og í hvert sinn skapaðist milli þeirra sérstök þögn, þar sem orð hennar hljómuðu skýrari og dýpri, eins og Jera sjálf hlustaði í gegnum hann.

— Í kvöld, Noël, — sagði hún mjúklega, — segi ég þér frá Eridu — borg-turninum þar sem öll kyn Jerabúa hafa fundið skjól undir krónu Hins Mikla Trés.

Noël kinkaði og brá höndunum — tentöklunum — um bolla sinn, hitaði þá eins og fingur.

— Eridu, — hélt Emily áfram, — er reist í kringum Tréð eins og spírall tímans. Í hjarta turnsins er bókasafn sem byrjar við rætur þess og rís upp til himins: skinnhandrit, plötur, steintöflur, bækur úr gegnsærri slíðu — eins og minni heimsins sjálfs hafi verið steypt í form texta.

Við rætur Trésins býr ein elsta vera plánetunnar — Anu. Sá sem hjálpaði við sköpun fyrstu súrrogatanna. Útlitið — höfuð sem nærist á orku Trésins; stundum tekur hann á sig svip draugs, ljóns með horn og átta augu. Í þeirri mynd er hann kallaður Hakutaku eða Baizé. Óaðskiljanlegir förunautar hans eru Silatar, ljósir andarnir þekkingar. Þeir eru mildir og kurteisir, tala oft um sjálfa sig í þriðju persónu, án nafna og án minningar um fyrra líf; þeim er ekki allt opinbert, en margt — já, og það hefur oft sannast. Sagt er að einmitt þeir og Anu hafi hjálpað fyrstu Jerabúum að fóta sig á Jera. Bækurnar skrifuðu Jerabúar, en Anu veitti innblástur, og Silatar þjónuðu sem leiðsögumenn merkingarinnar.

— Meðal fyrstu spádómanna, — Emily strauk fingri yfir koparstungu þar sem ljómandi hringir svifu yfir höfði Anu, — var spádómur um Annað Mikla Sundrið — þann útgöngudóm þegar heimur dauðra mun á ný reyna að gleypa heim lifenda, og síðar — alla heima í senn. Sagt er að fyrir endann muni blossa upp máttur tveggja skrímsla og eins púka, að mætti jafngildum guðum.

Til er annar spádómur: í lok tímans munu margir vakna til guðdómlegs máttar; allir munu falla nema tveir jafningjar, og þeir munu mætast í einvígi svo hræðilegu að jafnvel tíminn sjálfur storkni. Einn mun standast — og honum verður gefið afl til að endurskapa heimana eins og hann telur rétt, innan marka Laga Alheimsins. Þessi lög eru stundum nefnd Orlug, en hið sanna nafn þeirra er enn óþekkt.

Ekki trúa allir á tilvist þess, þó flestir viðurkenni vald þess. Sumir halda því fram að sjálft Alheimurinn og lög hans séu ekki vitund, heldur eitthvað eitt, ofið inn í samhljóm alls sem er. Með öðrum orðum — ekki persóna með eigin vilja, heldur náttúruafl þar sem öll lög tilverunnar fléttast saman.

— Að ráði Silata, — Emily kinkaði í átt að myndinni, — voru kveiktar yfir Anu kúlur-tákn: meðan guð lifir — loginn flöktir; ef hann slokknar — er hann fallinn. Þannig er haldið utan um örlög: fyrst margra, síðan tveggja, og að endingu — eins. Það er ekki vitað með vissu hvernig Anu veit hve margir guðir eiga að vera, en fjöldi himneskra kúlna staðfestir það — Silatar vitna um það, því þeim er framtíðin opin, þó ekki með öllu. Sumir spekingar telja að til séu sérstakar stjörnur tengdar guðum: þegar guð deyr, slokknar stjarna hans. Sagt er að Anu viti þetta og varðveiti skrá yfir ljóma þeirra.

— Anu stjórnar ekki borginni, — hélt hún áfram. — Hann er ráðgjafi. Stjórnin er fulltrúalýðræði: hver tegund Jerabúa og súrrogata á sinn leiðtoga; einn fyrir Jerabúa, einn fyrir súrrogata. Einungis svörtu drekarnir standa utan við málin — af augljósum ástæðum, jafnvel þótt þeir hafi einhvern tíma verið drekabornir. Guðir reglu hafa sérstaka stöðu: atkvæði þeirra vegur jafnt atkvæði valinna fulltrúa, því þá valdi ekki múgurinn, heldur örlög — Orlug, Alheimurinn, Tilveran.

Borgin er skipt í hverfi: hver þjóð hefur sína siði og sína iðn. Í kringum turninn rísa pýramídulaga hof; á milli þeirra — byggingar með einkennum ólíkra byggingarstíla, án eins samræmds kanóns. Svalir og þök eru ofnar hengigörðum. Handan borgarveggjanna er eyðimörk, en hið innra — villt gróska. Á jaðrinum liggja flutningsstöðvar: elstu hliðin til annarra heima, gættu ströngum vörnum.

— Hér greiða menn með manipúrum, — sagði Emily. — Það eru agnir auru — gulir orkublöðrungar í kviðsvæðinu. Manipúrur eru ekki aðeins gjaldmiðill, heldur fæði og fræ til vaxtar hæfileika. Þær eru bornar milli vera með snertingu aura; unnar úr dauða lífvera — með neikvæðri eða jákvæðri orku — og síðan hreinsaðar og breytt í afl eigandans. Tákn manipúrunnar er hringur með þríhyrningi.

Frá rótum Trésins rennur mikil á — vatn hennar er græðandi — og fellur í hafið. Jerabúar og jafnvel guðirnir veikjast eins og menn — fyrir utan paladína, því hugur þeirra, hjarta og líkami eru stöðugt hreinsuð af Trénu. Paladínar eru hógværir, hófsamir, svara ekki með ruddaskap — og því gjarnan háðir háði. Þeir ganga ekki í hjónaband við aðrar greinar: blöndun tegunda hefur of oft fætt þjáningu. En þetta er eðli paladína; aðrir gátu brotið regluna, og af slíkum samböndum fæddust margir skaddaðir. Margir Jerabúar unna þeim lítt.

Noël dró augabrúnirnar — undir hauskúpunni þar sem ekkert andlit átti að vera birtist snöggvast eitthvað lifandi, líkt og óánægja.

— Fyrir ljósið, góðmennskuna — eða fyrir sannleikann?

— Frekar — fyrir óbrigðul ró þeirra, — svaraði Emily lágt. — En paladínar kvarta ekki, ásaka ekki og krefjast ekki réttar síns. Þannig vex fyrirlitning.

— Helsti ferðamáti, — sagði Emily, — er skyndiflutningur um rætur orkutrjánna sem ganga í gegnum alla heima. Allir geta nýtt hann — nema Hinir: þeir fljúga á geislaskötum sínum. Til að ganga um rætur þarf að hafa komið einu sinni á áfangastaðinn og greiða með orku sálarinnar, manipúrum: því lengra sem ferðast er, því dýrara. Samhliða þessu skapa salamöndrur sína eigin gáttir til mismunandi heima sem einnig er hægt að nota.

Í húsum og sölum Eridu glóa alls staðar „vísen"-steinar — margflata kristallar sem starfa sem senditæki og áttavitar. Þeir eru tengdir rótanetinu og sýna varpsmynd viðkomandi staðar. Nægir að snerta þá með auru — og „vísen“ stillir flutninginn. Til öryggis kviknar stuttlega orkuskel í kringum ferðalanginn og í viðtökustað — þannig koma rætur í veg fyrir að líkami sé fluttur inn í steinvegg.

Þeir sem aldrei hafa heimsótt viðkomandi stað ráða til sín leiðcögumenn-stillar; gegn greiðslu tengja þeir „víseninn“ við réttan hnút. Sama tól er notað til að ná sambandi við Anu. Í gegnum „vísен“ og rætur má leggja honum fyrir spurningu. Og þurfi að senda skilaboð út í heim flytja Silatar þau samstundis.

Anu spáir ekki um örlög, en sér möguleika: hann getur sagt hvaða guðlegur máttur kann að vakna í Jerabúa. En að geta vaknað er ekki það sama og að vakna: vitandi að mátturinn sé veikur kjósa margir að taka sér fylgjufélaga og bíða ekki; en heyri þeir um mikinn möguleika til uppljómunar, ákveða margir að bíða — og flestir lifa því þungu lífi án vakningar, sviptir þeim stoðum fylgjufélaga sem hefðu getað létt veginn.

Sömu „vísен“ bera einnig boð borgarinnar út: lög, skipanir, herfréttir. Borgarbúar elska list: tónlist hljómar á götunum án afláts. Talið er að hljóðbylgjur lækni bæði sál og líkama; sérstaklega er hljóður Verndara dýrmætur. Útlagarnir, sem búa utan borgarinnar og lifa „villtara“ lífi, deila því — þeim er raddir náttúrunnar kærari.

Í handverki ríkir fjölbreytni stíʌa: lindir, kórallmyndir, lágmyndir, garðar inni í húsum. Plöntur eru ekki aðeins til prýði: þær bera ávöxt, lýsa upp nætur. Gæludýr eru elskað — dýrin eru í miklum metum.

Í stofnunum starfa fulltrúar allra kynþátta, — sagði Emily. — Eydismi er refsiverður — allt til dauðarefsingar. Eydismi er hugmyndafræði og heimsmyndakerfi sem fullyrðir yfirburði eins kyns eða tilveruforms yfir öðrum. Hann byggist á sannfæringu um að tiltekin tegund, kyn eða vitundarform búi yfir æðri náttúru, fullkomleika anda eða guðlegu hlutverki, á meðan önnur lífsформ eru talin lægri, gallað eða sköpuð til þjónustu.

Við dómsmál þar sem vafi leikur á er kallað á paladína — þeir þjóna sem lygniprófarar. Það er önnur ástæða fyrir óвild gagnvart þeim. Vændi og mansal eru bönнyð.

En helsti sjúkdómur samfélags Jerabúa er misnotkun somrófaga — hylkja með plöntunni lyrium.

— Glæsilegasti staður Eridu er Hemorr, — hélt Emily áfram. — Þar fara fram einvígi — sveitaviðureignir og tvímenningar; veðjað er og veitt verðlaun. Enginn deyr: orusturnar eru sýndar — en finnast raunverulega. Lyndarmálið liggur í somrófögunum. Þetta eru stór hylki þar sem Jerabúar og súrrogatar leggjast inn. Þau lesa líkamann, hugsanir og minningar og tengja þátttakendur í sameiginlegt svið sýndar. Hverjum sýnist sinn heimur: skapgerð leikmannsins mótar vettvang orustunnar.

Hjarta tækninnar er rándýra plantan lyrium. Í náttúrunni lokkar hún ferðalang með sýnum af því sem hann þráir, nemur sveiflur heilans og auru; nálgast hann — og blómið, fullt fínna tanna, lokast. Í borginni eru ræktaðar mildari tegundir; hin villтa lyrium er aðeins geymd fyrir einkalegar skemmtanir. Tilfinningarnar eru svo sannfærandi að margir vilja búa í draumi fremur en vöku.

Með tímanum hættu somrófagar að vera einungis tæki. Þeir urðu altari svefns sem Jerabúar leita til af fúsum og frjálsum vilja — til að læknast af raunveruleikanum. Þar þjáist enginn, eldist enginn, enginn deyr — en enginn lifir heldur lengur. Smám saman tók fíknin á sig mynd faraldurs. Fæðingartíðni féll, líkamar visnuðu, og sálir sukku í hljóðlátri sælu tilbúinna drauma.

Þannig urðu somrófagar að löghelgaðri veikleika — tignarlegri, blindingandi og banvænlega fögur.

Noël lækkaði brúnirnar.

— Þetta... er leyfilegt?

— Lögin eru mýkri en ástríðan, — svaraði Emily. — Erfiðara er að banna draum en að láta sig dreyma.

— Um alla Eridu, — lauk hún, — ríkja tónlist, iðn og fræði — og yfir þessu öllu hvíla skuggar spádómanna. Og ef þú lyftir höfðinu við rætur Trésins sérðu ljós Anu. Svo lengi sem mörg þeirra loga, lifa guðirnir enn — jafnvel þeir sem ekki hafa enn vaknað til slíks máttar. Þegar aðeins eitt ljós er eftir — verður örlögum Jera og allra heima ráðið.

Hún lagði hönd á öxl Noëls.

— Við lifum milli línunnar og þagnarinnar, — sagði Emily. — Og þess vegna verðum við að lesa varlega.

Noël kinkaði. Í augum hans endurspeglaðist bæði ljós lampans og dimmar tinda turnsins — þeirra sem hann mun ef til vill ekki sjá í bráð, en ber nú þegar í minni sér.

Kafli 38. Eyjaborgir Hinna

„Vatnið þekkir enga meðaumkun, og þögnin er lögmál þess.
Sá sem hlustar á hafið, heyrir eigið gleymskunnaróraf.“
— Jerensk málsaga um jafnvægi stóru aflanna

Morguninn var tær eins og andardráttur á spegli. Emily opnaði gluggann — frískur vindur frá Thames smaug inn í húsið og bar með sér lykt af salti og fjarlægum höfnum. Á borðinu, við hliðina á blómavasanum, breiddi hún úr skeljum sem hún hafði einu sinni safnað við sjávarsíðuna.

— Hlustaðu, — sagði hún og færði eina að þessu undarlega andliti hans. — Hver og ein geymir í sér hljóð hafsins.

Noël laut nær. Tentaklar hans snertu kalda yfirborðið með varfærni — og í þeirri hreyfingu var meiri lotning en í margri bæn. Hann hlustaði, eins og hann skildi í fyrsta sinn að jafnvel þögnin kynni að syngja.

Síðan drukku þau te með hunangi og lásu aftur *Hafið og spegillinn*. Emily las upphátt og hann hlustaði, horfði inn í eldinn í arninum þar sem myndir borga í vagni ljóssins spegluðust í logunum.

Áður en hún hóf frásögn sína um heimana kom Emily með léttan fiskseið með sjávarjurtum á bakka, mjóar brauðsneiðar og te með sítrónuberki — og aðeins þá opnaði hún fjalldrunka sem angaði af salti og gömlum pappír.

— Í kvöld, Noël, — sagði hún lágt, — segi ég þér frá Hinum — íbúum eyjaborga Jera. Borgir þeirra eru ólíkar hver annarri, en allar eru reistar á vatni, og lögmál þeirra eru köld eins og gler.

Noël kinkaði, og ljósloginn í lampanum titraði í augum hans.

— Borgir Hinna rísa á yfirborði hafsins og neðansjávar, — hóf Emily. — Þær eru reistar úr kóralli, perlumóðuri, kalksteinsflögum og sveigjanlegum sjávarsteindum. Úr landi séð líkjast þessar borgir býflugnabúum með frumutóftum; neðan sjávar — skógum hola súlna, þar sem Hinir sjálfir búa og uppáhalds flug- og sundsköturnar þeirra. Sé horft langt að virðist allur bærinn — ásamt skyndilega sekktri hlutanum — líkur risa marglyttu: hvelfing á öldunum, armalík stoðkerfi niðri í djúpinu, og allt vaggar hægt í takti við flóðið.

Framhliðar húsanna eru sléttar og stríðar, líkt og vindur hafi slípað þær; göngin glóa í myrkrinu með mjúku hafljósi; brýrnar teygja sig út í þokuna eins og vefþræðir. Á torgunum heyrirðu enga köll sölumanna — aðeins hvískur straumana og jafnvel gný orkuknúinna hnúta.

Hinir þekkja ekki tilfinningar í þeim skilningi sem við gerum. Tilfinningar þeirra eru daufaðar af menningu reiknihyggju og aga. Þeir rífast ekki af afbrýðisemi og vingast ekki af geðþótta: útreikningur er þeim mikilvægari en ástríða, hagur samfélagsins æðri en duttlungar einstaklingsins. Þess vegna eru Hinum framandi leikgleði tónlistarmanna í Eridu, háðsleg brögð asura eða sjóðheitar raupsraddir pýrómannta. Paladínar, með hljóða trúfesti sinni við Hið Mikla Tré, virðast þeim ráðgáta — ekki sem viðfang haturs, heldur rökfræðilega óskiljanlegt.

Blóð þeirra er blátt, ólíkt flestum öðrum kynjum Jerabúa, sem hafa rautt blóð; í því sjá Hinir ekki sérstaka sérstöðu, heldur föst stærð náttúrunnar.

Veiðar og aflaöflun eru þeim bæði starf og list. Þeir vinna eins og hjörð: nákvæmir og án einskis hreyfingar, og deila fengnum af sama nákvæmni og menn deila tölum í dæmi.

— Í samfélagi þeirra er einn æðsti leiðtogi, — sagði Emily. — Hann er í senn ráðgjafi, yfirhershöfðingi og dómari. Í hverri borg er sinn stathaldari, en orð hins æðsta er lög, og lögin eru framkvæmd tafarlaust. Deilur milli Hinna eru sjaldgæfar: þar sem hjá okkur myndi fæðast tilfinning, fæðist hjá þeim ferli. Ef samt kviknar árekstur er hann þegar færður fyrir dómsalina; úrskurður er kveðinn upp fljótt, án tilfinninga — og að jafnaði sanngjarnt.

Þegar hjá einhverjum Hinna vaknar guðlegur máttur, breytist slík sál í seiren. Það breytir þó litlu í daglegu lífi þeirra: seirenur eru einfaldlega teknar inn í strategískar áætlanir — sem sjaldgæfasta auðlind, hættulega sjálfum guðunum. En Hinum er guðdómlega neisti veittur mun sjaldnar en öðrum Jerabúum, og þeir lifa ekki lengur en aðrir. Hver og einn þeirra leitast við að vera gagnlegur fjölskyldu sinni og borginni, og borgin er, í þeirra skilningi, líka fjölskylda — aðeins stærri.

— Aðeins í einu, — rödd Emily mjakaðist, — reyndust Hinir lengi ósveigjanlegir. Þeir treystu ekki súrrogötum þegar þeir birtust fyrst í lífi Jera: varfærni skynseminnar sá í steinlíkum líkamanum mögulega ógn. En þegar súrrogatar höfðu sannað úrslitahlutverk sitt í stríðum við illa anda, féllust Hinir á friðarsamninga. Bandalagið varð ekki að vináttu — það varð að vél til að lifa af.

Þeir sem hvorki vildu bandalag né sameiginlegar reglur fóru í útlagaborgir. Þeir eru margir: reisa bústaði þar sem stóru aflunum — náttúruöflunum — er hliðhollt, og lifa eftir eigin siðareglum án þess að viðurkenna vald Eridu né eyjadóma Hinna.

Í borgum Hinna er hvorki leikhús né vígvellir. Þar er ekki leikin tónlist til ánægju hjartans. Í staðinn eru þjálfunarsalir, kort strauma, smiðjur harka og neta, geymslur steinda og orkuknúinna hnúta sem næra skötur. Húsin — slétt eins og skeljar; dyrnar opnast við snertingu auru; alls staðar — vatnsleiðir þar sem skötur flytja fólk og farm.

Þeir þola ekki prjál, unna ekki iðjuleysi, viðurkenna ekki munað. Fegurð er þeim verk sem unnið er án mistaka.

Emily fletti blaðsíðu: koparstunga sýndi háan hvelfingarbú, undir sem vatnsfossar féllu og runnu.

— Konungur þeirra, — sagði hún, — er þögull eins og allir Hinir. Tala þeirra er ekki orð, heldur hreyfing. En þegar hann gefur merki heyrir öll borgin í þögninni sama skilning og menn heyra í orðinu „nóg“.

Noël brosti lítillega:

— Þeir eiga sannarlega nærveru í þögninni?

— Þögnin, — svaraði Emily, — er tónlist þeirra. Taktinn stýrir hafið.

Hún þagnaði andartak, og bætti svo við:

— Mundu, Noël: Hinir eru hvorki grimmir né góðir. Þeir eru einfaldlega trú formi sínu. Í því býr máttur þeirra — og í því liggur takmörk þeirra.

Kafli 39. Spegilmynd lifandi ljóss

„Ekki allt sem ljómar tilheyrir ljósinu.
Það er ljómandi skyn sem fæðist af lífi,
og annað — af minningu þess.“
— úr skrifum Emily Lawrence

Morguninn var gráleitur, en kyrr. Emily sneri heim af markaðinum með epli í körfu, bita af osti og lítinn glerhólk sem hún hafði keypt hjá fornmunasala. Noël fylgdist forvitinn með þegar hún setti hann á gluggakistuna, þar sem ljósið féll í mjúkum gylltum röndum.

— Sjáðu, — sagði hún, þegar sólargeisli fór í gegnum glerið. — Jafnvel einfaldur hlutur getur lifnað við, ef maður trúir á hann.

Noël laut nær: inni í hólknum snerust ljósrykagnir í hring, eins og lifandi verur. Tentaklar hans skulfu örlítið — í þeirri hreyfingu fannst undrun, næstum barnsleg.

Síðan þögðu þau lengi. Aðeins tikk-tokk úr klukkunni og stöku málmhljómur úr postulíni fyllti herbergið. Í þessum hljóðum bjó ný þögn — þögn trausts og ljóss.

Áður en hún hóf frásögn sína sá Emily, eins og henni var vandi til, um kvöldið: hún færði heita mjólk með múskati, hunang, mjóar brauðsneiðar og smá af sítrussultu. Hún dempaði ljósið á borðlampanum, svo síðurnar lágu í mjúku gulli, og opnaði þungan bókbandið. Pappírinn bar lykt tíma, og teikningarnar — unnar í hönd — glitruðu í fíngerðum litum, eins og pensill listamannsins andaði enn á þeim.

— Í kvöld, Noël, — sagði Emily lágt, — segi ég þér frá einu tæki sem var skapað til að veiða salamöndrur — Simnalíriuminu.

Noël lyfti augunum og hlustaði með einbeittu athygli, eins og sjálft orðið vekti bergmál í minni hans.

— Innan í gagnsæju hulstrinu, — hélt hún áfram og benti á myndina, — er innilokuð örsmá lyrium-planta — lífvera sem getur skapað spegilmynd. Nægir að veita henni örlítið afl, og innra byrjar að vakna snúið ljósnet sem leysist út í fínustu geisla. Þeir fléttast í spegilanda — óstöðugt, skjálfandi bjarma, sem salamandra tekur fyrir eigið skyn, eigin ljóma.

Á koparstungunni sást fágaður hólkur þar sem ljóstraumar runnu eftir veggjunum og mættust í miðju, þar sem sló glerhjarta í dvergstærð.

— Þegar salamandra nálgast, — sagði Emily, — greinir sjón hennar, sköpuð úr eldi, ekki svikin. Hún réttir sig að spegilmyndinni og missir fast form. Ef hún nær ekki innan tveggja mínútna að endurheimta hold sitt úr ljósi, slokknar skyn hennar, og eftir situr aðeins lítill, rauðleitur amritsteinn — spor sem man hlýjuna, en ekki sársaukann.

Noël þagði lengi og spurði svo lágt:

— Svo... þessi steinn — er líf hennar?

— Já, — kinkaði Emily. — Hann er neisti hennar.

Hún lokaði bókinni og horfði út um gluggann. Rökkrið lagðist yfir götuna í mjúkum öskulituðum tónum, og í spegli glerins virtust þau tvö vera hluti af einni og sömu mynd — kona og vera sitjandi frammi fyrir lampa sem geymdi innra með sér lítið, sjálfstætt sólkerfi.

Kafli 40. Líkamleg alkemía

„List alkemíunnar felst ekki í umbreytingu málma,
heldur í að vekja sálina úr eigin myrkri."
— úr dagbókum Emily Lawrence

Eftir að Emily hafði útskýrt fyrir Noël grundvallir annarra heima, lögmál þeirra og jafnvægi, ákvað hún, án nokkurs dráttar, að hefjast handa við alkemíu — helgasta vígslu meðvitundarinnar.

Noël, andstuttur og þreytulegur að röddu, sagði með djúpri, hásri rödd:

— Ég kann ekki tungumál þess heims. Ef ég skil engan... hvað þá?

Emily brosti dauflega og svaraði mjúklega, með þeirri ró sem aðeins þeir bera sem hafa gengið í gegnum margt:

— Ég hef sagt þér það, kæri vinur. Sálin þarf engar orðabækur. Þegar þú stígur yfir mörkin munu öll tungumál vitsmuna verða þér skiljanleg. Það er gjöf Jera sjálfrar — minni vinda og vatna hennar.

Hún tók lampann og leiddi hann niður í kjallarann — þangað sem allt var þegar tilbúið. Litla herbergið í horninu, hljótt, ilmandi af vaxi, olíu og steinstöðnum ryki, líktist fornu helgidómi. Á borðinu lágu steinefni, lögð í stranga röð — eins og kristallar minnis sem biðu þess að verða vakin.

— Í dag fæðist þú á ný, — sagði hún. — Ekki sem skrímsli, heldur sem surrogati og sem maður. Ekki til þess að gleyma hver þú varst, heldur til að muna hver þú gætir orðið.

Noël kinkaði kolli. Augu hans, stór og glitrandi, endurspegluðu loga kertanna — tvær skjálfandi tunglur í hyldýpi.

Til þess að tengja sálina við líkama surrogatans voru nauðsynleg sérstök steinefni, og Emily, líkt og stjórnandi fyrir sinfóníu, raðaði þeim á líkama hans.

— Hlustaðu og mundu, — sagði hún lágt. — Þetta er tungumál efnisins.

Hún snerti hvern stein með fingurgómunum og lagði hann þar sem honum var ætlað að hvíla, allt á meðan hún hvíslaði nafni hans og tilgangi.

Sahasrara — fjallakristall, demantur, ametyst, agat.

Hún lagði þá á hvirfil höfuðsins.

Ajna — blár topas, tunglsteinn, safír.

Steinunum raðaði hún á ennið.

Vishuddha — akvamarín, tyrkislitur, ónyx.

Hún lagði þá á hálsinn.

Anahata — rósakvars, malakít, rúnninn.

Hún setti þá á miðja brjóstkassann.

Manipura — raf, tígrísauga, smaragd.

Hún lagði þá á solarplexus.

Svadhisthana — ródonít, svartur túrmalín, obsidían.

Hún lagði þá við nafla.

Muladhara — jasper, granat, svartur ónyx.

Hún lagði þá við rót líkamans.

Þegar hún lauk, þyngdist loftið. Steinarnir tóku að glóa mildum, lifandi ljóma, líkt og ósýnileg vera andaði í myrkri kjallarans.

— Mundu nú, — sagði Emily. — Það er ekki þú sem ferð inn í líkamann, heldur líkaminn sem tekur á móti þér.

Tengingin náðist ekki samstundis. Í Jera, meðal Jerenskra og surrogata sem stýrðu ferlinu, blossuðu vitundarpúlsar Noël upp og dóu út. Þá bættu þeir við öðru hjarta dreka til að halda sálinni milli heima. Heimurinn skalf — og tengingin festist að eilífu.

Á Jörðinni hristist líkami Noël í krömpum. Steinarnir féllu, húðin sprakk eins og skurn, og innan úr sprungunum brutust fram geislar tærri slímu. Slit tentakla, síðustu leifar skrímslisins, skjálfu og lamdóu til jarðar, skiljandi eftir rök spor. Klaufir og hali féllu af, bein skriðu og tóku að laga sig að nýrri gerð, og þung brynja á bakinu titraði, eins og líkaminn sjálfur berðist við hana, reyndi að fleygja burt fortíðinni.

Emily stóð hjá og fann titring óreglulegs andardráttar hans — sem logi sem rífur sig úr eigin þrengslum.

Þegar hún leysti varlega um axlir hans sprakk brynjan eftir hryggnum. Heitur gufa steig upp úr sprungunni og lag eftir lag hrundi þessi þunga hjúpur af honum, drapaður í blautum og þungum flögum. Vængirnir, festir við brynjuna, skalfu á eftir. Þeir voru miklir — breiðir, sinasprengdir, með þykkum himnum eins og hjá leðurbjörtu, huldnir ryki og storknuðu blóði.

Þegar brynjan losnaði, brustu liðirnir við rótina, og vængirnir lafðu, kraftlausir og þungir, eins og blautt efni sem vindurinn hefur rifið niður. Síðasta andardráttur þeirra var vart heyrilegur — stutt skjálfta, og himnurnar breiddust út á gólfinu, lífvana, eins og skuggi sem líkami, að læra mannleika, hefur af sér fellt.

Þegar allt varð hljótt, lágu á steinunum aðeins grá leif — dauð holdhimna, líflaus skel sem lífið var að yfirgefa.

Líkaminn skjálfði, eins og hann streittist á móti sjálfri umbreytingunni. Vöðvar spenntust, líkt og ósýnileg bönd héldu fast í gamla myndina. Krampar gengu eftir bakinu og undan húðinni blossuðu stuttar glitrandi leifar — brot af framandi mætti sem vildi ekki hverfa. Augnablik virtist sem fyrri skepnan mundi brjótast út, en skjálftinn linnti og nýtt hold sigraði hið gamla.

Hann stundi hærra; líkaminn beyglðist í krömpum.

Og skyndilega reis höfuðið.

Í stað andlits glampaði gríma — hreindýraskapur með fíngerðum hornum, skorpinn fastur í saumu lifandi holds. Augun undir honum hrærðust, og andardrátturinn varð að stuni.

Emily fraus.

Síðan, yfirvinnandi skelfinguna, snerti hún kinn hans. Hausskurnið titraði, losnaði frá rótum og féll til jarðar með þungum dyn.

Undan því kom í ljós andlit — fölt, skjálfandi, rakt. Varir opnuðust og Noël andaði inn í fyrsta sinn — djúpt, eins og drukknandi sem rífur lífið úr eigin myrkri.

Hann seig niður, andardrátturinn þungur. Emily tók utan um hann, studdi bakið, og fann heitan titring fara um vöðva hans. Hún strauk höfuð hans og axlir, hvíslaði varla heyranlega:

— Hljótt... hljótt... allt er liðið hjá...

Hann skjálfði, en undir hendi hennar jafnaðist andardrátturinn smám saman.

Þegar þögnin fyllti herbergið, skildi hún: óttinn var farinn — lífið hafði fæðst.

— Ég er svo glöð... — hvíslaði hún, og rödd hennar brast.

Hann lá kraftlaus, og þá fyrst sá Emily að hann var nakinn — algerlega, varnarlaus, eins og nýfætt barn. Hún leit kringum sig, ringluð: efnið sem hún hafði undirbúið lá uppi. Í hraðanum og óttanum hafði hún gleymt að skrímslið átti engin klæði.

Hiklaust hóf hún að fella af sér hlýja handprjónaða peysu sína — mjúka, ilmandi af lavender og vaxi — og breiddi hana varlega yfir neðri hluta líkamans, huldandi mjaðmir og kviðarót, eins og maður breiðir yfir sofandi barn, og leit ekki, til að hrófla ekki við hinni brothættu blygðun sem fæðist með mannlegu holdi.

Efnið strauk varla yfir húðina, en virtist þó koma með sjálfan mannleika. Peysan var stutt, en nóg til að hylja nektina og færa honum reisn.

Hún horfði á andlit hans — nú rólegt, hljótt, eins og barn hefði sofnað eftir langan grátur. Fingur hennar skulfu, en hreyfingarnar voru mjúkar — ekki af skyldu, heldur af miskunn.

Hann dró andann hægar, eins og hann væri að koma til sjálfs sín.

Emily leit á kristallana sem glömpuðu enn, heita eftir helgisiðinn, og sagði hljótt:

— Skulum þvo hið gamla burt, Noël.

Í dag ert þú endurfæddur.

Hún hjálpaði honum á fætur, hélt um olnbogana — varlega, eins og maður lyftir sjúklingi eftir langa sótt. Nýja líkamann hlýddi illa: vöðvar skjálfuðu, hvert skref var sársauki, eins og efnið sjálft væri að læra að hlýða sálinni.

Hún leiddi hann inn á bað, þar sem heitt vatn féll úr koparkrana, og studdi hann meðan hann laut á kné. Slím og leifar gamla hjúpsins runnu niður í vatnið og leystust upp. Emily stóð hjá, horfði ekki undan, eins og hún verndaði hann fyrir ósýnilegum kulda.

Hann stóð lengi undir vatninu, fann hvorki hita né kulda. Straumarnir runnu eftir húðinni og virtist sem vatnið sjálft lærði nýja lögun hans.

Þegar hann var orðinn hreinn og leit í spegilinn, gat hann ekki dulið undrun sína.

Í speglinum stóð unglingsdrengur — grannur, örlítið hokinn, með dökkri, mattari húð, freknur á kinnbeinum, eins og spor fallinna stjarna. Augun voru mislit: hið vinstra himinsblátt, líkt og ljósið úr perlumagni, hitt — hlýtt umbragult, minning um fyrri eðli.

Tveir litir — tvö upphaf: ljós og logi, skynsemi og eðlishvöt, sem nú börðust ekki, heldur lifðu í jafnvægi, eins og tveir heimar sem fundu sameiginlegan takt.

Í brjósti hans sló tvö hjörtu — mannlegt og framandi — og bæði dundu í takt nýrrar, jafnvægrar tilvistar.

Höfuðið — slétt, hárlaust, eins og þess sem nýfæðist og þekkir enn ekki þunga tímans.

Hann strauk andlitið, fann húðina, eins og hann skildi fyrst hvað það þýðir að vera líkami. Vörunum bærðist bros — óöruggt, barnslega hreint, og á eftir kom mjúkt, saklaust hláturkast.

Emily stóð í dyrunum og horfði á hvernig spegilmyndin virtist lifna við og öðlast anda og merkingu.

Og skyndilega — í andlitinu nýja — greindi hún eitthvað kunnugt: það sama amberlita auga sem eitt sinn bar með sér söknuð, auga sem hafði lifað af dauða skrímslisins. Það virtist muna allt —

kulda, myrkur, einsemd — og samt var það nú rólegt, eins og logi sem hefur fundið sitt glas.

Emily brosti ómeðvitað.

— Sérðu, — sagði hún mjúklega, — jafnvel skuggi getur orðið að ljósi.

Hann sneri sér að henni, og í augum hans birtist í fyrsta sinn í langan tíma mannlegt — undrun og þakklæti.

— Takk, — hvíslaði hann.

— Þakkaðu sjálfum þér, — svaraði hún. — Ég opnaði aðeins dyrnar.

Síðar, þegar allt var sett í lag, færði Emily honum mat: heitan seyð, brauð, bút af eplaköku. Noël borðaði hljóður, eins og hann tryði varla að bragð gæti verið svona orðið lífrænt og einfalt.

— Þú þarft hvíld, — sagði Emily. — Sálin er örmagna meira en líkaminn.

Hann kinkaði kolli og gekk hægt inn í herbergið.

Eldurinn í arninum glitraði mjúklega þegar hann lagðist í rúmið.

Áður en hann sofnaði horfði Noël enn einu sinni á hendur sínar — nú mannlegar, hlýjar, lifandi — og brosti.

Í fyrsta sinn fann hann að hann var ekki lengur skrímsli, og að heimurinn gæti kannski tekið á móti jafnvel þeim sem hafa stigið upp úr hyldýpinu.

Kafli 41. Endurfæðing

„Þegar sál fær sér annan líkama, speglast heimurinn ekki í henni — hann heldur áfram andardrætti hennar.“
— úr skrásetningum Emily Lawrence

Noël svaf djúpt og náttúrulega — án drauma, án baráttu. Andardráttur hans varð mjúkur og jafn, og herbergið fylltist kyrrð, eins og Jera sjálf gætti svefns hans.

Þegar hann opnaði augun, skildi hann: hann svaf enn — og samt var hann þegar vaknaður. Hann lá í líkama sem ekki tilheyrði holdinu — í líkama surrogata, sköpuðum úr steini, ljósi og fornu andvarpi.

Á andliti hans, þar sem menn hafa munn og nef, glóði tákn — fíngert, grafið inn, eins og það ljómaði innan frá. Það var nýtt nafn hans. Nafn formsins. Nafn sálar sem hafði stigið yfir mörkin.

— Gembu... — sagði einhver fyrir aftan hann, og orðið svaraði í brjóstinu með djúpum hljómi, líkum klukkuatkvæði. — Þannig er þér núna heitið hér.

Hann sneri sér við — og sá spegilmynd, eða réttara sagt: slípaðan kristal sem þjónaði þeim tilgangi.

Fyrir framan hann stóð vera sem virtist höggvin úr obsidían — algerlega svört eins og stjörnulaus nótt, en í dýpi steinsins glitruðu fíngerðar ljósæðar, eins og kyrrstæðar stjörnur hefðu fundið sér skjól í holdi hans. Yfirborð líkamans skein líkt og það hefði verið pússað um aldir, og hvert ljósbrot minnti á andardrátt fjarlægra heima.

Þetta var hvorki maður né guð — heldur skuggi þar sem bæði sameinuðust. Myrkrið í honum var ekki illt: það geymdi aðeins ljós, of fornt til að skína berum augum.

Hann horfði lengi á sig sjálfan, án þess að þekkja sig, og aðeins dauf flökt æðanna minnti á að lífið héldist áfram inni í steininum.

Á andlitinu — eins og gríma með grafnu tákni, og í því sá hann útlínur eigin nafns.

Meðan hann skoðaði sig, lagðist hönd á öxl hans — létt, hlý eins og mannleg, en steinrunnin og köld.

Fyrir framan hann stóð kvenvera — grönn, eins og hún væri ofin úr kristöllum í indígólit. Hálfgagnsæir fletir líkama hennar grófu sig mjúklega í ljósið, og þegar það fór í gegnum þá breyttist það í blítt skím — eins og kvöldroði á yfirborði stjörnu. Hvert handtak var mjúkt og fljótandi, eins og ljósbylgja lifnaði við í loftinu, og rödd hennar — lág og djúp, eins og þögnin sjálf hefði öðlast andardrátt.

— Útgeislun þín minnir mig á ungan mann sem gat ekki almennilega haldið á hníf, skildi eftir klaufarspor sín í deiginu og barðist við tentakla, — sagði hún með brosi sem hún gat þó ekki sýnt, bundin formi steinflata andlitsins.

Hann skildi strax hver stóð þar.

— Emily?..

— Hér heiti ég Bennu, — svaraði hún, og í augum hennar kviknuðu endurkast úr kristölunum. — Hér er siður að kalla aðra með nafninu sem þeim er gefið.

Hún gekk nær og faðmaði hann. Steinninn sem þau voru úr svaraði óvænt með púlsi orku.

— Vertu velkominn, Gembu, — hvíslaði hún. — Ég er fegin að sjá þig svona. Í fyrsta sinn ertu hnúður ljóss, bundinn í form, eins og nótt sem hefur gleypt daginn.

Þau gengu út úr helgidóminum og fundu sig á meðal gatna borgarinnar Eridu — fyrstu borgar Jera, reist við rætur Stóra trésins Eyvaz.

Loftið var tært og fyllt silfraðri nið — hvort sem það var blær vindsins eða fjarlægir menniskjuraddir.

Byggingarnar voru undravert sjónarspil. Hús úr graníti, kvarsi, spegilflötum risu í mjúkum bogum og spíralum. Hver surrogati, sem kom úr ólíkum tímum og menningarheimum Jarðar, skapaði sinn hluta borgarinnar. Því líktist Eridu draumi allra siðmenninga í senn.

Á torginu stóð tákn Uroborosar — sameiginlegt merki þeirra sem gættu jafnvægis milli heima.

— Þetta tákn er ekki vald, heldur minni, — útskýrði Bennu. — Það tengir þá sem muna að ljós og myrkur eru ekki óvinir, heldur andardráttur sama brjósts.

Þau gengu inn í byggingu úr hvítum ónyx, þar sem í stórum sal biðu surrogatar þeirra nú þegar. Bennu leiddi hann fram í miðjuna:

— Vinir, okkur hefur bæst nýr lærisveinn í hópinn. Hann heitir Gembu. Hann er, rétt eins og þið, á stigi uppvakningar.

Raddir svöruðu með léttu ómi, líkum niði steinlegra sjávaralda.

Bennu leiddi bekkinn eftir götum Eridu og sagði frá skipulagi borgarinnar.

— Hér man hver steinn fyrir hönd smiðsins sem mótaði hann, — sagði hún. — En turninn í miðju borgarinnar er vegur paladína.

Turninn virtist í raun endalaus. Upp við toppinn, meðal skýjanna, svifu svartar eyjar — þar var Helgidómur Paladína.

— Þegar surrogati finnur þreytu eða syfju, — útskýrði Bennu, — er það merki um að vitund hans sé tilbúin að snúa aftur í jarðneskan líkama. Þá þarf að finna skjól, svo steinlíkaminn verði ekki fyrir skaða meðan sálin sefur. Helgidómurinn þjónar einmitt þeim tilgangi.

Til þess að komast þangað þurfti að ganga inn í lifandi tré sem lyfti hverjum og einum upp að tindinum, eins og lyftu úr ljósi.

Þegar bekkurinn náði að Helgidómnum, gat Gembu ekki slitið augun af. Gotnesk byggingalist, turnspírur, brýr milli eyja og ótal styttur — allt andaði eilífð og friði.

Um sölurnar gengu paladínar — í löngum skikkjum með hettum, líkir munkum. Þeir hreyfðu sig þöglir, en mjúkt ljós stafaði af þeim — eins og sálir þeirra bæru enn í sér brot úr sólartrénu.

— Hér geturðu ætíð beðið um hjálp, — sagði Bennu. — Paladínar eru góðir og þolinmóðir. Þeir dæma ekki — því þeir hafa sjálfir gengið langan veg.

Einn paladínanna vísaði þeim á laust sæti — hásæti úr dökkum kristal, ætlað til hvíldar steinlíkama.

— Hér verður staður þinn, — sagði Bennu. — Þegar sálin þín þráir hvíld.

Bennu, vön þessum stað, brosti um leið innra með sér þegar hún sá Gembu óöruggan horfa á steinlausar hendur sínar, þverskornar fíngerðum ljósæðum.

— Með tímanum munt þú læra að fara milli líkama af eigin vilja, — sagði hún mjúklega, og rödd hennar hljómaði eins og hlýr kristall. — Svefn og vöku verða dyr. En mundu: þú mátt ekki dvelja of lengi í einu líkama. Hugurinn ver jafnvægið. Ef annað líkamann er vakandi of lengi, þá byrjar hitt, yfirgefið, að kalla á þig. Þreyta og syfja eru aðeins rödd hans sem biður um endurkomu.

Gembu kinkaði kolli. Honum fannst enn óeðlilegt að upplifa sig í líkama þar sem blóði var skipt út fyrir ljós.

Bennu leiddi hópinn sinn í Akademíuna, þar sem Jereniar og surrogatar lærðu hlið við hlið. Í dag ætlaði hún að kenna list skyndiflutnings, með því að nota forna gripi — Vísjónkristalla.

— Leitið ekki að kraftaverki í honum, — sagði hún með steininn í lófa sér. — Í honum býr engin galdur, aðeins speglun eigin ásetnings.

Ljós steinsins tók að skjálfa, og loftið í kring órnaði, líkt og vatnsyfirborð. Einn af öðrum hurfu nemendurnir, og á eftir þeim — Bennu sjálf.

Þegar rýmið safnaði sér aftur í heild, stóðu þau nú í háum turni Akademíunnar — einni hinna miklu bygginga Eridu. Hver turn tilheyrði eigin fylkingu eða gildi: surrogötum, drekarbornum, paladínum og öðrum. Á tindum þeirra glómruðu táknin — stjörnur, hringir og fornir merki.

Í anddyrinu ríkti hátíðleg kyrrð. Nemendur gengu inn í fyrirlestrasal þar sem Jereniar og kennari þeirra biðu.

Fyrir framan púlt stóð hávaxinn Jereniar í dökkri skikkju paladíns. Húfa huldi andlit hans. Þegar hann hóf mál sitt var röddin djúp og jafn:

— Ég fagna ykkur. Nafn mitt er Baihu. Mig hafa beðið að segja ykkur frá skipulagi samfélags okkar.

Hann þagnaði augnablik, eins og hann væri að hlusta á eigin hugsanir.

— Eins og þið vitið ef til vill þegar, tilheyri ég guðum reglu — þeim sem í vaknaði máttur guðanna. Spyrjið ekki hvernig það gerðist: sá vegur er ekki léttur og minningin um hann ekki til léttúðarorðræðu.

Hann gekk hægt meðfram púltinu. Skref hans endurómuðu í þögninni, eins og púls tíma væri allstaðar til staðar.

— Heimur okkar samanstendur af óteljandi myndum lífs. Við erum ólík — í ásýnd, mætti, sjónarhorni. Úr mismuninum fæðast ágreiningar og úr ágreiningum — átök. Svo hefur ætíð verið, ekki aðeins hér, heldur líka á Jörðinni. Við, rétt eins og menn, háðum stríð vegna kynþátta, hugmynda, steina eða frægðar.

Hann lyfti höfði — og í augum hans blikaði það hlýja, milda samúð sem einkennir vitra.

— En hugsið: enginn okkar velur hvar og í hvaða mynd hann fæðist. Jafnvel surrogatar — og fyrir þá er þetta ekki upphaf, heldur aðeins sjálfviljug framhaldslína. Og þeir, eins og allir, koma í heiminn án valfrelsis: án þess að velja líkama, ætt eða stjörnu sem sál þeirra opnast undir. Þetta er gjöf, ekki afrek.

— Ef svo er — á hvaða forsendum telur ein tegund sig hærri en aðrar? Hefur nokkur okkar valið blóð sitt eða ásýnd?

Hann gekk milli raðanna, og ljós frá glermyndum féll á skikkju hans í silfraðri rönd.

— Enginn fullkominn kynþáttur er til, — sagði hann. — Enginn fullkominn þjóðflokkur. Hver og einn okkar er mósaík af mistökum og opinberunum. Aðeins í fjölbreytileikanum býr jafnvægið.

— Þess vegna bið ég ykkur — virðið hvert annað, ekki af kurteisi, heldur af skilningi: þið vitið ekki hvaða veg sál náungans þurfti að ganga til að sitja nú hér við hlið ykkar.

Salurinn þagnaði. Aðeins andardráttur viðstaddra braut kyrrðina.

— Og eitt enn, — bætti Baihu við, — þröngvið ekki öðrum sannleika ykkar. Sannleikann vantar enga þjónustu. Hann þarfnast aðeins vitna.

Gembu spurði hikandi:

— Meistari... þá er örlög — það eru bara upphafsskilyrði lífsins?

Baihu brosti dauflega undir hettunni.

— Já og nei, — svaraði hann. — Örlög eru ekki kort, heldur hreyfing handar sem dregur þau. Skilyrði lífsins eru aðeins undirstaða. Á okkur hefur áhrif nafnið sem við fæðumst með, stjarnan sem logaði á þeirri stundu og andardráttur plánetunnar þar sem „ég" okkar hljómaði fyrst.

— Hjá surrogötum bætist við orka kristallanna sem þeir eru ofnir úr.

Hann gekk nær; rödd hans mildaðist, næstum trúnaðarleg:

— Skapgerð, veikleikar, dyggðir — allt fæðist áður en við sjálf fæðumst. Hluti kemur með blóði foreldra: þögn og reiði, ótti og hugrekki, minni ættar og skuggi mistaka hennar. Annar hluti — með sjálfri vef verunnar: líkamsforminu, skipulagi steinsins, duldum mynstrum sálar. Og bætið síðan við fæðingarstaðnum, andardrætti heimilisins, röddum þeirra sem voru nálægt á fyrstu dögum, tilviljanakenndum snertingum framandi örlaga — og þið sjáið: frelsið er minna en virðist, þrengra en við erum vön að trúa.

— En einmitt þar liggur leyndardómur leiðarinnar. Örlög halda okkur ekki föstum. Þau draga aðeins upp stefnu — og veita okkur heiðurinn að ganga hana með eigin skrefum.

Hann stanz-aði.

— Þetta er aðeins mín skoðun, — sagði Baihu. — Kannski munuð þið einhvern dag skilja hana á ykkar eigin hátt. Eða jafnvel kenna mér hvað sannleikur er.

Þögn.

— Ef engar fleiri spurningar eru — þá eruð þið lausir. Ég þakka ykkur fyrir athygli.

Nemendur risu á fætur. Ljós úr hvelfingunni smaug í gegnum þunna kristalla og féll á andlit þeirra — lifandi og steinrunnin, en jafnjafn einbeitt.

Gembu stóð þögull og fann nýja tilfinningu vakna í brjósti — djúpa og rólega. Hún átti sér enga mynd, en hún átti merkingu.

Og sú merking bar eitt nafn — skilningur.

Kafli 42. Goðsögnin um Baihu

„Aðeins sá sem hefur kynnst ótta getur snert ljósið.“

— úr munni Bennu, meistara Akademíunnar í Eridu

Þegar bekkurinn hélt í átt að hverfi surrogata, hvíslaði hvert og eitt þeirra um Baihu — veruna sem frægð sinnar hafði löngu farið út fyrir mörk Eridu. Um nafn hans svifu sögur: sumir sögðu að hann væri sá eini sem lifað hefði af orrustu við guðina; aðrir — að hann væri holdgervingur forns verndaranda, anda í mynd paladíns.

Bennu, sem heyrði þessar pískrandir, ákvað að bregðast við.

— Ég veit hvað þið hugsið, — sagði hún og sneri sér að nemendunum. Rödd hennar var lág, næstum játningakennd. — Betra að ég segi ykkur sannleikann um Baihu. En vinsamlegast, segið engum að þið hafið heyrt þetta frá mér.

Nemendurnir færðu sig nær. Loftið milli þeirra þénaðist af eftirvæntingu.

— Þegar Jera þekkti enn enga surrogata, — hóf Bennu, — var heimurinn sokkinn í endalaus stríð. En helsti óvinur allra þjóða var aðeins einn — drekinn Nidhögg, fyrsti og tignarlegasti allra svartra dreka, sem fæddi myrkrið sjálft.

Hann hataði sjálfa orku lífsins — svo mjög, að í vitfirringu sinni nagaði hann rætur Stóra trésins, uppsprettu allra heima. Enginn gat stöðvað reiði hans.

Og aðeins tveir guðir — Enlil og Marduk — gátu staðið gegn skrímslinu. Eftir mörg ár bardaga felldu þeir hann, og úr beinum hans reistu þeir fyrsta tákn reglunnar — borgina Eridu.

Bein Nidhöggs voru reist í einum salnum sem minning um frelsun heimsins.

En það sem síðar gerðist, reyndist enn skelfilegra.

Árin liðu. Heimurinn öðlaðist brothætt jafnvægi, en á meðal Jerenia hófust hvarf. Þeir, í hverjum vaknaði máttur guðanna, hurfu án ummerkja. Sagt var að útvaldir yfirgæfu borgirnar og yrðu frjálsir guðir. En enginn sá þá snúa aftur.

Á þeim tíma hélt Baihu, enn ungur að árum, ásamt félögum sínum út fyrir mörk Eridu til að leita sér familiara — verndaranda, án þeirra var ógerlegt að opna innsta mátt sálarinnar. En á meðan á veiðunum stóð, réðst eitthvað á þá.

Hundruð híméra, sem slitið höfðu sig lausar úr Eyðimörkunum, féllu yfir búðir þeirra. Næstum allir voru slitið í sundur.

Aðeins ein stúlka bjargaði þeim sem lifðu af.

Á enni hennar blossaði merki guðdóms; augun fylltust ljóma — og er hún hóf höndina, mælti hún:

— Farið burt!

Hímurunum var, eins og af ósýnilegum vilja, dreift í rofinn vindinn.

Svona birtist gyðjan Inanna í fyrsta sinn.

Hún bjargaði: Baihu, Fafnir, Ninmah, Skadi úr nornuættum, Narasimha og Demetru úr druíðum. Allir voru þeir henni þakklátir, en hjarta Inönnu þyngdist. Henni strituðu sýnir — brot úr öðru lífi þar sem hún sá sjálfa sig meðal annars heims.

Þegar orðrómur um mátt hennar barst til borgarinnar, komu Enlil og Marduk til hennar. Þeir skipuðu henni að þegja um minningar sínar:

— Þeir munu ekki skilja þig, barn ljóssins. Við útskýrum allt... en síðar.

Inanna hlýddi. En um nóttina birtist henni Anu — ljón með augu full af loga.

— Vertu á verði, — sagði hann. — Í hjarta Eridu þýðir það að vera guð — að vera útskýrð til dauða.

Ekki leið langur tími. Til Inönnu kom Fafnir, þungur á brún og neminn kvíða. Hann bauð henni að flýja — verða frjáls gyðja, yfirgefa borgina.

Inanna samþykkti.

Þeir sem hún hafði bjargað söfnuðust umhverfis hana — allir nema Ninmah.

Ninmah kom ekki. Hún virtist hafa vaxið fast við bókasafnið og verndarann Anu. Eftir það sem gerst hafði skorti hana afl til að stíga yfir þröskuldinn: óttinn hélt henni hér, í hljóðu helgidómi þekkingarinnar, eins og skugga bundnum við ljósið.

Um nóttina hittust þau heima hjá Ninmah. Þegar skref heyrðust á ganginum, leyndu gestirnir sér.

En um leið og Inanna steig fram til að athuga, fauk hurðin upp — og í dyrunum stóð hærður Enlil.

— Fyrirgefðu, — sagði hann lágt, — en svona verður best fyrir alla.

Hann dró sverðið.

Baihu, Fafnir og hinir ruddust út úr launsátri.

Baráttan varð örvæntingarfull, vonlaus: gegn þeim stóðu tveir guðir — Enlil og Marduk, guð stormsins. Dundur eldinganna, skær logi, öskur — virtist sem loftið sjálft hrópaði.

Inanna bað þá í ómældri örvæntingu að stöðva sig, en guðirnir heyrðu ekki. Þeir þoldu enga vitni að grimmd sinni.

Þegar sverð Enlils hófst yfir Baihu, gerðist eitthvað ómögulegt.

Sverðið hvarf — eins og leystist það upp í loftinu, og mátturinn sem guðinum tilheyrði rann yfir í hendur Baihu. Slík var orka uppljómaðs, vaknaðs guðs Baihu. Hann bar sverð Enlils á sinn gamla húsbónda.

Á enni hans blossaði merki.

Hann varð guð, fær um að taka kraft annarra guða með einu snertingi.

Marduk æpti og kallaði yfir þá ofsa reiði. Fyrstur féll Fafnir, en í augnabliki dauðans minntist hann einhvers — forns, framandi, eins og blóðkallið sjálft. Hann snerti bein hins dauða dreka Nidhöggs — og sameinaðist þeim. Slíkur var máttur uppljómaðs, vaknaðs guðs Fafnirs.

Fyrir gáttuðum augum Marduks reis svartur dreki. Hann gaf andstæðingnum ekki færi á að átta sig — og gleypti hann.

Borgin skalf.

Eftir þá nótt yfirgaf Inanna Eridu, varð frjáls gyðja og hvarf í fjöllunum. Fafnir, sameinaður líkama drekans, leitaði skjóls í hyldýpi. Skadi varð leiðtogi nornuættanna, Demetra — druíða, Narasimha — ráðgjafi hennar. Baihu, sem hafði tekið við mætti Enlils, varð guð reglu.

Bennu þagnaði. Rödd hennar varð mjúk eins og suð forns pappírs.

— Og samt, — sagði hún, — þrátt fyrir illverk þeirra, lifðu Enlil og Marduk áfram í minni fólksins sem bjargvættir. Því það voru einmitt þeir sem eitt sinn risu úr óreiðu og björguðu Stóra trénu frá Níðhöggr.

Einhver úr hópnum spurði lágt:

— En hvers vegna drápu þeir aðra guði?

Bennu svaraði, með augun niðurlút:

— Enginn veit það. En ég held... að það hafi verið af ótta við að missa völdin.

Kafli 43. Vopn ljóss og hold steins

„Mátturinn býr ekki í vopninu, heldur í hjartanu sem heldur á því. Steinninn er aðeins leiðari viljans, og viljinn — andardráttur sálarinnar.“

— úr fyrirlestrum Emily Lawrence (Bennu) við Akademíuna í Eridu

Þegar Bennu lauk frásögninni um Baihu, var bekkurinn þegar að nálgast hverfi surrogata. Í þann svip skein hvelfingin sem huldi Jera sérstaklega bjart: eins og sólin stæði lágt og geislar hennar gullnuðu turnana og vörpuðu löngum, gagnsæjum skuggum. Loftið titraði af hita, og úr fjarskanum barst jafn sláttur hamarshöggva — þaðan sem ný vopn fæddust.

Staðurinn sem kennarinn leiddi þau til var víðáttumikið skotæfingasvæði, umlukið veggjum úr gráum obsidían. Á veggjunum glomruðu rúnaletursins, og meðfram svæðinu stóðu skotmörk, líkt og lifandi: í kjörnum þeirra sló orka — eins og þau fyndu nálægð nemendanna.

— Í dag, — sagði Bennu, — munuð þið læra að skynja vopnið eins og eigin líkama.

Hún lagði fram fyrir nemendur undarleg tæki — eitthvað milli gamaldags muskettu og alkemísks gripar.

— Þetta er ekki vopn í jarðneskum skilningi, — bætti hún við. — Það andar ljósi ykkar, hlýðir vilja ykkar. Án innri orku er það aðeins tóm skel.

Nemendurnir — þar á meðal Noël í líkama Gembu — tóku tækin varlega upp. Í fyrstu heyrðust engin skot: aðeins smellir, brak og daufir blossar ómótaðrar orku.

Bennu brosti eins og innra með sér, því andlit hennar gat ekki sýnt það.

— Ekki flýta ykkur. Finnið — ekki neyðið.

Hún leiddi þau að löngum borði úr svarfærðum steini þar sem steinefni lágu — ametýstar, kristallar, agat, topasar — hvert andaði eigin ljóma.

— Snertið þá, — sagði hún. — En ekki með höndunum. Finnið hjarta steinlíkamans ykkar.

Þegar fingur surrogatanna svifu yfir steinefnunum fylltist loftið mjúku ljósi — ekki blindandi, heldur lifandi, eins og orkan sjálf hefði þekkt nýja húsbæi sína.

— Snúið nú aftur til vopnanna, — sagði Bennu. — Skynjið þau eins og steininn.

Að þessu sinni svöruðu vopnin. Í fyrstu með daufum blossum í hlaupinu, svo — með miðuðum hringjum, dregnum úr ljósryk. Hjá sumum — með fyrstu skotum, líkum fjarlægum þrumum.

Skotæfingasvæðið lifnaði við gný og hlátri: surrogatarnir skutu, prófuðu aftur og aftur, eins og í snúningi — og því meira sem þeir reyndu, því líflegra urðu hreyfingar þeirra. Þetta var ekki æfing, heldur næstum dans ljóss og steins.

Þegar fyrstu sigrarnir höfðu kveikt kjark í bekknum, leiddi Bennu þau að næsta borði, þakinu íhlutum.

— Áður en þið ráðið yfir mætti, verðið þið að skilja úr hverju hann er samsettur, — sagði hún. — Jereniar bíða ekki eftir kraftaverkum — þeir smíða þau.

Hún lyfti af borðinu litlum málmkúlu, alsettum smáum rúnumerkjum.

— Þetta eru snúningsrúna-hringir. Þeir þjóna sem hjarta orkunnar. Í þá eru settir steinar — hver með sínum eiginleikum. Hringirnir snúast meðfram hlaupinu, magna upp skotið. Því fleiri sem þeir eru, þeim mun kröftugra verður skotið. En munið: máttur krefst jafnvægis.

Gembu tók einn hringinn upp. Hann var léttur og kaldur, eins og hann andaði.

— Er þetta málmur Jera? — spurði hann.

— Já, — svaraði Bennu. — Við köllum hann visorít. Hann fæðist djúpt undir rótum Trésins, þar sem loftið syngur og steinarnir virðast anda draumi guðanna.

Nemendurnir settu saman vopnin: sumir smíðuðu langar rifflur, aðrir — tvíhlaðin bogvopn, og enn aðrir — blendinga úr málmi og ljósi.

Fyrstu skotin voru ófyrirsjáanleg: sum kölluðu fram eldblossa, önnur — kærandi hrím, og enn önnur — hljóðbylgjur sem brutu skotmörkin án snertingar.

Bennu stöðvaði þau ekki.

— Leyfið Jera að kynnast rödd ykkar, — sagði hún. — Og leyfið vopninu að muna hendur ykkar.

Síðar leiddi kennarinn þau upp á efri pallinn þar sem undir hvelfingunni flöktu kraftsvið.

— Nú nálægar viðureignir, — sagði hún. — Hér munuð þið læra að beita skildi og ljóssverði.

Á framhandlegg hvers surrogata festi hún kristal, næman fyrir hugsun og hreyfingu.

— Hugsið ekki um sverð, — sagði hún lágt. — Hugsið um það sem þið verjið.

Og úr loftinu, eins og af vatnsfleti, blossuðu form: skjöldur — hálfgagnsær, með fornum skriftum, og sverð — lifandi, breytileg í lit, eins og norðurljós.

Noël — í líkama Gembu — stóð og horfði á sverð sitt, og í fyrsta sinn fann hann eitthvað undarlegt: eins og það væri ekki hann sem héldi á sverðinu, heldur sverðið sem héldi á honum.

Seinna, þegar hvelfingin tók að dökkna, leiddi Bennu nemendurna í verkstæði surrogata. Það ilmdi af málmi og steinryki. Á veggjunum loguðu lampar með fljótandi ljósi.

— Þetta er staðurinn þar sem líkamann er hægt að endurskilgreina, — sagði hún. — Fyrir surrogata er ekkert ómögulegt: þið getið skipt um útlimi, styrkt burðargrindina, jafnvel breytt eiginleikum hjúpsins.

Hún leit yfir nemendurna.

— En munið: hjartað og augun eru heilög. Þau eru tengd jarðneskum líkama ykkar. Rjúfiði þá tengingu — deyja báðir.

Inn í salnum glomruðu ílát þar sem hlutar úr kvarsi og málmi flutu; hjá þeim — verkfæri fyrir næmustu orkuaðgerðir.

— Þetta eru rótarsnúrur — lifandi þræðir plantna, — sagði Bennu. — Með því að skipta þeim út má breyta færibreytum líkamans: auka styrk eða hækka liðleika. En þessir steinar — þeir eru til verndar.

Áður en þau fóru rétti hún fram lófa sinn. Úr útgeislun hennar smigu smáir ljósblöð — manípúrur.

— Þetta er orkugjaldeyri Jera, — sagði Bennu. — Með honum nærirðu líka líkama þinn. Aldrei eyðið honum hugsunarlaust.

Nemendurnir kink-uðu þreytulega kolli.

Bennu bætti lágt við:

— Dagurinn hefur verið langur. Tími til kominn að þið hvílist.

Hún sveiflaði hendi sinni með vísjón-kristalnum — og í loftinu opnaðist gátt: hringur ljóss og móðu, og í dýpi hans glitraði hvelfing Helgidómsins.

— Snúið heim, — sagði hún mjúklega. — Megi steinhásæti taka á móti ykkur til vökuvakningar.

Nemendurnir stigu einn af öðrum inn í ljósið.

Síðastur stóð Gembu eftir. Hann leit á kennarann og skyndilega skildi hann: augu hennar — eins og stjörnur speglaðar í vatni — óendanlega fjarlægar og óendanlega nánar.

— Meistari, — sagði hann lágt. — Er máttur... alltaf vopn?

Bennu hefði viljað brosa, en steinlíkaminn leyfði það ekki. Samt hljómaði mannleg mýkt í rödd hennar:

— Nei, Gembu, — svaraði hún. — Stundum er máttur aðeins hæfileikinn til að slá ekki til baka.

Hann kinkaði kolli og steig inn í gáttina, skiljandi eftir sig mjúkan andardrátt Jera og flökt steinlampanna.

Kafli 44. Ljós á húðinni

„Það eru snertingar þar sem guðir verða dauðlegir
til að minnast þess, hvers vegna ljósið var skapað."
— úr dagbókum Emily Lawrence

Morguninn hófst í regni — smáu, köldu, næstum gegnsæju eins og andardrætti draugs. London var sveipað gráum móðu; göturnar glitruðu af vætu og fyrir utan gluggana, í þokunni, blikuðu ljósarnir — eins og augu slumrandi engla.

Noël vaknaði aftur í mannslíkama sínum. Það fyrsta sem hann fann — var ekki þyngd steinsins, ekki suð tentakla, heldur léttleiki... næstum ókunnur. Hann reis varlega, leit á hendur sínar — venjulegar, mannlegar — og trúði um stund ekki að þetta væri raunverulega hann.

Samband Emily og Noël breyttist án þess að þau sjálf áttuðu sig á því. Stundum virtist tengingin eins og leikrit — þau léku kennslukonu og nemanda, frú og herra, og gleymdu hver þau höfðu áður verið. En undir þessum leik fæddist eitthvað stærra — andardráttur sem bandt sálir þeirra nær hvor annarri en orð gátu.

Emily gekk inn, með stílabók undir handleggnum og málband í hinni.

— Tími til að mæla, herra Noël, — sagði hún með léttu brosi, þar sem heyrðist ekki kokettería heldur hljóð, mild gleði yfir því að hann væri nærri. — Ef maður ætlar að vera maður, þá verður það að vera með reisn.

Hann kinkaði kolli. Þegar hún kom nær, virtist rýmið milli þeirra þéttast — fyllast af ósýnilegum andardrætti. Kuldinn frá málbandinu snerti öxl hans, síðan hálsinn — og leystist upp í yl fingra hennar. Hann vissi ekki hvað hann fann sterkast: snertinguna... eða löngunina til að hún hætti ekki.

Hreyfingar hennar voru stilltar, næstum fagmannlegar; en stundum dvaldi höndin lengur en þörf var á. Fingurnir liðu eftir úlnliðnum hans — mjúklega, eins og tilviljun, og þó var mildi heimsins falin í því. Hann greindi ilm húðar hennar — lifandi, hlýjan, eins og ljós fangað í rigningunni.

— Andið, — hvíslaði hún og tók eftir því að hann hélt niðri í sér loftinu.

Hann andaði frá sér — hægt, eins og hann sleppti einhverju meira en einföldum andardrætti.

Þegar hún hafði lokið mælingunum, tók Emily skref aftur á bak:

— Svona. Nú ert þú næstum maður, herra Noël.

Hún brosti þreytt og mjúklega — og gekk út.

Noël stóð kyrr. Á húð hans, þar sem fingur hennar höfðu farið, hélt enn það yl sem hvorki var hægt að mæla í tíma né á mælistiku.

Seinna kom hún aftur með innkaupapoka. Á stólnum hrúgaðist fínstillt stafla af fötum: skyrtur, vesti, dökk jakkaföt, frakki, hattur og einfaldir leður-skór með reimum — áreiðanlegir, eins og hvert skref í þokusloppnum í London.

— Prófaðu, — sagði hún. — Ég reyndi að ímynda mér hvernig þú værir hefði þú fæðst í London.

Hann klæddist. Í fyrsta sinn snerti efnið húð hans ekki sem eitthvað framandi heldur sem eitthvað heimkynna-samt. Í speglinum stóð maður.

— Þetta... er ég? — hvíslaði hann.

Emily kinkaði kolli:

— Þetta ert þú, eins og Skaparinn sjálfur hefði kannski séð þig.

Hún leiðrétti kragann hans.

— Förum. Borgin bíður.

Um daginn gengu þau um göturnar. Fyrir Noël var allt nýtt — blaut hellulögð stræti, kaffilykt, hvinur hestvagna, kliður fólks. Fólkið gekk framhjá honum án þess að veita honum athygli — og í því fólst hamingja.

Emily sýndi honum sín uppáhalds-staði: bókabúðirnar við Strand, brúna yfir Thames, St. James's-garðinn þar sem kastaníur glömruðu í regninu.

— Hér hugsa ég oft, — sagði hún. — Borgin getur verið grimm, en stundum hlustar hún.

Noël gekk við hlið hennar, strauk sverðaða handriðin, eins og hann ætlaði að ganga úr skugga um að allt þetta hyrfi ekki við snertingu.

Við horn Fleet Street, við dyrnar að gistihúsi, sat maður í flíkum, með flösku af ódýru brennivíni. Noël þekkti hann samstundis.

— Þetta... er Edward.

Emily sneri sér:

— Þekkið þið hann?

— Bróðir Richards og Beth...

Edward lyfti höfðinu:

— Hver ertu, drengur? Annar predikari? Farðu þína leið.

Hann reyndi að rísa á fætur, en seig niður á blauta steinana. Emily ætlaði að stíga nær, en Noël stöðvaði hana.

— Við getum ekki bjargað öllum, — sagði hún lágt.

Hann horfði á regnið þvo óhreinindin af andliti mannsins.

— En samt... sárara er að sjá falla þann sem eitt sinn bar ljós.

Skömmu síðar, í þvergötu, mættust þau og mister John Harper, eigandi gamallar bókasafnar — geðfelldur maður, hávaxinn, ljóshærður, með blítt bros. Við hlið hans gekk kona hans, Catherine — fáguð, þótt svolítið gleymnileg — og sonur þeirra, Charles, drengur með gullna lokka og bók í hönd.

— Miss Lawrence! — kallaði Harper. — Hvílík heppni!

Hann hneigði sig einlægt ánægður.

— Við höfum saknað yðar í klúbbnum. Við fengum ný útgáfu — Dickens, Thackeray; jafnvel sjaldgæfan texta — *Dombey and Son*. Allir sakna hnyttinna athugasemda yðar.

Emily brosti dálítið vandræðalega:

— Því miður hef ég haft allt of mikið að gera undanfarið.

Harper kinkaði skilningsríkur kolli, en augun héldu hlýjunni:

— Ég skal játa: í klúbbnum eruð þér eina konan; ef til vill sakna herrarnir umræðna yðar meira en bókanna sjálfra.

Catherine hóstaði mjúklega, og Emily hló:

— Mister Harper, þér gangið hættilega réttu milli fræðimanna og lífsins sjálfs.

Hann hló með, og snéri sér síðan að fylgdarmanni hennar:

— Er þetta vinur yðar?

— Já, — svaraði hún rólega. — Góður vinur minn. Leyfið mér að kynna: mister Nathanoël Whitmore.

Noël hneigði sig — dálítið óvanur, en með reisn.

— Gaman að kynnast, — sagði Catherine brosandi. — Vonandi hafið þér yndi af bókum.

— Ég... er að læra, — svaraði hann heiðarlega.

— Þá eruð þér í öruggum höndum, — sagði Harper. — Miss Lawrence getur umbreytt jafnvel steini í skáld.

Allir hlógu.

Áður en þau kvöddust buðu Harpers þau í kvöldverð á laugardag; Emily þakkaði og lofaði að svara síðar.

Um kvöldið fylltist herbergið af ilm af pappír, tei og rigningu. Emily skrifaði í stílabók við ljós lampa; Noël stóð hjá arninum þar sem glóðir glitruðu eins og lifandi.

— Er yður kalt? — spurði hún.

— Nei. Bara... veit ekki hvernig ég á að vera ég sjálfur.

Hún gekk nær. Mildur ilmur ilmvatns hennar blandaðist rigningarfersku loftinu.

— Þér hafið breyst, — sagði hún. — Einu sinni var allt í kringum yður kalt. Nú — ekki.

Fingur hennar snertu hönd hans — varla, en með merkingu. Hann hélt í þá.

— Emily... — hvíslaði hann.

Hún horfði beint á hann, óhrædd. Og orðið „löngun" hætti að vera líkamlegt — það varð að ljósi.

Hún brosti:

— Ef maður ætlar að vera maður, — sagði hún, — þá ekki aðeins í klæðnaði.

Og þetta bros var eins og ljós fyrir luktum augnlokum: ekki snerting, heldur minning um hana.

Kafli 45. Bergmál fylgdaranda

„Hver andi leitar spegils í öðrum.
En aðeins sá sem heyrir eigin bergmál — verður lifandi.“
— úr krónikunum um Jöru, úr rollunni „Um tengsl ljóss og skugga“

Vaknaðir í Jöru safnaðist allur bekkur staðgengla aftur á skotvellinum. Nú hafði hver og einn valið sér vopn eftir eigin hendi: sumir — sverð, aðrir — byssu, enn aðrir — spjót sem minnti á forna gripi guðanna. Eftir að vopnin höfðu verið útdeild voru þeir leiddir að somrófögunum — tækjum sem gátu flutt meðvitund þeirra inn í ímyndaða heima, þar sem þjálfanir voru næstum jafn hættulegar og raunveruleikinn sjálfur.

Í sumum þeirra veiddu þeir dreka, í öðrum hröktu þeir áhlaup kímera, og í þeim þriðju börðust þeir við ginnungaanda, drauga og fornar bölvanir. Markmiðið, að sögn Bennú, var eitt: að læra að starfa sem ein heild — ekki sem tilviljanakenndur hópur skapaðra vera, heldur sem andardráttur eins líkamans. Þannig hófst undirbúningur þeirra fyrir fyrstu leiðangursferðina — leitina að fylgdaröndum, anda-félögum sem enginn staðgengill gat orðið fullburða stríðsmaður og útdrifari án.

Þegar þjálfunum lauk safnaði Bennú þeim í sal þar sem veggirnir glitruðu mjúku ljósi og mælti:

— Ég yfirgefi ykkur um stund. Þjálfið ykkur án mín. Brátt munuð þið ganga inn í heim þar sem veikleiki er ekki refsað með orðum, heldur dauða.

Þegar Bennú sneri aftur tók hún eftir breytingum — staðgenglarnir hreyfðu sig nákvæmar, töluðu hóflegra. Hreyfingar þeirra minntu á helgisið þar sem hvert skref var viðbragð við andardrætti hins. Hún ákvað: tíminn var kominn.

Í fyrsta sinn myndu þeir yfirgefa borgina. Leiðangurinn átti að fara í gegnum óteljandi heima þar sem fylgdarandar dvöldu. Hver hafði fyrirfram ákveðið hvaða anda hann leitaði: dýrs, ginnungs, dreka eða verndara. Ef fleiri en einn sækjast eftir sama fylgdarandanum lá ákvörðunin hjá Bennú. Svo hljóðaði lögmál ferðarinnar. Þeir sem lögðu af stað einir dóu nær alltaf.

Þess vegna var leiðin skipulögð með nákvæmni sem jafngilti einu andardrætti: hvar skyldi stoppa, hvaða hlið skyldi fara um, hvar gildrur biðu. Á leiðinni söfnuðu þeir sjaldgæfum auðlindum — lifandi kristöllum, fræjum úr öðrum tímum, perlum úr fornum kóralbrotum sem höfðu gleymst um árþúsundir. Jara kunni vel að meta þessi gjöf — léttur fengur fyrir þá reyndu, glötun fyrir ofdirfskuna.

Bennú, sönnum leiðsögumanni líkast, flutti hópinn með víxlflutningi: ljósblossi — og heimurinn breyttist. Þeir fóru um sandflæður Sargandrs, þögla skóga þar sem steinrunin tré önduðu, og að lokum inn í Hagalas — heim hinna dauðu, þar sem jafnvel vindurinn hljómaði sem andardráttur hinna horfnu. Talið var að verndara væri nánast ómögulegt að finna í Hagalasi: allt of mörg bölvunarmyrk, ginnungaandar og draugar, og allt of lítið af lífi.

En jafnvel þar kunni Bennú ekki til ósigurs. Hún hreyfði sig eins og myrkrið sjálft — óbrigðul, hröð, án þess að skilja eftir bergmál. Sverð hennar söng lágt, líkt og úr djúpum eilífðar, og klauf lík anda án þess að snerta loftið. Hvert handtak var meitlað úr bæn.

Þegar síðustu andarnir leystust upp í ísköldum hringiðu, breiddi fylgdarandi út vængi sína að baki hennar — dreki úr hrími og ljósi, ofin úr andardrætti norðanáttar og brotum af himinkristalli. Hann geltir ekki — aðeins horfði með augum án sjáaldra, þar sem fallnir spegluðust. Þegar hann gaf frá sér djúpan og langan gný hristist hin dauða jörð og ísinn undir fótum Bennú ljómaði fölblár. Andarnir, sem þorðu að nálgast, breyttust í duft.

Nemendur stóðu í skugganum, agndofa. Í henni sáu þeir ekki konu, ekki staðgengil, ekki stríðsmann — heldur örlög úr steini höggvin. Gembu gat ekki litið annað en horft. Hann fann hvernig kuldi krafts hennar fór gegnum steinhold hans og snerti hjörtu hans.

Ekki ótti, ekki aðdáun — heldur eitthvað eldra: viðurkenning. Svo sem hafið horfir á storm, vitandi að bæði spretta úr sama upphafi.

— Þetta... er fylgdarandi þinn, — hvíslaði hann varla heyranlega.

Í þessari ferð fundu þeir hlið til mannheima. Skuggar teygðu sig út úr því — illir andar sem sóttust eftir að sleppa. Bennú skipaði að eyða hliðinu.

— Enginn má ganga þar í gegn, — sagði hún. — Líf og dauði verða að þekkja sín mörk.

Þegar röðin kom að Gembu fór allt á annan veg. Hann leitaði ekki frægðar og þráði ekki mátt, máttarins vegna. Honum var sama hvaða fylgdaranda hann fyndi — hann virtist aðeins uppfylla skyldu. En enginn andi vildi tengjast honum. Þeir gengu inn í líkama hans, leystust upp — og hurfu, án þess að skilja eftir spor. Hvorki styrk, né tengsl, né einu sinni bergmál.

Bennú gat ekki skýrt það. Jara hafnaði ekki hinum sköpuðu. Það þýddi eitt — Gembu var ófær um að vekja mátt útdrifara, því fylgdarandi er fyrir þá andardráttur sálarinnar, vopn gegn myrkri.

Í síðasta víxlflutningnum rakst hópurinn á aðra staðgenglahóp — ferðalanga sem komu að sama erindi. Meðal þeirra var Ríkhardur — í líkama staðgengils, ungur maður sem dreymdi um að verða vígslumaður ljóssins. Augu hans loguðu af trú og jafnvel Hagalas virtist beygja sig fyrir honum. Þennan dag hlaut hann fylgdaranda sinn — Verndara, ljósanda fæddan úr kristölluðum andardrætti lifandi orku.

Mánuði síðar, eftir tugi víxlflutninga milli heima, höfðu allir nemendur Bennú fundið fylgdaranda sína. Allir — nema Gembu.

Bennú bar þetta undir Anu, einn hinna frumstæðu. Hann þagði lengi, svo mælti hann:

— Í þessari veru búa tvö hjörtu. Annað — gleypir, hitt — speglar. Tvær meðvitundir og tvö upphaf lifa í honum. Hann verður ekki heill fyrr en annað þeirra hverfur.

Þessi orð féllu sem dómsorð.

Kafli 46. Svefn ljóss og ösku

„Þeir kallast lifandi, en búa meðal skugga.

Andardráttur þeirra er bæn, vegur þeirra — milli dauða og dögunar.“

— úr krónikunum um Uroboros-regluna, rollu „Um endurkomu ljóssins“

Liðinn var mánuður. Bekkur Emilíu — nú þegar viðurkenndur bardagasveit — hafði fengið sitt fyrsta opinbera verkefni sem deild útdrifara. Skilaboðin komu frá Ráðinu: í norðurskógunum hafði opnast hlið, og þaðan fóru vondir andar að brjótast út.

Á staðinn komu ekki aðeins nýliðar, heldur einnig öldungar — gráir sem aska, menn sem höfðu hreinsað tugi borga og landa. Meðal þeirra var sveit Emilíu Lórens, þó hennar sæist ekki: sögusagnir hermdu að hún sinnti sérstöku erindi Reglunnar.

Ekipágar stöðvuðu við skógarröndina. Þoka lá við jörð og deyfði skref. Greinar, þaktar hrími, teygðu sig til himins eins og þær biðju guði um frið. Útdrifararnir stóðu í fylkingu — í ströngum svörtum einkennisbúningum. Þegar skipunin hljómaði, losaði einhver um bindi, annar renndi upp ermunum: köld form hurfu, eftir stóðu lifandi bardagamenn.

Skógurinn andaði með þeim. Fram undan blossuðu rúnahringir — einherjar kölluðu fram gripi sína. Vopn breyttu um svip með leifturhraða: spjót urðu að sverðum, sverð að hamrum, skjöldur að ljósangursarmum. Hvert handtak var nákvæmt, eins og það væri þegar skrifað í örlagarulluna. Rúnir loguðu hvítum eldi og loftið söng, stinnt eins og strengur.

Pýrómanar kölluðu fram elddreka: andardráttur þeirra brenndi allt myrkt. Þeir lokuðu óvinunum inni í eldmúr, og þeir, öskrandi, urðu að ösku. Asúrarnir — hermenn reiði og elds — sveifluðu glóandi sverðum; högg þeirra skildu eftir brennandi springur, eins og sprungur í sjálfri veröldinni. Eldbundnar fjötur, kallaðar fram með göldrum þeirra, fjötruðu andana og sviptu þá mætti.

Norrar, arftakar drekaræddra, kölluðu á verndara íss — og loftið rifnaði af kulda. Úr tómleikanum, líkt og úr dýpstu hjörtum útdrifaranna, blossuðu fram skuggalegar draugamyndir dreka — fyrst þoka og ljós, síðan bein og ísskél. Þeir tóku form á einni svipan, breiddu út vængi eins og fæddir af andardrætti vetrarins. Jörðin stífnaði. Úr lófum norranna skóru leiftur, og ísskífur hjuggu í óvini líkt og drekarnir sjálfir beindu högginu.

Nekrómantar reistu heri af skuggum. Úr galdrhringjum risu verur — dauðar sem börðust við dauða. Að utan virtist eins og dauðinn sjálfur dræpi eigin spegilmyndir. Druídar, umluktir grænum ljóma, leiddu lifandi orku náttúrunnar. Rætur rifu sig upp úr jörðu og fléttuðu sig utan um andana. Vopn þeirra — vídjaja, sveigtur bogasverð — söng og dreifði burt myrkrinu. Í dýralíki hreyfðu drúídar sig með fágun rándýrs; högg þeirra voru hljóðlaus og banvæn.

Og yfir öllu þessu skínandi stóðu paladínar. Þeir voru aðeins tveir — Ríkhardur og félagi hans úr annarri borg. Þeir gengu sem himneskir riddarar, með helgihring yfir höfði og vængi ljóss að baki. Brynjur þeirra voru smíðaðar ekki úr málmi heldur úr hreinni orku. Ljósið á sverðum þeirra blindaði jafnvel fornar bölvanir. Þegar þeir ruku til himins skildu þeir eftir sig blossandi leiftur — líkt og sjálf himinblessunin fylgdi þeim til orrustu.

Orustan stóð skemur en hálfa stund. Gúlir, maríðar, ifrítar, draugar, bölvanir — allt var gereyðilagt. Jörðin fylltist lykt af ósoni og ösku. Þegar síðasti andinn leystist upp hófu útdrifararnir að safna steinum — fangelsum fyrir sálir ginnungaanda. Samkvæmt fornum lögum skyldi orka þeirra innsigluð, svo enginn þeirra endurfæðist í Hagalasi. Steinarnir voru kaldir sem ís og í þeim flökti daufur glampi deyjandi krafts. Þeir voru afhentir stofnuninni til að halda jafnvægi milli heimanna.

Hliðið, þaðan sem skepnurnar brutust út, var eytt. Hin hliðin var skotin með samþjappaðri orku — og það sprakk, líkt og spegill, og endurspeglaði eigin tortímingu. Þegar öllu var lokið sneru sveitirnar aftur að ekipögunum.

En einn af nemendum Bennú kom ekki aftur. Ífrit hafði, í síðustu reiðibylgju, stungið hjarta hans. Á Jöru, í musteri staðgengla, stóð steinlíkaminn — ílát bundið hinum fallna. Á þeirri stundu slokknaði taugarótarkerfið og líkaminn klofnaði og molnaði. Paladínar sem stóðu hjá hófu hljóðlausir að safna brotunum, til að reisa minnismerki um fallna bróður.

Á Jörðinni var lík nemandans varlega borið að ekipagi. Vagnstjórar drógu fram sprota með silfurklukkunum. Fylgdarmenn slógu þeim þrisvar í jörðina — og hljómurinn fyllti skóginn. Allir útdrifarar hneigðu höfuð og huldust höndum. Mínúta leið í þögn. Aðeins vindurinn snerti klukkurnar og hljómandi söngur þeirra virtist enduróma í hverri sál.

Í lok helgisiðarins slógu spyrjurnar í jörðina enn einu sinni — stutt, djúpt, sem innsigli örlaganna. Svo hljóðaði hefð Reglunnar. Lík hinna fallnu voru send í Hið Mikla Hvelfi — musteri minninga, þar sem einu sinni á ári eru tendraðar kerti til heiðurs þeim sem féllu við að hreinsa heimana af myrkri.

Kafli 47. Bergmál á Þokugötunni

„Sá sem snertir sál annars, skilur eftir glampa af sinni.

Svo verður minning eins að byrði annars — og í slíkri fæðingu samúðar eru engir saklausir.“

— úr dagbókum Emilíu Lórens

London — borg þar sem kvöldin lykta af bleki, kolum og regni. Steinbrýr hennar geyma spor þeirra sem löngu eru gleymdir, og gluggar gamalla húsa glóa eins og sálir sem þrá ekki hvíld.

Einmitt hér, í gamla hverfinu við Tempsána, bauð Emília Lórens Noëlí fyrsta sinn að fylgja sér í bókaklúbb.

— Þú lítur of oft á heiminn með sársauka sem linsu, — sagði hún og festi hanskann. — Stundum lækna bækur betur en læknar.

Noëlbrosti efins, setti á sig slánna.

— Ef í þeim er minna blóð og meira innihald — þá kannski.

Húsið þar sem klúbburinn kom saman stóð á horninu við Þokugötuna. Litríkir gluggar þess glitruðu eins og augu gamals klausturs.

Inni ilmti af pappír, tei, lavender og — dálítið — tíma. Herbergið var stórt, upplýst af lömpum með rauðum silkiskermum. Á hillum stóðu bækur með gylltum hryggjum, og á veggjum héngu portrett höfunda, eins og þeir fylgdust með deilunum.

Við kringlótta eikarborðið höfðu safnast saman fræðimenn, rithöfundar og ung skáld. Emília, hógvær og einbeitt, vakti fljótt virðingu. Hún talaði lítið, en hvert orð fór beint í mark.

Noëlsat hjá henni, þögull og dálítið til hliðar, hlustaði — á þann sem deildi um siðferði í skáldsögum og annan um hvort sannleikurinn ætti að vera fagur. Í loftinu svifu ilmur af kaffi og gömlum vaxi.

Umræðurnar voru líflegar: greind var saga um mann sem missti trúna, en fann hana aftur í einföldu verki miskunnar.

— Hann er of göfugur til að vera raunverulegur, — sagði aldinn bókmenntafræðingur.

— Eða kannski á raunveruleikinn ekki skilið slíka menn, — svaraði Emília og vakti léttan hlátur og samþykki.

Noëlleit á hana — hljótt, þakklátur. Í honum glampaði eitthvað sem hann hafði næstum gleymt — tilfinningin um að heimurinn gæti enn verið mannlegur.

Þegar klukkan sló níu, þagnaði samtalið. Hlátur, klæðishljóð og klingjandi bollahljóð fylltu herbergið — allir voru að búa sig til brottfarar. Einhver geispaði, annar las síðustu línu upphátt.

Og þá — hljómur.

Glas rann úr höndum unga skáldsins, mr. Allens, og brotnaði á parketinu.

— Fjandinn! — hrópaði hann og beygði sig. — Hendur mínar svíkja mig alltaf á ögurstundu.

— Ekki vandamál, mr. Allen! — sagði varsunnum prúðmenni. — Ljóð þín eru mun sterkari en fingurnir þínir.

Allir hlógu. Hláturinn var hlýr, án háðs. Emília brosti — mjúkt, mannlega.

Mr. Allen beygði sig og safnaði brotunum. Eitt þeirra skar í fingur hans — hann brá við, missti brotið, og blóðdropi varð eftir á brúninni.

Noëllækkaði sig þögull til að hjálpa. Hann tók upp sama glerbrot — litast af blóði Allens.

Og á þeirri svipan er fingur hans snertu það, þar sem glampi af annarrar manneskju blóði sást, hvarf heimurinn.

Fyrir augum hans þutu myndir — hratt, skærar, eins og kvikmynd af annarri lífssögu. Barn að leika í regni; móðir syngjandi vögguvísu; fyrsta ástin; fyrsta sársaukafulla svekkelsið; bækur skrifaðar í trega; einmanaleiki, ótti — og allt til kvöldsins sjálfs. Hvert augnablik var lifað eins og andardráttur.

Svo — myrkur.

Noëlkippti hendinni til sín. Loftið streymdi inn í brjóst hans, eins og eftir langa köfun. Emília sá að hann skalf.

— Hvað er að þér? — spurði hún lágt.

— Ekkert, — svaraði hann of hratt. — Bara ímyndun.

Úti rigndi létt. Ljósastaurar spegluðust í blautum steinunum. Þau gengu þögul, og aðeins skref þeirra og suð regnhlífar Emílíu fylgdu þeim.

Við árbakkann stansaði Noël.

— Emília... Ég verð að segja þér eitthvað.

Hún sneri sér við. Í augum hennar var engin undrun — aðeins ró.

Noëlandaði djúpt.

— Ég sá líf hans, líf Allens. Frá vöggu til þessa kvölds. Á einni svipu. Ég veit ekki hvað þetta var — sýn, gjöf... eða bölvun.

Emília horfði án orða; í svip hennar var enginn ótti, aðeins samúð.

— Og þú heldur þetta hafi komið eftir...

— Eftir umbreytinguna? — skaut hann inn og kinkaði kolli. — Já. Kannski. Eða það var í mér alltaf. Bara sofandi.

Hún kom nær. Rödd hennar mild og varla hærri en hvíslið:

— Þá kannski opnar Jara í okkur það sem við höfum alltaf verið. Hitt eru aðeins speglar.

Hann leit á hönd hennar sem snerti hanskann hans. Heimurinn var kyrr, aðeins áin kraumaði niðri.

— Ef að sjá líf annarra er gjöf, — hvíslaði Noël, — hvers vegna finnst mér þá eins og ég glati mínu eigin?

— Vegna þess að samúð krefst alltaf fórnar, — svaraði Emília. — En sú fórn er manneskjuleg.

Þau stóðu í regninu. London glitraði í birtu, og einhvers staðar í þokunni slógu bjöllur þungt.

Þennan kvöldvöku skildi Noëlí fyrsta sinn: fortíð annarra getur orðið spegill eigin sálar.

Kafli 48. Þegar stjörnurnar skulfu

„Það kemur stund þegar jafnvel stjörnurnar halda niðri í sér andanum

—

í bið eftir því sem þegar er hafið.“

— *úr rollum fornu sjáendanna*

Þegar Gembu vaknaði aftur á Jera, safnaði Bennu bekk sínum við rót Eridu-turnsins. Nýr áfangi þjálfunar þeirra var hafinn. Nú átti hver og einn að starfa sjálfstætt — framkvæma erindum Ráðsins og færa heiminum gagn. Slík þjónusta var umbunuð með manípurum — orkublöðum sem glitruðu líkt og stjörnur. Verkefnin voru margvísleg: öflun gulls og sjaldgæfra steinda, veiðar á dreka til að afla steina fyrir staðgöngur, leit að fornum gripum, þátttaka í leiðöngrum — í nafni vísinda, anda og minningar.

— Héðan í frá eruð þið bæði staðgenglar og útrekstrar, — sagði Bennu og stóð frammi fyrir þeim. — Þetta er ekki einungis skylda, heldur verð fyrir nýtt líf. Heimurinn kallar á jafnvægi: fyrir hvert andardrátt þarf að borga með verki.

Með þeim orðum lét hún þau laus — frjáls, en bundin þjónustueiðnum.

Á einu verkefnanna, þegar sveit Gembu veiddi dreka í norðursöndum Jera, röktu þau spor hóps útlagara — verur af ýmsum kynþáttum. Útlagarnir pyntuðu fanga af grimmdarsemi, fanga sem allir voru af hinum. Slíkt sjónarspil var ekki óalgengt í miskunnarlausum heimi Jera.

Gembu gat ekki staðið hjá. Steinhjarta hans skulfu, og hann gekk fram.

— Við verðum að stöðva þá, — sagði hann.

En félagar hans skiptu á sér augnaráðum og hörfuðu. Þeir vildu ekki blanda sér í málið.

Gembu stóð einn. Hann lyfti vopni sínu og hóf skothríð. Orku-skot úr ljómandi kvarsi skáru loftið líkt og slóðir fallandi stjarna. Nokkrir útlagar féllu, en hinir fundu fljótt áttina. Þeir náðu honum og rufu sig yfir einangraðan staðgengil af bræði. Höggin splundruðu brynju hans, rifu burt flísar, steinninn brast — en Gembu stóð, þar til hróp hljómaði.

Það var ekki neyðarhróp — heldur aflhróp. Hljóð fætt úr djúpi sálarinnar, sem hrundi yfir rýmið í öldu hreinnar eyðingar. Loftið blossaði í silfruðu ljósi; gripir útlaga breyttust í duft, famíliarar leystust upp eins og reykur.

Hrínið kom frá stúlku af hinum. Augu hennar loguðu og hjarta hennar brann eins og kristall í tunglskini. Á enni hennar birtist ljósþyrill — merki vöknuðrar særenu. Með hverri sekúndu braut hróp hennar ekki aðeins álög, heldur sló sundur fjötra örlaganna sjálfra. Hægri hönd hennar skalf; frá litlafingri brast geisli og fingurinn hvarf, umbreyttur í hreina orku — fórn færð fyrir máttinn.

Henni þreifst, en hún brotnaði ekki; særan féll niður við hlið Gembu. Lófi hennar skalf, en hún rétti fram hönd sína. Hann reis, veikur í fótum. Augu þeirra mættust — tvær verur úr ólíkum heimum, bundnar einni neistaflöktandi tengingu.

— Þakka þér, — sagði hann lágt.

Hún kinkaði kolli. Þeir sem voru með henni, af kyni hinna, beygðu sig fyrir Gembu í þakklætisvotti og hurfu svo — orðalaust — í flöktandi ljósi sandsléttunnar.

Á heimleið sá særan — hún hét Nía — mynd ganga hægt á móti þeim. Það var Silat — eitt af elstu sköpunum djinna, vera sem hafði visku þúsunda ára. Hann líktist manni, en augun glitruðu sem fljótandi silfur og endurspegluðu ekki heiminn, heldur hugsun heimsins.

Nía gekk nær og tók hendur saman; hún talaði á táknmáli — fornu, hljóðlágu eins og bæn vindsins. Silatar skildu það mál: það var eldra en sjálft mannlegt tal.

Silat hneigði lítillega höfuð.

— Særan Nía, — sagði hann hægt, — Silat heilsar þér. Silat finnur: særan leitar svars. Silat veit margt og mun segja margt.

— Segðu mér, vitrasti, — svaraði hún, — hvað það er sem ég vil spyrja þig um?

Silat brosti lítillega.

— Silat veit: særu trufla minningar hennar sem hún fékk með kraftinum. Þetta er ekki lygi minnisins, heldur mark fyrra lífs.

— Bið ég þig, segðu mér, — sagði Nía.

Hann lokaði augunum og rödd hans hljómaði sem klukka undir vatni:

— Þekkingin sem þú leitar getur breytt gangi Jera og allra heima. Vill særan heyra, þrátt fyrir viðvörun heiðarlega Silats?

— Já, — svaraði hún staðfast. — Ég bið.

— Í fyrra lífi, — sagði hann, — elskaðir þú. Og þú munt mæta honum á ný.

— Hvernig þekki ég hann þegar ég sé hann?

Silat leit til himinbólsins, þar sem fjólublár halastjarna skar myrkinn.

— Hann mun hafa fjögur augu:

tvö — augu demóns,

tvö — augu dýra: snáks og úlfs.

Nía laut höfði og fann fyrir kvíða kreista hjarta sitt.

— Ég þakka þér, vitrasti Silat. Þú hefur varpað ljósi á skugga sálar minnar.

— Silat var ánægður með samtalið, — sagði hann brosandi. — Silat óskar þér blessunarvegar og örlagna — sem ekki verða að einskis.

Hann hvarf í loftið og eftir stóð silfraður hringvindur og ilmur forns gróðurs.

Nía og fylgdarmenn hennar héldu heim — þangað sem hafið syngur fornar sögur.

En Gembu, eftir að hafa snúið aftur til Eridu, flýtti sér í smiðjuna til að laga líkama sinn og fór síðan til Bennu.

Borgin var í uppnámi: íbúar Jera og staðgenglar hlupu um göturnar; heyra mátti hróp, stunur, bænir. Ótti lá í loftinu — eins og Jera sjálf héldi niðri í sér andanum.

Gembu stöðvaði palladín og spurði:

— Hvað er að gerast?

— Allir eru í örvæntingu vegna nýrrar spádóms, — svaraði sá og lækkaði röddina. — Sagt er að ske muni endi tímabils.

— Endi tímabils?..

— Allt hófst með því að menn sáu Fafnir — sama sem eitt sinn öðlaðist afl guðs. Hann, í mynd svarts dreka, sást við Gíjól-klettinn á eyjunni Lingve í miðju Amsvartnir-vatni. Þar fann hann hina fornu keðju Gleipnir — þá sömu sem eitt sinn hélt Völgrím í böndum. Fafnir vafði henni um háls sér og afl keðjunnar braut reiði hans.

Palladíninn þagnaði um stund og bætti svo við:

— Síðan sást hann í Hagalasi, meðal rústanna í heimi hinna dauðu. Sagt er að hann hafi snert bein Völgríms og Sargands — og drukkið mátt þeirra. Vindurinn leikaði um skikkju hans, eins og andardráttur vaknaðs skrímslis.

— Í spádóminum segir, — hélt palladíninn áfram, — að þeir, Völgrím og Sargand, muni rísa aftur — sem boðberar Annars Mikla Sundurs.

Gembu hélt frá smiðjunni til Eridu-turnsins. Hann fann Bennu á efri svalanum. Hún stóð við glerhvelfinguna og horfði yfir borgina.

— Bennu, — sagði hann án afláts, — niðri segja menn að Fafnir sé snúinn aftur... og að hann hafi tekið í sig afl fornu skrímslanna.

Hún sneri sér við. Ljósið úr hvelfingunni glitraði í kristöllum líkama hennar.

— Kannski eru þetta aðeins sögur, — svaraði hún rólega. — En ef þetta er satt, þá á það að gerast. Spádómar eru hvorki dómar né tilviljanir. Við ráðum ekki því sem stjörnurnar hafa ákveðið.

Kafli 49. Blóm úr þögn

„Stundum segir snerting meira en játning.
Og þögn milli tveggja — hærra en nokkurt orð.“
— úr dagbókum Emily Lawrence

Morguninn var óvenju kyrr. Lundúnir vöknuðu hægt, vafðar í þoku og ilm af nýbökuðu brauði. Mjúkt ljós seytlaði inn um gluggana og féll á stóla, bækur og kaldar marmaragluggakistur. Í húsi Emily og Noël ríkti blíð, heimilisleg ró — sú sem fæðist af trausti og óorðinni nánd.

Emily stóð við fataskápinn og valdi Noël vesti og yfirhöfn.

— Í dag förum við til Harper-fjölskyldunnar, — minnti hún á og leit yfir öxlina á honum.

— Ég man það, — svaraði Noël. Rödd hans var mild, en í henni var skuggi óvissu, eins og hann væri enn að læra að vera maður.

Hann reyndi klaufalega að festa ermina. Emily gekk nær.

— Leyfðu mér, — sagði hún, og fingur hennar snertu úlnlið hans.

Hnappurinn gaf ekki strax eftir, en þessi litli ásetningur — hlýja hennar, andardráttur rétt við kinn hans — lét tímann nema staðar. Noël fann hvernig hljóðlát stormur reis í brjósti hans, ekki af eðlishvöt, heldur minningu um það að hann hefði einu sinni verið lifandi.

Emily reyndi að horfa ekki beint í augu hans. Hún fann lyktina af húð hans — hreina, þurra, lítillega líkt málmi eftir rigningu. Þegar hún lagaði kragann hélt lófi hennar sér augnablik lengur en þörf var.

Noël lyfti hendinni eins og til að svara snertingu — en hikaði.

— Búið, — hvíslaði hún.

— Þakka þér, — sagði hann. — Án þín liti ég út eins og vegfarandi sem hefur gleymt að heimurinn á spegil.

Emily brosti; í augnaráðinu glitraði kvíði — hvort sem hann átti rót í eigin viðbragði eða í því að hjartað svaraði hlýjum nærveru annars manns.

Þögn féll milli þeirra. Og ef einhver hefði litið inn í herbergið á þessu augnabliki, hefði hann séð ekki karl og konu, heldur tvær sálir á mörkum elds og andardráttar.

Seinnipart dagsins sagði Emily:

— Förum til Harper-fjölskyldunnar. Hann hefur lengi boðið okkur, og að hafna tei hjá honum er eins og að móðga góðan engil.

Noël kinkaði kolli. Hann var enn að venjast einföldum hlutum — fatnaði, ilmi gatna, niði vagna. Fyrir honum var hver dagur opinberun: dynur hjóla, ilmur verslana, raddir blaðasala, glampi votrar hellu. Hann sá allt annað en áður — þegar líkami hans var annar.

Hús Harper-fjölskyldunnar stóð við rólega götu. Katherine — ljóshærð, hlýleg kona með mjúkt bros — opnaði þeim. Ilmur af bakstri, smjöri og bleki fyllti húsið. John Harper tók á móti þeim af gleði, eins og gömlum vinum.

— Emily, loks! Við héldum að þið hefðuð gleymt okkur alveg!

Hann tók í hönd Noël — varlega, af virðingu, eins og hann skynjaði í honum meira en nýjan kunningja.

Te var borið fram í postulíni með gullmunstri. Sonur þeirra, drengur með lifandi augum, hljóp um húsið með trébát; Harper kvaðst í gamni viss um að hann yrði skipstjóri.

Samtalið rann ljúft: um bækur, sýningar, veður. Allt umlukti þá notaleika, og tíminn virtist ganga hægar.

Katherine sagði brosandi frá sérkennilegri venju eiginmannsins:

— Í hvert sinn sem hann byrjar nýtt handrit, les hann fyrstu línurnar upphátt — hér, í stofunni. Fyrir framan málverkin sín. Sjáið?

Á veggjunum héngu myndir: hibiskus, narsissa, fjólur, kalla, hvít lilja, valmúi, krysantemur, vínrauðar rósir.

— Hann segir, — hélt hún áfram, — að í hverju blómi búi andardráttur fyrri sagna.

Emily hlustaði af athygli og Noël hélt óvart augnaráðinu á hvítu liljunni. Hún minnti hann á hendur hennar — mjóar og öruggar, þegar hún kveikti kertin á morgnana.

Þegar kvöldið nálgaðist tóku þau sér takk og kvöddu.

Loftið var kalt en ferskt; hellurnar glitruðu eftir regn.

— Þú ert hugsandi í kvöld, — sagði Emily.

— Bara... ég er enn að læra, — svaraði Noël. — Heimurinn virðist of góður til að vera sannur.

— Gæska þarf ekki að vera hávær, — brosti hún. — Stundum býr hún í einföldum hlutum: í tebolla, hlýju augnaráði, í blómi sem þorir að mæta rigningunni.

Við dyr þeirra sagði Emily hljótt:

— Ég er á næturvakt í kvöld. Skyldan kallar.

— Mér þykir leitt að ég geti ekki hjálpað, — sagði Noël og lét augun falla. — Ég hef ekki nægan styrk.

Emily tók um hönd hans — mjúklega, hlýlega:

— Segðu það ekki. Styrkur býr ekki alltaf í vopnum, heldur í hjartanu. Og í þeim sem bíður.

Hún brosti, og á því augnabliki varð regnið næstum blessun.

Nóttin féll yfir borgina eins og svört slæða yfir andlit syrgjandi ekkju. Gasljós glitruðu í pollum, drógu titrandi spegla úr andardrætti vindsins. Emily hvarf inn í hliðarsund — hljóðlaus, einbeitt, eins og skuggi.

Noël stóð við gluggann og fylgdist með henni hverfa. Hann vildi hlaupa á eftir, segja eitt orð — en vissi: þögnin milli þeirra var helgari en játningar.

Kertið á gluggakistunni var við það að brenna út, vaxið rann niður eins og gegnsæ tár. Í speglun gluggans sá hann andlit sitt — mannlegt, en ekki enn alveg hans. Og samt fann hann í fyrsta sinn í langan tíma ekki tómleika, heldur frið.

— Verndaðu þig, Emily... — hvíslaði hann.

Borgin svaraði með regni.

Lundúnir sváfu undir regninu. Ljósin slökknuðu eitt af öðru, líkt og stjörnur sem þreytast á að skína.

Emily gekk eftir auðum götum — örugg, hljóðlaus, með lukt í hendi. Hver fótatak hennar bergmálaði í hjartanu, eins og einhver gengi við hlið hennar. Hún vissi að Noël stóð við gluggann og horfði ef til vill enn á staðinn þar sem skugginn hennar hvarf.

Vindurinn bar ilm af kolum og blautri sýrenu. Regnið rann niður andlit hennar en hún þerraði það ekki — hún vildi ekki slíta þá blekkingu að nóttin sjálf snerti hana.

Hugur hennar kallaði fram morguninn: hendur hans þegar hún festi ermina; hlýjan andardráttinn við kinnina; augun hans — ráðvillt, þakklát, lifandi. Og það óljósa ólga sem hún hafði falið af kostgæfni.

Hún nam staðar á gatnamótum. Gasljósið glitraði gyllt í pollunum; frá fjarlægð barst dynur vagna.

Emily lokaði augunum og leyfði sér veikleika — sekúndu af þögn þar sem hjartað sló ekki samkvæmt reglunum heldur samkvæmt ástinni.

„Hann," hvíslaði hún í huga sér. „Í honum er meiri mannleiki en í mér."

Vindurinn jókst. Í gegnum þokuna heyrðist hljóð — eins og einhvers væri vart.

Emily stóð ein. Rigningunni þyngdi og breytti borginni í spegil.

Hún leit til himins, þar sem dögunin létti. Allt í henni logaði af hljóðlátum, þrjóskum ljóma.

— Verndaðu þig, Noël, — hvíslaði hún.

Og hélt áfram — inn í þokuna, þangað sem skylda og tilfinning töluðu nú með einu og sama andardrætti.

Kafli 50. Þegar ljósið andar

„Ástin fæðist ekki í orðum, ekki í líkamanum, ekki í hjartanu —
heldur í þögninni milli tveggja andardrátta,
þegar ljósið lærir að vera lifandi.“
— úr dagbók Emily Lawrence

Þegar fyrstu sólargeislar snertu þök borgarinnar, virtust Lundúnir þvegnar og endurnýjaðar. Næturregnið hafði skilið eftir sig hreinleika — glampa á hellulögninni, á smíðuðum járngrindum, á röku laufi gamalla elma. Loftið var svalt, tært og ilmaði af kolum, brauði og upphafi nýs lífs.

Noël hafði ekki sofið. Á borðinu var allt stillt upp með nákvæmni helgisiðar: hvít dúk, tvö hnífapör, teskeið, sítróna, volgt smjör og rós í grannri vösu. Hann var ekki aðeins að útbúa morgunverð — hann skapaði morgun. Hver hreyfing hans var hljóðlát, einbeitt, eins og í henni brygðist við bænir þakklætis.

Þegar Emily kom heim — þreytt, með daufan skugga nætur undir augunum, en þó enn fögur — tók hann á móti henni í dyrunum. Hann rétti henni handklæði til að þurrka hárið og uppáhalds ullarplagg hennar. Emily brosti — þreytan bráðnaði undir umhyggju hans eins og hrím í sólarljósi.

Við borðið leyfði hún sér í fyrsta sinn eftir langan tíma að vera einfaldlega til. Hann hellti í bolla, þögull, öruggur, eins og sérhver hreyfing hans hefði dýpri merkingu. Hún horfði á hann, og í augnaráði hennar kviknaði í fyrsta sinn eftir langan tíma hlýja.

Hún lagði lófa sinn á hönd hans. Í herberginu heyrðust aðeins andardráttur og brothljóð úr arninum. Fingur hennar — kaldir eins og steinn eftir regn — snertu húð hans. Hann dró ekki höndina til sín. Augnaráð þeirra mættust — og í þeim fund var það sjaldgæfa (það sem fer á undan ástríðu, en er þó ekki enn orðin að henni).

Emily fann hvernig hættuleg, lifandi hlýja blossaði innra með henni. Noël lét augun síga, eins og hann óttaðist að rjúfa brothætt jafnvægið.

Dagurinn rann hægt. Hann hjálpaði henni að hengja þvott við arininn, þurrkaði upp eftir máltíð, saumaði í hanska hennar. Hver hreyfing handa hans var vönduð, blíð — eins og hann snerti ekki hluti, heldur sjálft lífið. Emily náði sér oft á því að hún var hrædd — ekki um hann, heldur sjálfa sig. Hrædd við það sem hún fann.

Þegar sólin hneigðist að sólsetri, sat hún við gluggann með bók og Noël kveikti upp í arninum. Loginn speglaðist í augum hans og Emily skildi skyndilega: kraftaverkið var hvorki í mætti né í töfrum né í guðum — það var hér. Í þessari einföldu, hljóðlátu nærveru annars manns sem gerir heiminn raunverulegri.

Þegar augnaráð þeirra mættust fyrir tilviljun, brá hvorugt við. Þau sátu aðeins og drógu andann. Og það nægði til að skilja — að milli þeirra hafði allt þegar gerst.

Regnið hélt enn áfram. Það snerti rúður mjúklega, eins og minning, og skildi eftir silfraðar slóðir á glerinu. Lundúnir fyrir utan veggina anduðu lágværlega, eins og borgin væri þreytt eftir langan svefn.

Í herberginu logaði arininn enn. Loginn titraði, speglaðist í spegli og á húð — í hverjum glampa var andardráttur, eins og loftið sjálft væri að læra að lifa.

Emily stóð við gluggann. Öxl hennar ljómaði í birtunni og klæðið glitraði lítillega, eins og það væri ofið úr miðnæturgulli. Hún hreyfði sig ekki — hlustaði aðeins á regnið og titrandi eldinn að baki.

Noël stóð við arininn. Helmingur andlitsins var hulinn skugga, hinn baðaður ljósi. Hann horfði á hana — og í því augnaráði var allt: ótti, bæn, þrá. Milli þeirra lá þögn — þétt eins og andardráttur milli varra.

Hún sneri sér við. Loginn kipptist við, eins og hann hefði sjálfur skolfið við það sem hann sá. Skref. Annað til. Þau mættust í miðju herberginu, þar sem ljósið féll á gólfið og regnið söng fyrir utan glerið.

Hann lyfti hendinni — hikandi, varlega, eins og hann snerti ljós sem gæti horfið við minnsta rof. Hár hennar snertu fingur hans — rakt, mjúkt, eins og andardráttur regnsins. Hún lokaði augunum. Þögnin varð háværari en eldsmælirinn.

Öxl, andardráttur, hlýja — allt rann saman. Heimurinn fyrir utan hvarf. Eftir var aðeins ljós. Það titraði eins og lifandi hjarta, og andardráttur þeirra varð taktur þess. Loginn lækkaði. Eldurinn slokknaði ekki, en varð mildari — eins og hann laut höfði fyrir einhverju ónefndu.

Og þá nótt þurfti engin orð. Engar játningar, engar heitstrengingar. Aðeins snerting, þar sem allt sameinaðist: ótti, mýkt, þakklæti, líf.

Regnið hætti að morgni. Dauf birta kviknaði í glugganum og húsið fylltist nýjum andardrætti. Glóðin í arininum geymdi enn hita, og á gólfinu var ljósleiftrandi blettur, eins og spor eftir andvarp sem hafði orðið að einu.

Kafli 51. Hafgola yfir Jera

„Heimurinn hrynur ekki skyndilega.
Fyrst nemur hann staðar,
og í þessu kyrrstæði heyrir maður
hvernig stjörnurnar óttast að anda."
— úr krónikum Anu, varðmanns jafnvægisins

Í Jera, í öllum heimum hennar og borgum, fóru að berast ógnvekjandi sögusagnir: einn af fornum djöflum Hagalasar — ifritinn að nafni Surt — var horfinn. Hans óttuðust jafnvel guðirnir. Eldurinn, sem var sjálft eðli hans, sviðnaði allt líf í tugum mílna fjarlægðar, og sjálft rúmið titraði þegar hann vaknaði.

Surt hafði eitt sinn kveikt eld Fyrsta Mikla Sundursins og næstum tortímt öllum heimum. Nú var hann horfinn — og myrkrið, svipt eldi sínum, varð enn ógnvekjandi. Þessi fregn fór um Jera eins og klukka sem hljómar í gegnum eilífð. Allir fundu hana — lifendur, andar, jafnvel guðirnir sjálfir. Það sem hvarf úr óviðráðanlegum eldi gat ekki horfið án marks.

Í Eridu óx óttinn eins og skuggi. Á torgum hvísla menn um spádóma Silata sem fóru að rætast á ný. Vitringar deildu, palladínar styrktu varnarmúra, og útrekstrar báðu fyrir jafnvægi.

Að skipun Ráðsins var kallaður saman Hinn Mikli Þingdagur. Undir hvelfingu Ljósturnsins safnaðist allt vald Jera: staðgenglar og Jeramenn, guðir, allir nema hinir. Eftir langar deilur og þögul spádóm orðaðist niðurstaðan:

„Látið heiminn lifa sem fyrr.
En rís eldur yfir Jera,
skal hver sá sem getur borið sverð, töfra, ljós eða trú
standa upp til varnar."

Nýr yfirmaður herliðsins var kosinn Baikha — palladín með guðablóð í æðum. Nafn hans fylgdi úr munni sjálfs Anu, og út um allar borgir flugu sendiboðar ljóssins með boð um viðbúnað.

En samt sneri friðurinn ekki aftur. Raddir Jeramanna urðu lágværari, götur þögnuðu fyrr, jafnvel vindurinn blés eins og af varfærni. Á sjóndeildarhringnum staldraði gullinn ljómi — kyrr, kvíðablandinn.

Heimurinn staldraði við með honum.

Það var hafgola yfir Jera —
þögn þar sem sjálft rúmið beið
eftir því að fyrsta neisti snerti hjarta hennar á ný.

Kafli 52. Tvö heima, tvö andardrættir

„Stundum talar Alheimurinn með tveimur röddum —
andardrætti manns og andardrætti heimsins.
Og aðeins sá sem getur heyrt bæði
skilur að ástin er form tilveru.“
— úr Krónikum Jera, skráðum af Emily Lawrence

Húsið lifði í takt við andardrátt þeirra. Dagar liðu hver af öðrum, eins og örlögin sjálf héldu um þessa brothættu sátt, þar sem sérhvert hljóð bar þýðingu: klang bolla, fótatak í gangi, suð í efni, logi í arineldinum sem skalf milli skugga og ljóss.

Noël vaknaði alltaf fyrr. Hann sauð kaffi — svart, sterkt, með daufum beiskleika eins og hún hafði helst. Stundum skildi hann eftir blóm á gluggakistunni — ekki sem gjöf, heldur sem framhald hreyfingar sem ekki þarfnast orða.

Þegar Emily sneri heim af næturvakt tók hann á móti henni við dyrnar — hljóðlega, eins og hann óttaðist að hrinda úr jafnvægi þeirri ró sem líf þeirra var byggt á. Hún tók af sér hanska og hann tók þá úr höndum hennar, fann hlýjuna sem húðin hafði skilið eftir. Fingur þeirra snertu oft hvor annan — stutt, en nægilega lengi til að loftið milli þeirra yrði þykkara.

Þau vissu bæði að það mátti ekki — að þau yrðu að halda fjarlægð, annars myndi vaninn brotna eins og gler sem snertir eld. En ástríða leggst á sig, í þögninni, í augnaráðinu, í snertingu sem varir augnablik lengur en leyfilegt er.

Stundum, þegar Emily gekk hjá honum, fann hún hvernig rýmið milli þeirra varð skyndilega þröngt, eins og sjálf Jera þrýsti loftinu saman og minnti á að bæði ljós og myrkur fæðast af sama uppruna. Andardráttur hennar brást, og í augum Noël blossaði sú þögn sem geymir ekki efasemdir, heldur sannleika.

Og einn dag — eða kannski í því augnabliki þegar kvöld og morgunn urðu eitt — hættu þau að leita afsökunar. Engin orð, engin loforð — bara andardráttur, bara hlýja sem gat ekki lengur lifað innilokuð.

Að morgni varð allt hljótt að nýju. Húsið lifði eins og áður — ljósið féll á dúkinn, kettir hlýddu sér við dyrnar, katillinn söng morgunlagið sitt. En milli augnaráða þeirra lifði nú minning — ekki sem synd, heldur sem andardráttur sem gerir lífið raunverulegt.

Og kannski, þann dag þegar Emily kveikti kerti við gluggann og Noël rétti til yfirhöfn hennar áður en hún fór út, skildu þau bæði — allt hafði þegar gerst. Þögn þeirra kunni nú ljósið.

Í öðrum heimi, heimi Jera, fann Noël — í líkama Gembu — einnig frið sinn. Þó í Eridu væri hvíslað um stríð og hvarf Surt, hélt líf Gembu sig utan við óttann sem hrærði í höllum guða og manna. Hann var ekki hermaður, kunni ekki á sverð né köllun familiara — og þess vegna opinberaðist Jera honum í annarri mynd: ekki sem vígvöllur, heldur sem andardráttur alheimsins sjálfs.

Í afskekktu héraði Eridu, þar sem steinturnar ristu sig út í fosfórglóandi sléttur, fékk hann sinn reit — stað þar sem loftið var þétt sem vatn og grasið glitraði í grænbláum neista. Þar varð hann hirðir — verndari vera sem fæddust úr sjálfri vef alheimsins.

Í dögun söng Jera lágan, djúpan tón, eins og undir yfirborðinu vaknaði hjarta plánetunnar. Úr þokunni birtust zíroturnar — dýr með kristalsbrynju og mjúk augu sem endurspegluðu himininn. Aurenarnir — risavaxnir, huldir glóandi mosa með plöntur sem óxu á bakinu og slógu takt lífsorku — ráfuðu um sléttuna.

Skammt frá svifu veirarnir — fljúgandi skepnur með hala sem glímuðu mjúkum ljóma, eins og tungur ljóss. Á steinum við tjarnir sváfu eldtritónar — liðugir, með gegnsæja húð þar sem logandi æðar Jera runnu.

Gembu elskaði að fylgjast með þeim. Líkami hans úr steini og orku virtist deila sama hjartslætti. Verurnar óttuðust hann ekki: gengu nær, leyfðu honum að snerta sig, eins og þær fundu í honum sama frumkraftinn.

Stundum lék hann á flautu úr eól-minerali — sjaldgæfu kristaljurtinni sem, samkvæmt goðsögn, Jera sjálf hafði fætt fram þegar hún skynjaði komu staðgengla. Þær þurftu ekki loft: þær svöruðu titringi orkunnar sem runnu úr andlitsljóma steinlíkama hans — svona „spiluðu" staðgenglar með ljósi sínu, eins og lifandi strengir.

Hljóðin sem fæddust í iðrum kristalsins minntu ekki á tónlist í hefðbundnum skilningi, heldur á andardrátt heimsins — eitthvað milli söngs vinds, niðs sjávar og suðs stjörnugöngu. Stundum, er hann lék, flugu veirarnir í hring yfir honum og loftið tók að titra eins og Jera sjálf hlustaði á steinson sinn.

Einn dag heimsótti Bennu hann. Hún stóð lengi til hliðar og fylgdist með honum fæða aurenana. Gembu sagði, án þess að líta við:

— Áður heyrði ég aðeins hávaða sársaukans. Nú heyri ég andardrátt lífsins. Og veistu... mér finnst það nægja.

Bennu brosti innra með sér. En í augnaráði hennar bregndist skuggi skilnings: þeir sem heyra andardrátt heimsins halda sjaldan friðinn til lengdar.

Svo liðu dagarnir. Hann lærði hvernig heimurinn andar í gegnum lífsform: hvernig aurenar skipta litum, hvernig zíroturnar frjósa í stað eins og styttur. Hann lærði að verða hluti — ekki aðeins vitni. Hann elskaði þetta líf og hitt. Hann barðist ekki, hann frelsaði ekki heima — en í heimi þar sem jafnvel steinar sungu og loftið mundi sérhvert snert, skildi hann: sönn frelsun býr ekki í mætti, heldur í umhyggju.

Kafli 53. Minni blóðsins

„Sérhver blóðdropi varðveitir sögu — ekki líkama, heldur sálar.
Sá sem þorir að sjá hana hættir að vera áhorfandi.
Hann verður hluti af því sem hann sá.“
— úr skráningum dularfulls ókunnugs

Morguninn hófst eins og margir áður: ilmur af nýbökuðu brauði, mjúkur gufustrókur úr ketlinum og blítt ljós sem braust í gegnum blúnduhekluð gluggatjöld. Noël mætti Emily við dyrnar, eins og ætíð. Hann hjálpaði henni úr skikkjunni, tók varlega af henni rök hanskanna — og á þeirri stundu, þegar fingurgómar hans snertu dökka blóðblettinn á efninu, staldraði heimurinn.

Meðvitund hans rann inn í aðra lífssögu — ekki í draumi, ekki í sýn, heldur eins og sjálf straumrás minnisins hefði farið í gegnum hann.

Fyrst — æska. Drengur, laufskjálfur og berfættur, hlaupandi um morgunvotann engi þar sem grasið ilmaði eftir rigningu. Móðirin söng mjúkt, og faðirinn, veiðimaðurinn, kenndi honum að halda trésverði.

Árin liðu eins og andardráttur: unglingur, síðan ungmenni; fyrstu bardagalærdómar, fyrstu sárin, fyrsta ástin — feimin, varla sögð upphátt. Noël sá allt: óttann, vonirnar, einsemdina fyrir fyrstu vakt, þögn bænanna fyrir orrustu.

Síðan — myrkur.

Heimurinn hrökk í kút og fortíðin vék fyrir núinu. Framundan opnaðist nóttin í Lundúnum — þokukennd, draugakennd, lifandi. Ljómi gaslampa, þröng sund þar sem hjarta borgarinnar sló.

Hann sá Emily — einbeitta, í skikkju Uroboros-reglunnar, og við hlið hennar — þann sama unga mann, nú orðinn fullorðinn, þann sem blóð hans hafði nú snert gegnum minninguna.

Þau börðust.

Úr myrkrinu spruttu vampírur, verur sem líkami þeirra var ofinn úr lifandi blóði. Á handleggjum þeirra pulsuðu blóðhnífar — rauðir, teygjanlegir, eins og framlenging æðanna sjálfra. Hreyfingar þeirra voru óeðlilega snöggar, eins og þeim stýrði ekki hungur, heldur vitur reiði.

Ungmaðurinn skýldi Emily fyrir högginu á meðan hún kallaði til sín familiara sinn. Vampíran rétti út lófa — og úr honum óx sverð, þunnt eins og sin, en beitt eins og dauðinn sjálfur.

Heimurinn blossaði í rauðu.

Og svo — ljós.

Úr myrkrinu kom maður í skikkju palladíns með merki Uroboros á brjósti. Richard — bróðir Edwards og Beth. Goðsögn. Eini palladín Lundúna.

Hreyfingar hans voru holdgervingur ljóss. Hvert sverðshögg — líkt og bjöllusláttur sem hrærir í himni og jörð. Trú og reiði, miskunn og afl runnu um hann eins og Jera sjálf horfði á heiminn gegnum augu hans.

Ljóssverðið reif myrkrið sundur — og vampírurnar féllu í duft eins og dögun sem snertir bannsetta holdið. Þegar sú síðasta reyndi að flýja snerti Richard jörðina og ljós Verndarans blindaði nóttina.

Ungmaðurinn — sá sem minningin tilheyrði — lifði. Emily laut yfir hann og Noël fann skjálftann í henni — sársauka, þreytu og blíðu sem hún faldi undir stáli skyldunnar.

Og þá — þögn.

Heimurinn sneri til baka. Noël stóð í húsinu. Andardráttur hans var ójafn, eins og hluti af honum væri enn fastur þar — í hrópi, ljósi og blóði.

Emily horfði á hann — þreytt, en yfirveguð. Í augum hennar brann ró sem einungis fæst eftir orrustu.

— Hvað er að? — hvíslaði hún.

— Ég... sá aftur, — andvarpaði Noël. — Eins og þá, í bókaklúbbnum. Ég sá allt — líf hans. Hvernig þú hélt um hann, og hvernig palladíninn bjargaði ykkur. Ég þekkti hann, Emily... eins og sjálfan mig.

Emily settist hægt.

— Já... — hvíslaði hún. — Hann var þar. Eini maðurinn sem gat breytt úrslitunum. Nú er talað um hann sem goðsögn.

Noël dró augabrúnir saman.

— Þessar vampírur... þær voru öðruvísi. Líkamar þeirra umbreyttust, úr blóði gerðu þær brynjur og vopn. Hvað var þetta?

— Ný tegund, — svaraði Emily. — Yfirvampírur. Þær birtust nýlega. Einu sinni voru þær venjulegar þar til þær drukku blóð útrekstrar. Síðan streymir hluti af krafti okkar í æðum þeirra. Nú ráða þær yfir blóðtöfrum.

— Blóðtöfrum?

— Já. Líkami þeirra er lifandi ílát. Þær umbreyta eigin blóði í brynju, í sverð, í skjöld. En fyrir hverja hreyfingu greiða þær með þrotum. Þær þurfa sífellt nýtt blóð, annars deyja þær. Fyrir þær er blóð — líf, orka, eldsneyti. Þær safna því í ljóma lífsorkunnar og sleppa því síðan lausum til að skapa vopn úr sjálfum sér.

Hún þagnaði.

— En eitt er lögmál: útrekstrar geta ekki orðið vampírur. Sál okkar er bundin surrogatnum. Ef annar deyr — fellur hinn. Og blóð palladíns fyrir vampíru — er eitur. Hinn sanni dauði.

Þau þögðu um stund. Regnið féll fyrir utan — reglulegt, rólegt, andardráttur borgarinnar.

— Þá þýðir þetta, — sagði Noël, — að hæfileiki minn getur gagnast. Ef ég sé minni blóðsins — þá sé ég sannleikann.

— Já, — kinkaði Emily kolli. — Þú getur séð inn í það sem er hulið jafnvel ljósi.

Hún horfði lengi á hann, með þeirri ró sem í sér geymir alltaf viðvörun.

— En mundu, Noël, — sagði hún lágt, — blóð er ekki aðeins burðarefni lífs. Í því búa ótti, sársauki og myrkur. Og ef horft er of lengi ofan í það — mun það hefja að horfa til baka.

Frá þeim morgni töluðu þau ekki meira um þetta. En þau vissu bæði: allt hafði breyst. Noël var nú orðinn vitni — sá sem gat séð fortíð blóðsins til þess að, kannski, eitt daginn skilja örlög heimsins.

Kafli 54. Eiður endans

„Óttastu ekki endann —

óttastu þann, sem ákveður hvernig upphafið verður.“

— úr Gleymdum Söngvum Heima

Á meðan, í djúpum Jera þar sem nótt og ljós fléttuðust saman eins og andardráttur guðanna, gerðist eitthvað sem aldrei mátti gerast. Í varðveislum hinna miklu gripanna, undir sjálfu Hjarta Eridu, flautaði guðablóð. Sex verðir reglu — varðmenn fornu minjanna — voru fallnir. Engin merki um baráttu, engin um innbrot. Horfnir voru aðeins tveir gripir: einn af steinum amrit og Eiðararmbandið — skart sem smíðað var áður en Fyrsti Mikli Sundurinn hófst. Sagt var að sá sem setti það á sig og mældi fram eið gæti aldrei rofið hann án þess að deyja í sama augnabliki.

Fjarri borgum, í djúpri helli, svaf Inanna. En loftið breyttist. Steinarnir skulfu, og við innganginn reis skuggi. Inanna opnaði augun. Fyrir henni stóð vera þar sem drekinn, djöfullinn og guðinn höfðu runnið saman. Hávaxinn, með horn, skel sem glitraði í málmgljáa og fjögur augu — tvö djöfulsins, eitt snáks og eitt úlfs, með merki guðs í enni.

— Ekki óttast, Inanna, — sagði hann. — Það er ég. Fafnir.

Hún horfði á hann í hryllingi og meðaumkun.

— Fafnir... hvað hefur orðið úr þér?

Hann brosti þreytulega.

— Þegar ég varð svarti drekinn missti ég sjálfan mig. Krafturinn gleypti mig, kraftur sem ómögulegt var að hemja. En ég fann keðjuna sem einu sinni batt dýrið Völgrim. Nú heldur hún mér.

Hann lyfti hendi — hlekkirnir, mjóir sem silkiband, blikuðu í mjúkum ljóma eins og þeir svöruðu andardrætti hans.

— Hvers vegna ert þú hér? — spurði Inanna.

— Til að fela þér með eiði örlög allra heima.

Hún brá brún.

— Þú vilt hefja Annan Mikla Sundur?

— Ekki vil ég. En ég þarf. Þú þekkir spádóminn: þegar aðeins einn guð er eftir, getur hann endurritað sögu alheimsins. Aðeins þá er hægt að breyta öllu.

— Þú vilt verða sá guð?

— Nei.

— Hver þá?

— Þú.

Þögnin varð seig eins og myrkur fyrir storm. Fafnir laut höfði.

— Ég er eyðandi afl. Á höndum mínum er of mikið blóð. Ég hef ekki rétt til að skapa. En þú — þú ert minni ljóssins. Þú getur endurvakið hið glataða.

Hann lyfti úlnliðinu — á því glitraði Eiðararmbandið.

— Ég sver þér, Inanna, — sagði hann: — að ég skaði þig aldrei og uppfylli allt sem ég hef mælt. Rjúfi ég það — þá má ég hverfa úr öllum heimum að eilífu.

Armbandið blossaði í hvítum eldi. Loftið skjálfnaði — eins og Jera sjálf hlustaði. Þráður sköpunar lokaðist og myrkrið varð gegnsætt. Inanna fann kraft eiðsins fara í gegnum sig — og í fyrsta sinn á þessu samtali trúði hún. Hún stóð kyrr, þorði ekki að hreyfa sig. Hjartað sló hátt, eins og það vildi springa — ekki af ótta, heldur af þeirri vitund að allt sem var, allt sem gat orðið, allt sem enn beið fæðingar, nú hvíldi á orði hennar.

Í huga hennar blossuðu andlit — guðir og skuggar, þeir sem hún hafði elskað og þeir sem hún þekkti enn ekki, en bar nú ábyrgð á. Andardrátturinn varð heitur líkt og öskuhrær, og í brjósti hennar jókst titringur eins og kall plánetunnar sjálfrar — eins og Jera beið svars hennar, andstoppuð eins og móðir við þröskuld fæðingar.

Hún lyfti augunum — þau ljómuðu eins og fljótandi gull, og varir hennar, titrandi, hvísuðu:

— Gott og vel, Fafnir... Ef þú eyðir — varðveit ég. Ef þú gleypir — endurlífga ég. Lát eld þinn verða að ljósi mínu.

Hún vissi ekki hvort hún grét eða hvort ljósið frá keðjunni speglaðist í tárum hennar. En skjálftinn hvarf — eftir var aðeins ró, djúp og hræðileg, sú ró sem kemur aðeins þegar maður hefur stigið yfir mörk óttans inn í örlög.

Hann laut höfði.

— Fyrirgefðu. Ég þarf að fara. Ég læt vita þegar allt hefst.

Hann hvarf. Kímerur viku frá honum — ekki í ótta forvitinna, heldur í frumstæðu lotningu dýranna, líkt og hjörð sem færist frá alfa. Þegar sú síðasta rölti andartak á eftir, blikaði ljós í fjöllunum — eins og Jera sjálf hefði skráð eiðinn í minnið.

Þegar myrkrið lokaðist á eftir honum, var Inanna ein. Hendur hennar skulfu enn — ekki af ótta, heldur af þunganum sem hún hafði skilið. Heimurinn var ekki lengur sá sami. Hver andardráttur ómaði í henni eins og hjartsláttur Jera sjálfrar.

„Hér er hann — valkosturinn sem engin leið snýr frá, valkosturinn sem klýfur eilífð í ‘fyrir’ og ‘eftir’. Ég er ekki guð, ekki dómari, ekki skapari. Ég er vitni að nýrri dögun. Og ef þessi dögun ber eld, megi hann brenna aðeins mig — en varðveita andardrátt heimsins.“

Svo bað hún — ekki til guða, heldur til þagnarinnar þar sem hjarta framtíðarinnar sló.

Eftir eiðinn, þegar ljósið í armbandinu slokknaði, breyttist himinn Jera. Fyrst tók enginn eftir því. En þremur dögum síðar byrjuðu stjörnurnar að skjálfa — eins og ósýnileg hönd stryki yfir alheiminn, hliðri stjörnumerkjum, stroki út örlagalínur.

Vindurinn, áður söngvari, fékk nýjan tón — djúpan, lágan, eins og í hann hefði komið glatað tungumál skiljanlegt aðeins guðum og þeim sem heyrt höfðu Fyrsta Ljós.

Í helgidómum vaknaði amrit — steinar sem aldrei áður höfðu andað. Varðmenn Eridu horfðu á ljóma þeirra með ótta: amrit lifnaði aldrei að sjálfu sér.

Og um nóttina talaði Jera. Ekki með orðum — með slætti. Úr iðrum hennar bárust öldur, sem líktust andardrætti sofandi títans. Þeir sem höfðu hæfileikann að heyra skiliðu: Jera tók fæðingarhríðir — fyrir nýtt líf, ný lögmál, nýjan heim.

Þegar Fafnir yfirgaf helli Inönnu reikaði hann lengi milli heima. Skref hans skildu eftir sig spor sem urðu að hyldýpi. Þar sem hann gekk — hrundu hallar, stjörnur slokknuðu, guðir féllu.

Hann var ekki brjálaður — hann var dæmdur. Hvert högg sverðs hans var dómur, ekki fjandsamlegur, heldur óhjákvæmilegur. Hann eyddi ekki af fýsn, heldur til að hreinsa: svo aðeins einn rödd yrði eftir, rödd sem gæti byrjað upphafið á ný.

Guðir ljóss og myrkurs féllu, guðir vinds, jarðar, vatns. Féllu þeir sem höfðu smíðað örlög. Og jafnvel Enki — vitrasti frjálsu guðanna, skapari fyrstu surrogatanna — tók dauðann án mótstöðu, eins og hann hefði vitað að þessi stund væri óhjákvæmileg.

Eftir stóð Inanna — sú sem heyrði djúpa rödd Jera — og guðirnir sem höfðu leitað skjóls við hina miklu tré Eyvaz í hjarta Eridu.

Þegar Fafnir hvarf út fyrir heiminn grét Inanna. Hún vissi: Annar Sundur var óhjákvæmilegur. En ef taka mætti hann ekki sem glötun heldur sem fórn, þá gæti kannski nýtt ljós kviknað úr honum.

„Hann sver sannleika," hugsaði hún. „Hann getur ekki logið, því armbandið er innsigli Sköpunarinnar sjálfrar. Ef hann hefur falið mér framtíðina verð ég að taka við henni."

Á meðan, í heimi jarðar, vaknaði Noël við undarlegt hljóð — eins og jörðin undir honum syngi og loftið titraði eins og strengur. Hann reis og gekk að glugganum. Í himninum flökti föl blossi — snöggur eins og andvarp, en í honum lifði eitthvað óeðlilegt.

Jera kallaði. Hann skildi ekki merkingu kallsins, en hjarta hans svaraði með sársauka, líkum kvíða. Hann fann: eitthvað lengst fyrir utan líkama og draum, var að vakna.

Hann gekk út. Lyfti augum til himins þar sem stjörnurnar virtust nú lifandi, eins og þær fylgdust með honum — forvitnar, væntandi, minnug.

— Eitthvað er að gerast... — hvíslaði hann.

Og í því augnabliki virtust Lundúnir draga andann. Hávaði vagna féll niður í sekúndu og jafnvel regnið beið í loftinu. Þögn féll milli heima og í henni — í fyrsta sinn á mörgum tímabilum — mældi Jera orð... en enginn gat heyrt þau.

Kafli 55. Sá sem heyrir blóðið

„Til eru augu sem sjá ljósið
og til eru þau sem sjá sannleikann.
En verð þessa sjónar
er eilíft minni um það
að maðurinn er fær um að vera myrkur."
— úr ritgerð útrekstrarins Aureliusar De Cruore et Veritate

Lundúnir þessa hausts voru dimmir — eins og borgin sjálf hefði fornemið storm. Rigningin stöðvaðist ekki, þokur lágu við árbakkana og göturnar líktust fölum æðum þar sem líf þreytts heims flæddi áfram. Emily tók oft eftir því hvernig Noël horfði út um gluggann — lengi, hugsandi, eins og fyrir utan glerið gerðist eitthvað sem venjulegt auga gæti ekki séð.

Hann talaði sjaldan um tilfinningar sínar, en hún vissi: frá því hann fékk mannslíkamann glímdu tveir heimar innra með honum — heimurinn Jera, þar sem lífið var hreint og tært eins og ljós í frumstæðum vötnum, og þessi, jarðneski, þar sem blóð bar ekki aðeins minni, heldur einnig myrkur. Stundum, þegar hún gekk að honum, fann hún hvernig loftið milli þeirra fylltist straumi — varla heyranlegum, en lifandi. Þetta var ekki aðeins nánd sem spratt af tilviljun líkama, heldur djúp tenging þar sem einn andardráttur svaraði öðrum eins og bergmál milli heima.

Nærvera hennar mýkti sársauka hans, þögn hans róaði óróa hennar. Og því meira sem þau reyndu að halda mæli, því áþreifanlegri varð sú kraftur sem batt þau. Þau fundu hvort annað jafnvel í fjarlægð. Þegar Emily steig inn í londonska þokuna staldraði Noël við, eins og hjarta hans gengi við hlið hennar. Og þegar hann lokaði augunum hvíslaði Jera nafni hennar — eins og nafni þeirrar sem heimarnir vakna fyrir. Kannski var það þess vegna að þegar hann horfði út um gluggann sá hann ekki himininn heldur ljósið — það sama sem brann í henni.

Stundum fann Noël til óþarfa í þessum heimi. Hann gat ekki verið útrekstrar — hafði engan familiara — og mannslíkaminn virtist honum of brothættur. Hann hjálpaði Emily: lagfærði lampa, sinnti húsinu, en sífellt oftar greip hann sig við að hugsa að hann vildi gera meira — vera raunverulega nauðsynlegur. Hann vissi aðeins ekki hvernig.

Emily sá það. Hún þurfti engin orð til að skilja hvað hann fann. Þau voru ekki bundin skýringum heldur þeirri fínu, hljóðlausu vitneskju sem verður aðeins til milli tveggja vera þar sem sálir hafa lært að heyra hvor aðra án hljóðs, án handa, án augnaráðs. Fyrir hana og hann hafði hið persónulega annan tilgang. Þau voru sem tvær opnar bækur þar sem blöðin voru lesin á milli línanna — þar sem merkingin andar í þögninni. Stundum virtist eins og sálir þeirra tilheyrðu sama líkama, sama andardrætti, sama ósegjanlega vilja.

Og þá sagði Emily mjúklega:

— Noël, þú getur hjálpað heiminum... á annan hátt.

— Á annan hátt?

— Þú sérð jú lífið í gegnum blóðið. Það þýðir að þú getur líka séð glæpina. Þar sem öll spor hverfa verður gjöf þín enn eftir.

Hann lyfti augunum.

— Þú vilt að ég finni morðingja?

— Ég vil að þú hjálpir þeim sem enn er hægt að bjarga.

Fyrsta málið var einfalt — hvarf dóttur bóksala við Portobello. Á hellulögninni fundust aðeins blóðdropi. Emily rétti Noël hann. Þegar hann snerti hann skalf heimurinn. Hann sá stúlkuna — hláturinn, skrefin á mölinni, dúkku, bréf, tár móðurinnar... Síðan — kjallara, vínduft, andlit manns með skjálfandi hendur.

— Hún er á lífi, — hvíslaði hann. — Í vestri, undir vínbúri.

Nokkrum klukkustundum síðar fannst stúlkan. Emily greip aðeins hönd hans og þrýsti henni, án þess að segja orð.

Síðan komu önnur mál. Konur sem hurfu, myrtur embættismaður, þjófur sem faldi gimsteina undir gólfi. Í hvert sinn

— blóð, og í hvert sinn — sýnir. Hann sá hvernig morðingjarnir báðu, hvernig þjófarnir hlógu, hvernig menn réttlættu sig fyrir speglinum. Og í hvert sinn óx innra með honum sú tilfinning að hann væri ekki lengur að horfa inn í minnið heldur í sjálfa sálina.

Eina nóttina fann Emily hann við gluggann. Hann sat í myrkrinu með blóðblettugan dúk í lófunum. Í andlitinu — hvorki ótti né reiði, heldur þreyttur tómi.

— Þú sást aftur? — spurði hún.

— Já. Hann drap sér til ánægju. Og síðan grét hann og bað Guð um fyrirgefningu. Ég sá hann faðma börn fórnarlamba sinna. — Emily, menn eru verri en djöflar.

Hún gekk nær.

— Ekki allir.

— En margir.

— Og samt... eigum við ekki rétt á að hætta að trúa.

Hann brosti dapurlega.

— Þú talar eins og ljós sem getur ekki slokknað.

— Og þú, Noël, — eins og sá sem horfir í gegnum myrkrið til að láta það ekki sigra.

En jafnvel kraftur hans hafði mörk. Þegar Emily eitt kvöld kom með blóð ófreskju sem hafði komið úr ánni, sá hann ekkert. Blóðið var dautt — engin mynd, enginn hljómur, enginn andardráttur.

— Af hverju? — spurði hann.

— Því þau hafa enga sál, — svaraði hún. — Aðeins hungur. Gjöf þín heyrir aðeins lífið þar sem enn er ljós — jafnvel þótt það hafi slokknað.

Hann kinkaði kolli. Frá þeirri nótt skildi hann: kraftur hans var ekki til að berjast við skrímslin. Hann var til að sjá skrímslið í manninum.

Með hverjum degi barst vinna hans árangur. Um hann var sagt: „sá sem sér sannleikann í blóðinu." En Noël fann sjálfur að með hverjum dropa missti hann eitthvað mannlegt. Stundum, er hann sneri heim, þvoði hann sér um hendurnar þar til vatnið varð brennandi heitt. Honum virtist sem á húð hans væru merki annarra örlaga og að þessi líf horfðu á hann út úr speglinum.

Einn dag fann Emily hann í eldhúsinu, í myrkri, með tómt augnaráð.

— Ég er ekki viss um að ég sé feginn því að vera orðinn maður, — sagði hann. — Áður, í líkama surrogatsins, fann ég aðeins skyldu. En nú — sekt.

— Þetta er mannleiki, — svaraði hún mjúklega. — Ekki afl né skynsemi. Heldur hæfileikinn til að finna sekt og samt halda áfram að velja hið góða.

Hann lyfti augunum. Í sjáöldrum hennar speglaðist morgunbirtan sem braust í gegnum þokuna.

— Þá verði þetta refsing mín, — sagði hann. — Og tilgangur minn. Að sjá það sem falið er. Og muna í stað þeirra sem ekki muna.

Stundum, þegar hann svaf við arininn, sat Emily lengi og leit á hann, á hendurnar — hreinar, en eins og þær bæru skugga þeirra sem hann hafði bjargað og þeirra sem ekki var lengur hægt að endurheimta. Hann andaði jafnt eins og maður, en í þessum andardrætti var eitthvað annað — bergmál heims sem man allt.

Hún skildi: því meira sem hann hjálpaði öðrum, því lengra fjarlægðist hann sjálfan sig. Augnaráð hans varð dýpra — eins og í því speglaðist ekki himinninn heldur minni allra örlaga sem höfðu runnið í gegnum lófana hans.

Emily lagði yfir hann plagg; fingur hennar struku mjúklega léttar, varla sýnilegar lokkur — fyrstu sprota sem brutust upp úr ösku svefnsins — og hún brosti dauflega, eins og hún hefði þekkt andardrátt lífsins.

Fyrir utan rigndi. Borgin svaf, ómeðvituð um að drauma hennar gætti sá sem heyrði blóðið. Og aðeins kertið í glugganum flökti — eins og Jera sjálf hefði beygt sig yfir þau og hlýtt á andardrátt tveggja sála sem enn trúðu því að jafnvel sársauki gæti verið form ljóss.

Kafli 56. Húsið þar sem ljósið dofnar

„Stundum slokknar ljósið ekki —
það fer bara inn á við,
þangað sem enginn horfir lengur.“
— úr bréfi útrekstrarans Emily Lawrence til Ordo Uroboros

Með hverjum degi fann Noël hvernig sál hans þungaðist. Gjöfin, sem áður virtist blessun, varð honum nú að byrði — eins og steinn sem seig hægfara niður að hjartanu. Hann sá of margt. Allt sem hann snerti, allt sem einu sinni hafði mengast blóði, skildi eftir sig mark í honum — spor annarrar lífs, annars sársauka, annarrar sektar. Minningarnar margfölduðust, fléttuðust saman í miskunnarlaust bergmál. Stundum, þegar hann horfði í spegil, þekkti hann sig ekki — eins og sá sem stóð þar væri einhver annar, ofinn úr þúsund lífum. Honum fannst hann orðinn safn mannlegrar sektar, lifandi ílát minnis sem hefði engan rétt á að gleyma.

Þennan dag, í gráum londonskum hádeginu, minntist hann skyndilega staðar sem hann hafði lengi reynt að gleyma — munaðarleysingjahússins þar sem Elizabeth, Richard og Edward höfðu lifað barnæsku sína. Minningin kom án tilefnis — eins og mjúkur, fjarlægur kalli. Noël streittist ekki á móti. Hann gekk einfaldlega þangað — í gegnum rigningarmettaðar, sótgráar götur, þangað sem tíminn virtist hafa stöðvast.

Húsið stóð enn — en heimurinn í kring var dauður. Framhliðin hrunin, gluggarnir negldir, og enginn ljósglæta glampaði á bak við svartan rúðuglerið. Túninu hafði verið gleymt; mosinn huldi steinana, og hliðið hékk á einni löm. Noël staldraði við við hliðinu og horfði á myrkrið sem umlukti bygginguna. Vindurinn hreyfði við leifum gluggatjaldanna á efri hæðinni — eins og skuggar fyrri barna kveiktu hljótt á móti honum úr fortíðinni.

Hann gekk inn. Skrefin bergmáluðu í tómum ganginum. Gólfin stunuðu undir fótum hans, veggirnir lyktaðu af ryki og gleymsku.

Andartak lokaði hann augunum — en engar minningar komu. Aðeins þögn og rigning fyrir utan. Hann gekk út aftur án þess að líta við.

Götur borgarinnar tóku á móti honum með gný vagna og þykkum þokum, lofnaríkan og þungan eins og minning sjálf. Hann gekk lengi, án marks og stefnu. Þyngdin í hjartanu lét ekki af. Gjöfin sem átti að hjálpa varð nú að óendanlegri keðju af andlitum, örlögum og dauðum. Hann fann sig ekki lengur mann — heldur varðmann sorgarinnar.

Þegar hann náði heim, hélt hann kyrru fyrir við dyrnar eins og hann þyrði ekki að inn. Í kvöld skyldi bókaklúbburinn hittast — staður þar sem Emily birtist aftur, eins og forðum. Fyrir þau bæði var það eina hvíldin sem eftir var: skammvinn flótti frá heimi þar sem blóð var of mikið og ljósið of lítið.

Hann leit til himins — rigningin hélst áfram.

— Megi hún allavega geta brosað, — hvíslaði hann. — Í eina stund.

Heima lá ilmur af nýbökuðu brauði og yl frá arni. Emily stóð við spegilinn og lagaði kraga á kápu sinni. Hún sneri sér þegar hann gekk inn — og augnaráð þeirra mættust stundarkorn. Í því augnaráði var allt: þreyta, hlýja, og þöglun sú sem aðeins þeir þekkja sem hafa séð of margt og því kunna að meta þögnina.

— Ertu tilbúinn? — spurði hún.

Hann kinkaði kolli.

Hún batt um sig trefil, hann hjálpaði henni að festa sylgju á kápunni og fingur þeirra snertu hvor aðra — hlýtt, hikandi, eins og hvort þeirra óttaðist að jafnvel snerting gæti brotið viðkvæmt jafnvægið á milli þeirra.

Emily brosti dauflega.

— Förum.

Þau gengu út saman — út í kvöldið þar sem þokur og rigning runnu saman, og götuljósin titruðu eins og kerti í andardrætti vindsins. Lundúnir geisaði á bak við þau, en skref þeirra báru eitthvað annað — þögn tveggja sála sem gengu enn hlið við hlið til að gleyma örlítið hvað það gat verið þungt að vera lifandi.

Og er dyrnar lokuðust á eftir þeim slokknaði loginn í arni — eins og ljósið í húsinu hafi vikið fyrir þeim sem báru það nú með sér í hjartanu.

Kafli 57. Bréf og skuggar

„Fólk les bækur til að skilja heiminn.
En stundum lesa bækur fólk —
og þá verður hver síða að spegli.“
*— úr glósum Harper Um eðli mannlegs orðs**

Lundúnanóttin andaði í rigningu. Ljós gasluktanna spegluðust í blautri hellulögninni eins og stjörnur sem hlotið höfðu að falla í pollana fyrir slysni. Noël gekk hægt, studdur við staf — ekki af þreytu, heldur til að tefja fyrir sér. Hann vildi ná að finna þessa brothættu ró, þessa þunna þögn áður en mannlegur hávaði tæki við.

Hús Harper stóð í útjaðrinum — hlýlegt, gamaldags, með ilmi af kaffi, bleki og nýjum bókum. Þar hittust stundum þeir sem reyndu að skilja eðli mannsins ekki í gegnum blóðið, heldur í gegnum orðin. Í kvöld voru fleiri en venjulega: í horninu hvíslaði saman lögfræðingur og prófessor, á sófanum deildu tveir skáld, og við arininn stóð Harper sjálfur, alltaf jafn gestrisinn í gömlu vestinu sínu, og helt upp á te. Kona hans bar út smákökur, og litli sonurinn sat með alvöru svip og hlustaði á fullorðna tala — án þess að skilja orð, en með fullri vitund um mikilvægi augnabliksins.

Þegar Emily og Noël gengu inn, hné hljóðið niður. Emily — í dökkbláum kjól, stillt og samansöfnuð — kinkaði gestunum kolli. Noël, dálítið feiminn en kurteis, helsaði og settist við hlið hennar.

— Við vorum einmitt að ræða *Bréfin frá Austurlöndum* eftir Howard Elmore, — sagði Harper brosandi. — Fröken Lawrence heldur því fram að viljastyrkur geti sigrast á mannlegri náttúru, en herra Grayson er viss um að maðurinn verði alltaf fangi eigin blóðs.

— Því það er sannleikurinn, — tautaði gráhærði Grayson. — Er það ekki blóðið sem leiðir okkur til morðs, ástríðu, geðveiki?

Emily setti bollann varlega á undirdiskinn og svaraði rólega:

— Nei, herra Grayson. Það er val. Blóð er aðeins tólið, ekki dómarinn. Það er einmitt maðurinn sem ákveður hvað hann gerir við sársauka sinn: hvort hann beitir honum eða læknar með honum.

Noël hlustaði þegjandi og augun dvöldu við logann í arni. Eldurinn virtist lifandi — eins og minning sem hann gat ekki losnað undan.

— Fyrirgefðu, — sagði hann mjúklega, — en ef maðurinn er virkilega frjáls í vali sínu, hvers vegna velja þá svo margir hið illa?

Emily lækkaði augun — eins og spurningin hefði snert eitthvað persónulegt.

Harper svaraði:

— Vegna þess að hið góða fær sjaldan umbun, vinur minn. En hið illa — næstum alltaf. Það er allur munurinn á engli og manni: engillinn gerir gott án væntinga, maðurinn — leitar ávinnings.

— En það er til samúð, — hvíslaði Noël. — Hún þarf enga umbun.

— Samúð, — kinkaði Harper, — er eina form heilagleika sem venjulegum dauðlegum stendur til boða.

Þögn féll. Rigningin úti barði á gluggann eins og hún myndi styðja hugsanir þeirra með hrynjanda sínum.

Síðar snerist samtalið að nýrri bók — *Um eðli sektar*. Emily hélt því fram að sekt gæti hreinsað sálina ef maðurinn tæki hana sem leið til lausnar.

— Sekt er sársauki sem leiðir til ljóss, — sagði hún. — Án hennar væri maðurinn eins og dýr sem þekkir hvorki gott né illt.

— En ég segi, — mótmælti eitt skáldanna, — að sekt sé fjötrar. Hún hindrar mann í að lifa.

— Nei, — svaraði Emily mjúklega. — Hún kennir okkur að vera menn.

Noël horfði á hana og eitthvað hreyfðist í brjósti hans. Hann vissi: hún talaði líka um hann. Um þau líf sem bjuggu nú í minningu hans eins og hljóðlausir skuggar.

Harper, sem sá að umræðan stefndi í blindgötu, stóð upp og fyllti bolla.

— Vinir mínir, — sagði hann mjúkt, — við leitum sára oft svara í bókum. En hugsanlega býr svarið í okkur sjálfum. Í því hvernig við elskum, fyrirgefum og minnumst.

Hann horfði á Noël:

— Herra Whitmore, þér eruð óvenju hljóður. Hvað segið þér?

Noël þagði augnablik og sagði svo:

— Ég held að maðurinn sé bók rituð í sársauka og blóði en lesin með hjartanu.

Herbergið þagnaði. Jafnvel eldurinn logaði mildar — eins og hann hlustaði.

Þegar kvöldið leysti upp og fólk fór heim, stigu Emily og Noël út í rigninguna.

— Þú sagðir það sem ég hafði lengi hugsað, — sagði hún.

Hann brosti þreytulega:

— Ég les bara of margar slíkar bækur.

— Í blóðinu?

— Já. Og... sumar þeirra eru ekki þess virði að vera lesnar.

Emily svaraði ekki. Hún tók hann undir handlegginn og þau gengu blautar göturnar þar sem fáein ljós spegluðust í vatninu. Lundúnir hvíslaði í rigningunni á bak við þau, og í gluggum Harper-hússins logaði enn lengi hlýtt ljós — ljós mannlegra samtala sem létu augnablikið verða bærilegra.

Rigningin hélst áfram. Þegar þau komu heim andar borgin gufu, og ljós í gluggum nágranna slokknuðu eitt af öðru eins og hún, þreytt af eigin hugsunum, fengi loks að sofna.

Emily tók af sér hanskana, hleypti úr regnblautum skikkjunni. Noël kveikti á kerti — eina birtunni í herberginu, flöktandi í golunni. Þau töluðu ekki. Þögnin var ekki tómið — heldur andardráttur á milli þeirra, staður þar sem orð urðu óþörf.

Emily gekk að arni, kveikti upp og settist við eldinn. Hún strauk hárið frá enni sínu. Noël stóð skammt frá og fylgdist með eldinum varpa mjúkum skuggum á andlit hennar — lifandi, hlýjum, eins og ljósið vildi ekki sleppa henni.

Hann steig nær. Herðar hennar kipptust lítillega en hún horfði ekki við. Eldurinn glitraði í augum hennar — eins og tilfinning sem ekki var lengur hægt að verja sig gegn.

Hann ætlaði að segja eitthvað — þér er kalt eða tími til að sofa — en engin orð komu.

Hún lyfti augunum. Augnaráð þeirra mættust. Í því var allt: þreyta, traust, minni blóðsins og róleg, óvarin þrá — það sem ekki tilheyrir tíma heldur sprettur þegar tvær sálir hafa of lengi óttast skrefið.

Kertið blossaði — sekúndubroti varð bjart. Hann steig nær. Hún hörfaði ekki. Heimurinn hægði á sér: rigningin þagnaði, klukkan hætti að tala, og andardráttur varð að ljósi. Þau stóðu svo nálægt að hjörtu þeirra töluðu hærra en orð.

Hönd hennar strauk ermi hans — ekki sem játning heldur sem fyrirgefning. Fingur hans fundu lófa hennar. Eldurinn á milli þeirra varð hlýrri, mjúkari, dýpri.

Og í augnablikinu milli blossoms og andardráttarins, milli ljóss og skugga, urðu þau að einu.

Um morguninn hafði kertið brunnið til enda. Emily stóð við gluggann og fylgdist með þokunni leysast yfir þökum borgarinnar. Noël svaf í stólnum við arininn, og hendur hans báru enn milda ilm af regni og vaxi. Hún laut niður að honum og breiddi teppi yfir hann. Ljósið strauk fingrum hennar — og augnablik virtist henni sem dagurinn sjálfur svæfi þeim eið um að varðveita leynd nótt sinnar.

Kafli 58. Dagurinn sem ekki stóð í dagatalinu

— um daginn þegar blíðan varð að sannleika —

„Stundum verður hinn kyrrasti dagur að eilífð,
ef í honum býr eftirvænting.“
— úr fornu bréfi, fundnu í verslun Harper

Frá morgni dags fann Noël fyrir óværð — sjaldgæfri, en léttri, líkt og vindurinn sem hrærist í blöðum á gluggakistunni, þar sem morgunninn blundar enn. Hann stóð lengi fyrir framan spegilinn og þekkti ekki manninn sem skyndilega hafði ákveðið að fara á stefnumót. Á stólnum lá einkennisbúningurinn, við hliðina — bók með skýrslum og bréfum, en í dag virtist allt þetta tilheyra öðru lífi.

Hann ákvað: þessi dagur skyldi ekki tilheyra skyldunni, heldur hjartanu. Að dögun gekk hann til bókabúðar Harper — hinnar gömlu, með móðuðum rúðum og lykt af bleki, kaffi og ryki. Bjallan klingdi og á milli hillanna, þar sem bækur sváfu, kom eigandinn sjálfur í ljós — með gleraugu og þreytufulla gæsku í augunum.

— Rómantískar bækur, herra Whitmore? — spurði hann undrandi. — Eru rannsóknirnar loksins á enda?

— Í dag rannsaka ég flóknara mál, — svaraði Noël. — Hvernig á að gera dag ógleymanlegan fyrir konu.

Harper hummaði en brosti.

— Til þess dugar Dickens ekki einn. Taktu Austen — hún kennir þolinmæði, Byron — hann kennir þögnina þegar hjartað slær of hátt. Og hér — *Lavendilstúlkan*. Ekki taka rósir: þær eru of fullar sjálfsöryggis. Reyndu frekar narsissur — þær eru hreinar og ótilgerðar. Og mundu: besta gjöf til konu er athygli.

— Þakka þér, — svaraði Noël.

— Og gangi þér vel, herra Whitmore, — bætti Harper við. — Ekki óttast einlægni. Hún er sjaldgæf auðæfi.

Kvöldið eyddi Noël í lestur. Ljósið frá lampanum var mjúkt, blöðin lyktuðu af tíma og eilítið — regni. Hann skrifaði með blýanti út í jaðrana: „Ekki tala hátt. Ekki leita að orðum. Horfa, þegar hún þegir.“ „Ástin játar sig ekki — hún gerist í andardrættinum milli setninga.“

Fyrr en hann fór að sofa braut hann saman blað og með hendinni, sem titraði örlítið, skrifaði hann:

Í dag, eftir hádegi.

Við hafnarbakkann, þar sem þokan breytist í ljós.

Ef þú kemur — verður dagurinn að veruleika

sem enn er ekki í dagatalinu.

— N.

Hann lagði bréfið á bakka með morgunverði, sem hann hafði útbúið sjálfur: kaffi, nýbakaðar bollur og dálítið af jarðarberjum — hann hafði lesið að jarðarber táknuðu einlægni og fyrstu játningu.

Að morgni lyktaði borgin af brauði og þoku. Hann keypti blóm — narsissur, eins og Harper hafði ráðlagt, bætti við nokkrum liljum og dálitlu af lavender, til að ilmurinn yrði ekki sætur, heldur lifandi. Þegar seljandinn spurði:

— Fyrir hvern, herra?

svaraði hann, örlítið feiminn:

— Fyrir einhvern sem líklega elskar ekki munað, en elskar merkingu.

Hún kom, eins og alltaf, í ljósi sem virtist aðeins tilheyra henni. Hún var í einfaldri kjól, og vindurinn lék sér að faldinum eins og minningu um sumarið. Þegar hún sá Noël brosti hún hljótt. Hann rétti henni óvarkárlega blómin.

Þau gengu eftir hafnarbakkanum. Allt í kring virtist athugult — vatnið, ljósið, jafnvel vindurinn. Stundum minntist hann ráðanna sem hann hafði lesið: „Horfa ekki á varirnar, heldur á hreyfingar handanna.“ „Þegja, ef orðin eru veikari en augnaráðið.“ Og hann þagði — ekki af feimni, heldur vegna þess hve tilfinningin var full.

— Hvaða blóm líkar þér best? — spurði hann.

Hún hugsaði sig um og rödd hennar varð mýkri:

— Krísantemur, einna mest. Haustlegar, ilmandi. Litlar, stórar — sama hvað, svo framarlega sem þær lykta. Svo fíólur, baldursbrá, rósir. Og engi sumarkvía: klukkur, gras — allt í senn.

— Þetta er meira en einn garður framast nær, — brosti hann.

— En fyrir sumar — alveg fullkomið.

Seinna, þegar dagurinn varð mjúkur og gullinn, dró hann upp litla öskju.

— Ég vissi ekki hvenær þú átt afmæli, þess vegna ákvað ég að láta þennan dag vera þinn.

Hún horfði á hann með undrun og örlítilli hikandi blíðu.

— Fyrsti dagur sumars, — sagði hún.

Hann hjálpaði henni að festa hálsmenið — ána-perlur lögðust að hálsi hennar eins og ljósgjafar dropar á morgunvatni.

Þá tók hann eftir gullnum hengiskraut.

— Það er fallegt. Hvað merkir það?

— Minni, — sagði hún lágmælt. — Um að jafnvel í missi er ljós.

Hann þagði — og í þessari þögn var allt sem ekki var sagt með orðum.

Á bekk við ána spurði hún allt í einu í léttum tóni:

— Segðu, á hvaða mat minnir ég þig?

Hann brosti:

— Á jarðarber.

— Hvers vegna?

— Því að sætleikurinn í þér er ekki til sýnis. Hann opnast aðeins þeim sem smakka hann.

Hún hló, en kinnar hennar roðnuðu.

— Og á hvaða blóm?

— Á vatnalilju. Erfitt er að taka augun af henni, en ef þú reytir hana — verður vatnið tómt.

Hún þagnaði. Aðeins suð vatnsins minnti á andardrátt heimsins.

— Og á hvaða tré?

Hann svaraði lágt:

— Á víði. Því fegurð hans býr ekki í hæðinni, heldur í því hvernig hann hallar sér að vatninu — eins og hann hlusti á þögnina.

Hún svaraði ekki. Hún horfði aðeins á hann og í því augnaráði var allt sem hann óttaðist — og allt sem hann beið eftir. Hún vissi: hann talaði ekki um blóm, ekki tré — heldur það sem hann óttaðist að nefna ást.

Þegar kvöldið féll yfir borgina gengu þau meðfram vatninu. Ljós götulampanna féllu á ána eins og hjörð gullinna fiðrilda. Hún talaði um smámuni, og hann hlustaði eins og maður sem fyrst heyrir rödd lífsins.

Hann vildi ekki að dagurinn léti af sér. Hann minntist línunnar: „Ef dagurinn var sannur — leitaðu ekki að endalokum hans."

Hann stóð lengi, þar til borgin leystist upp í þokunni, og aðeins ilmurinn af lavenderi minnti á að þessi dagur hafði ekki verið draumur.

Kafli 59. Á meðan hjartað slær

„Stundum deyr ástin ekki þegar hjartað hættir að finna,

heldur þegar ljósið greinir ekki lengur þann sem stendur í myrkrinu.“

— úr bréfum Grace Palmer

Liðinn var langur tími síðan munaðarleysingjahælið í útjaðri Lundúna þagnaði. Rúðurnar voru negldar aftur, gluggahlerarnir skakkir, og aðeins vindurinn, sem fór um glufurnar, gaf frá sér hljóð sem líktist andvarpi.

Einu sinni fylltu barnsraddir þetta hús — Elísabetar, Richards og Edwards — en nú þekktu veggirnir aðeins kulda og þyt minninganna.

Þessa kvöldstund gekk kona í gráum skikkju að húsinu. Það var Grace — sú sem unni Edward of einlæglega til að geta gleymt. Síðan hann hvarf kom hún hingað oft — fyrst um daga, síðan aðeins um nætur. En nú hafði hún tekið ákvörðun um að ganga inn.

Ljóskerið skjálfaði í hendinni. Rykið lagðist á gólfið eins og þoka í kapellu. Hvert spor bergmálaði djúpt, eins og einhver fylgdi henni — eftir slóð sársauka hennar.

— Edward... — kallaði hún, án þess að vona eftir svari.

Húsið hélt kyrru.

Og þó andaði eitthvað í þessari þögn — ekki trekkur, heldur lifandi, þreytt nærvera.

Grace gekk upp á aðra hæð, síðan aftur niður. Hún leitaði ekki að manninum, heldur ummerkjum: lykt, bréfi, bók — hverri sem var vísbendingu um hvert hann hefði getað farið. En hvert herbergi var tómt.

Aðeins undir gólfinu tók hún eftir lúgu — ryðguðri, með blettum sem líktust storknuðu blóði.

Lúgan gaf sig með djúpum stun. Undir henni lá mjótt stig sem leiddi niður í rakan kjallara.

Grace gekk niður — og stífnaði.

Fyrir framan hana blasti sjón sem lét hjartað hætta að slá.

Í hálfri birtu, meðal gamalla rúma og tuska, sátu tveir.

Edward — eða það sem eitt sinn var hann — og Elísabet.

Húð þeirra var föl sem vax, augun dimm, slokknuð, eins og lýsandi neisti lífsins væri horfinn. Þau voru vampírur. En ekki þær sem sögurnar skrifuðu um — ekki fagrar, ekki tælandi.

Heldur kvaldar.

Líkamar sem dvínuðu hægt af því að hafna blóðinu.

Grace hrökk við.

Edward lyfti augunum. Í augum hans var engin reiði — aðeins bæn: horfðu ekki.

Á vörunum fraus bros — skökk eftirmynd fyrri gæsku.

— Við... drepum ekki, — hvíslaði hann. — Við... erum bara... án þess.

Rödd hans var mjúk, líkt og vindur sem fer í gegnum bein dómkirkju.

Elísabet — örmagna, kinnarnar sokknar — sat við hlið hans, faðmandi hnéin. Hún þagði. Horfi aðeins út í tómið, eins og hún sæi ekki veggina, heldur tímann sjálfan.

Grace gat ekki hugsað meira.

Ljóskerið féll úr höndum hennar, glerið brotnaði, ljósið slokknaði.

Hún rann út úr kjallaranum, andaði eins og loftið sjálft hefði breyst í blý.

Úti voru Lundúnir hinir sömu — kaldir, gráir, hlutlausir.

En í hennar heimi slitnaði eitthvað.

Allt sem hún hafði elskað var nú orðið skrímsli.

Og skrímslið — sá sem hún unni enn.

Þessa nótt drakk Grace í fyrsta sinn á ævi sinni sig fulla. Í ódýrum krám við hafnirnar drakk hún án þess að greina bragð — vín, brennivín, allt sem brenndi.

Þegar yngri systir hennar settist hjá henni — kærulaus, einföld, en elskandi — gat Grace ekki þagað.

— Þau... eru á lífi, — hvíslaði hún skjálfandi. — Á lífi, en verra en dauðinn... Hann... varð svona... af sjálfsvilja... sjálfur...

Tár runnu ekki — þau virtust hafa þornað innra með henni.

Systirin horfði á hana með ótta og ráðaleysi.

Eftir klukkustund var allt sem Grace hafði sagt komið áfram — eins og alltaf — til þeirra sem ættu ekki að heyra.

Að morgni vissi Uroboros það.

Að yfirgefna hælið fór hópur útdrifs-prestanna og veiðimanna. Þeir komu þangað í tunglskininu — hljóðlega, vopnaðir bænum og stáli.

Enginn þeirra vissi
að þeim myndi ekki takast að drepa skrímsli,
heldur þau sem hættu að drekka blóð
af því þau vildu ekki verða ill.

Kafli 60. Ljós sem drepur

„Jafnvel við endalok leiðarinnar getur maður valið —
að farast sem skrímsli eða deyja sem maður.“
— úr annálum Emily Lawrence

Nóttin stóð kyrr — eins og andardráttur fyrir storm. Þoka lá yfir steinlögðum götum, faldi endurkast blysanna. Vindurinn lyktaði af járni, regni og einhverju fornu, eins og minni borgarinnar sjálfrar vaknaði fyrir blóði.

Emily stóð við hliðið og herpti ólar slæðunnar.

— Í kvöld verður áhlaup, — sagði hún og leit á Noël. — Reglan fékk fregnir um vampírur. Yfirgefið munaðarleysingjahæli.

Hann lyfti augunum; óróleiki blundaði í þeim.

— Ferðu?

— Já.

— Þá fer ég með þér.

Skiljandi að engin fortölumynd virka, rétti Emily honum skammbyssu með silfurkúlum.

— Taktu hana. Svona til öryggis.

Stundum bera vörn og dauði sama andlit.

Þegar hópur útdrifspresta kom á staðinn hékk tunglið lágt, eins og vitni dómsins sem nálgaðist. Þögn umlukti hælið — engin hljóð nema skref og brak blysanna.

Fyrir framan bygginguna stóð sveitin í röð. Meðal þeirra — Richard, fölur, með tómleg augu. Hann var ekki lengur maður: í honum talaði einungis vilji ljóssins.

Emily og Noël gengu nær. Hann fann hve allt innan hans herptist — forboði, sársauki... og undarlegur þekkingarglæta.

Og þá brakaði hurð við hælið.

Á dyraþröskuldinum birtust Edward og Elísabet. Þau stigu út, hlið við hlið — föl, örmagna, en án ótta, án undirgefni. Í hinni hendinni héldu þau skammbyssum.

Þau stóðu í tunglsljósinu og eins og nóttin sjálf víki til hliðar til að gefa þeim síðustu ræðu.

Útdrifsprestarnir beindu vopnum sínum. Hljóð lokanna smullu. Skipun ómaði.

Og þá skjálfaði jörðin.

Frá himninum, eins og rifinn úr myrkrinu sjálfu, hrapaði Rauði Foringi vampíranna á steinhellurnar — sá sami sem einu sinni særði Noël þegar hann var ekki enn maður. Vængirnir breiddust út, hrundu upp ryki og steinsplittum. Útlit hans var hvorki mannlegt né djöfullegt né drekanlegt — heldur allt í senn, samruni ógnanna sem engin mörk þekktu.

Hann sté fyrir Edward og Elísabet, varð fyrir skotunum, eins og myrkrið sjálft hefði ákveðið að verða skjöldur þeirra.

Emily fann Noël stíga fram, en hún stöðvaði hann með varla sýnilegu handarbroti.

— Þau... veita ekki mótspyrnu, — hvíslaði hún.

En sveitin hlustaði ekki. Þau voru hermenn ljóssins, og ljósið þekkir sjaldan miskunn.

Og þá — tveir skothvellir. Samtímis.

Edward og Elísabet lyftu skammbyssunum að gagnaugum sínum og þrýstu á gikkinn.

Hljóðið ómaði um torgið eins og kirkjuklukka. Þau stóðu enn andartak, enn samanklædd höndum. Og á andlitum þeirra birtist varla sýnilegt bros — ekki af gleði né örvæntingu, heldur rólegri vitneskju: jafnvel dauðinn tók ekki frá þeim mannúðina.

Þau féllu hlið við hlið. Hendur þeirra losnuðu ekki.

Það var í fyrsta sinn sem vampírur breyttust ekki í ösku.

Rauði Foringinn, þegar hann sá lík þeirra sem hann barðist við að vernda, gaf frá sér gjálp — ekki af reiði, heldur sársauka. Loftið skalf, himinninn sortnaði og úr myrkrinu, líkt og frá djúpum heimsins, reis her vampíranna. Hinir æðri og hinir óæðri — allir, eins og sameinað bergmál harmi hans.

Útdrifsprestarnir lokuðu hring ljóssins. Og um leið og þeir kölluðu fram verndarvætti sína gekk Richard fram — rólegur, en þannig að þögnin brast.

Hann var kaldur sem stytta. Í augum hans endurspeglaðist ekkert — hvorki minni né miskunn. Hann knésettist og stakk ljóssverði í jörðina.

Undir fótum hans blossaði galdrahringur. Logar snúust í spíral, risu upp sem bænarlogn. Loftið klofnaði.

Úr ljósinu reis Veran Varðmaður — andlitslaus, formaslaus, holdgervingur hefndarreglunnar sjálfrar.

Líf Richards fór að dvína. Með hverjum andardrætti bliknaði líkami hans, afhenti kraft sem safnaðist í blindingarljós.

Varðmaðurinn sveiflaði hendi — og tugir vampírur féllu í ösku. Hann gerði engan greinarmun: fyrir ljósið er sérhver skuggi óvinur.

Fyrstur undir högginu féll Rauði. Ljósgeisli klauf líkama hans, sló væng og handlegg á steininn. Hefði hann ekki þotið til himins væri ekkert eftir af honum.

Særður steig hann í skýin, skildi eftir sig rauðan slóð, og hvarf, dregjandi lifendur með sér.

Þegar ljósið slokknaði var aðeins fatnaður Richards og dauf skínandi spíral, sem hvarf hægt í næturloftinu.

Emily stóð þögul. Noël gat ekki tekið augun af líkunum, sem lágu við þröskuld gamla munaðarleysingjahælisins. Og ef til vill skildi hann í þann svip — skrímsli fela sig ekki alltaf í myrkri. Stundum standa þau í ljósinu og biðja aðeins um að enginn taki eftir þeim.

Kafli 61. Myndir úr ösku

„Ástin er aðeins ódauðleg
þegar hún finnur sér nýtt líkama í minni.
En sérhvert minni verður fyrr eða síðar að ösku.“
— úr handritum Julian

Orustan var liðin. Noëlstóð meðal rústanna — brotinna örlaga, þar sem loftið ómaði enn af bergmáli Varðarans. Emily gekk að honum — hljótt, næstum ósýnilega. Hlýja hljómaði í rödd hennar, en hún náði ekki til hjarta hans: það var of þreytt til að svara. Þegar hún bað hann að fara, kinkaði hann aðeins kolli.

En eftir nokkur skref stansaði Noël. Eins og ósýnileg, fornum og kölluð lífskraftur drægi hann aftur á bak. Hann gekk að staðnum þar sem á köldum steinum glampaði enn fölrautt blóð hins fallna Rauða Foringja. Hann kraup niður, snerti blóðið.

Og í sama augnabliki hvarf heimurinn.

Allt blossaði upp, eins og brotið spegilbrot ljóss. Hann sá dreng — berfættan, með trésverð, nafn hans var Julian. Og bróður hans, ljósan og fölan. Dreng sem ólst upp í heimi þar sem draumurinn um riddaratign skipti meira máli en lífið sjálft. Hann dreymdi um að vernda hina veiku, vera ljós í myrkri.

En einn daginn slokknaði þetta ljós.

Noëlsá útlenda galdramenn brjótast inn í heim þeirra — eldsvoða, blóð, öskur, tortímingu. Og í þessum eldi — Julian. Hann öfundaði bróður sinn — ekki úr illum hug, heldur hljótt, sárt: vegna þess að bróðirinn var hetja, og vegna þess að eiginkona hans, Isabella, var í augum Julians holdgervingur alls sem hann þráði.

Þegar dauðinn sótti hana, reyndi Julian að bjarga henni og tók á sig forna bölvun — og varð vampíra. Dauðinn hætti að vera endir, en lífið varð eilíft myrkur. Nú tilheyrði hún honum, ekki bróðurnum. Milli þeirra varð tengsl — slík sem aðeins myndast milli vampíra.

Noëlsá: í ótta við spádóminn varð Julian frá sér numinn — og drap son Isabellu, barnið sem bróðir hans átti, William. Sársauki og blóð runnu saman. Isabella varð frummóðir allra vampíra. Og síðan — aska. Aska líkama hennar, borin burt af vindi.

Í myrkrinu birtist ókunnur maður, standandi yfir öskunni hennar. Noëlfann að hann þekkti hann. Julian gekk fram — og reif hjarta hans úr brjósti áður en hann gat snúið sér við. Heimurinn fylltist af blóðrauðu ljósi.

Í reiði og sorg rændi Julian fornum grip — Brahmastru. Nafn hennar varð að bölvun: einungis með því að nefna það dró hann úr lífi William — bróður sem stóð meðal guða — í þeirri trú að hann bæri sök á dauða Isabellu. En krafturinn sneri sér einnig gegn honum. Frá þeirri stundu var hann dæmdur til að geta sagt aðeins eitt orð — það sama sem hafði drepið.

Á sama augnabliki hvarf líkami hans, fluttur í aðra tíð — annan heim. Hann endaði á 13. öld. Í fyrstu — framandi, týndur, lærði hann að skilja nýjan heim, tungumál hans, andardrátt, ótta. Noëlfann undarlega skyldleikatilfinningu — því hann hafði sjálfur ratað milli heima í leit að sannleikanum.

Julian leitaði þekkingar, svörum við spurningum sem jafnvel guðir óttuðust: hvað er sannleikurinn? hver er hann — og hver átti hann að vera? Einsemd varð gjald hans. Í gegnum aldir, í myrkri og eldi, breyttist hann í alkemista, vísindamann, þreyttan ódauðlegan, sem reyndi að sameina vísindi og töfra til að skilja eitt: hvers vegna lifir hann sem getur ekki dáið?

Hann trúði að með krafti þekkingar og anda gæti hann skapað heim án sársauka — hvorki líkamlegs né andlegs. Stundum virtist hann nálgast svarið, en alltaf hvarf það — eins og sannleikurinn sjálfur sneri sér undan.

Allir sem hann gaf blóð og skugga voru ekki skapaðir af græðgi eða þorsta, heldur til framtíðartilrauna — fyrir drauminn um að gera manninn hamingjusaman, lausan við þjáningu. Og engan þeirra ódauðlegu sem hann skapaði gafst honum hugur til að drepa — að dæma til gleymsku, svo lengi sem minningin lifði um þá einu sem hann elskaði meira en lífið sjálft.

Hann ferðaðist, safnaði fróðleik og sögnum, uns hann hitti konu — Ilonu Szilágyi, dóttur ungversks aðalsmanns, hugsjóna-mynd sem minnti hann á Isabellu. Hún átti mann og syni, og í hjarta Julians reis aftur beisk, gömul einsemd.

Hann ákvað að framkvæma helgisið til að breyta ásýnd sinni — verða að þeim sem hún hafði elskað. Til þess þurfti blóð hins dauða og dropa af guðlegu blóði sem gæti gefið endurfæðingu. Hann drap eiginmann hennar. Blandaði blóði sínu við hans — og úr þessari blöndu uxu undarlegar jurtir, gegnsæjar sem þang, púlsandi af mjúku ljósi. Þær gátu aðeins lifað í vatni og báru tvöfalt minni — hans og hins fallna.

Julian sökkti sér í þær — og varð annar. Líkami hans, rödd, látbragð, jafnvel venjur urðu eins og hins látna manns; sjálf minningin. Nú gat hann talað fleiri orð — bölvunin lét undan, en aðeins að hálfu. Í mannsmynd fékk hann mál, en í ljótari ásýnd hélst þögnarinnar fjötur.

Hann lifði — sem maður. Elsaði — sem maður. Hann eld dist, en dó ekki. Þegar dauðinn náði þeim sem hann elskaði grét hann ekki og bað ekki. Eftir dauða þeirra brenndi hann lík þeirra, blandaði ösku við málningu og málaði myndir — eins og reyndi hann að færa þeim andlit aftur á striga. Híbískus, narsissur, fjólur, calla-liljur, liljur, valmúr, krísantemur, rósir — hver blóm var nafn. Hver mynd — líf. Hvert líf — ást sem ekki varð endurheimt.

Þá skildi Noël: það sem hann sá var ekki sýn, heldur minning blóðsins. Í æðum hins hlýja bókasala, Harper, streymdi blóð Julians — vampíru, listamanns, píslarvotts ódauðleikans. Myndirnar sem skreyttu veggi hans voru ekki aðeins list. Heldur holdgerving sársauka, eilíf játning þess sem reyndi að breyta dauða í fegurð.

Noëlstóð hreyfingarlaus. Heimurinn varð aftur hljóður. Emily kom nær, en þorði ekki að snerta hann. Hann vissi: nú bjó í minni hans annað líf — líf ódauðlegs manns sem elskaði of heitt og dæmdi sjálfan sig til eilífðar.

Nokkrum mínútum síðar, þegar Emily og Noëlhurfu frá staðnum, hljóp Grace að húsinu. Edrú af skelfingu féll hún á kné við lík Edward og Elísabetar. Þau lágu, hönd í hönd. Milli fingranna hvíldi skammbyssa.

Grace tók vopnið með skjálfandi hönd. Enginn hljóð heyrðist nema andardráttur hennar.

— Fyrirgefðu, Edward, — hvíslaði hún. — Ég hefði átt að vera hjá þér.

Eitt skot. Hljótt sem andardráttur.

Hún féll við hliðina á þeim.

Og þau voru þrjú sem nú lágu saman — eins og ein sál, klofin af örlögum.

Yfir munaðarleysingjahælinu hékk tunglið — föllegt sem fyrirgefning og eilíft sem sekt.

Kafli 62. Nóttin þegar askan tók til máls

„Stundum er svik ekki verk,
heldur augnablikið þegar þú skilur
að vinurinn var alltaf skuggi.“
— úr óskrifuðum línum Emily Lawrence

Þegar Noëlog Emily gengu heim, heyrðist skothvellur einhvers staðar bakvið þau. Þau sneru sér við, en gáfu því ekki mikla athygli — þau voru upptekin af öðru: því sem Noëlhafði séð. Emily skildi strax: það sem gerðist á vígvellinum eftir orrustuna hafði ekki verið einföld sýn. Hún vissi — þegar Noëlsnerti blóð, opinberaðist honum líf þess sem bar það. En hvers vegna brást þetta blóð við? Því gjöf Noëls hafði aldrei brugðist við blóði skrímsla.

Hún vissi ekki enn: undir yfirbragði skrímslis hafði maður lifað — sá sami og hún hafði einu sinni þekkt svo nærri... eða haldið að hún þekkti.

Noëlþagði alla leiðina. Hann gekk við hlið hennar, leit ekki á hana, eins og sýnin hefði tekið frá honum hluta sálar hans. Emily spurði ekki. Hún vissi — þegar tíminn kæmi, myndi hann tala sjálfur. Þess vegna gekk hún hljótt við hlið hans á meðan myrkur Lundúna gleypti skuggana þeirra.

Heima kvikjuðu þau á arninum. Eldurinn kastaði hlýjum bjarma á veggina, en kuldinn hélt samt áfram að ríkja í herberginu. Emily settist í stól. Noëlstóð við gluggann og sagði loks lágt:

— Ég sá hann.

— Hvern? — rödd hennar var varla heyranleg.

Hann sneri sér við. Í augum hans lifði skuggi annarra alda.

— Julian, — sagði hann. — Sá sem var fyrsti vampíran... sá sem skapaði þær allar. Nú lifir hann undir nafninu John Harper.

Emily fölnaði. Hann talaði rólega, en hvert orð skar loftið eins og hnífur.

— Það er ómögulegt... John... Harper... — hún þagnaði, missti andann. — Hann var vinur, Noël. Hann hjálpaði. Hann...

Tár runnu niður vangann.

— Þetta getur ekki verið...

Noëlsettist hjá henni.

— Ég sá allt, Emily. Frá æsku hans til þessa tíma. Hann laug ekki — hann hafði bara lifað of lengi í andlitum annarra.

Hún huldi andlit sitt í höndum.

— Ég trúi þessu ekki... Hann var svo nálægt, allan þennan tíma...

Þau þögðu lengi. Aðeins brak eldsins og regnið í rúðunni virtist telja sekúndurnar.

— Við verðum að segja Orðinum, — sagði hún loks. — Það er hættulegt að þegja.

— Nei, — skók Noëlhöfuðið. — Hann mun vita það. Hann hefur eyru og augu alls staðar. Jafnvel í röðum Uroboros eru þeir sem þjóna honum.

— Þú heldur að hann flýi?

— Hann finnur fyrir hættunni áður en við náum að opna munninn.

Emily andvarpaði þungt.

— Þá á morgun, — sagði hún þreytulega. — Á morgun hugsum við um þetta.

— Já, — svaraði hann lágt. — Á morgun.

Þegar nóttin féll yfir húsið þótti Emily eins og hún færi til herbergis síns. Hún stóð í ganginum og hlustaði á skref Noëls sem hurfu upp stigann. Þegar þögnin féll tók hún skammbyssuna — þá sömu sem hún hafði eitt sinn gefið honum. Málmurinn var kaldur eins og sannleikurinn.

Tár runnu aftur, en hún þurrkaði þau — eins og menn þurrka burt blóð þegar enginn tími er til að gráta.

— Fyrirgefðu, — hvíslaði hún út í tómið og dró slæðuna að sér áður en hún sneri út í nóttina.

Regnið lamdi steinlagða göturnar eins og klukkur örlaganna. Hvert skref sló bergmál í brjósti hennar.

Hún gekk til Harper — til vinar, til skrímslis, til þess sem sannleikur hans eyðilagði allt sem hún trúði á.

Og enginn vissi enn að þessi nótt yrði upphafið að endinum.

Kafli 63. Síðasti áhlaupið á Eridu

„Þegar síðasti virkisveggurinn fellur
verður þögnin að bæn
og sjálf Jera — að vígvelli milli ljóss og minninga.“
— úr gleymdum Annálum Annars Mikla Sundurslitnaðar

Þegar Noëlvaknaði í líkama staðgengilsins Gembu var fyrsta hugsunin að finna Bennu — þá sem Emily dvaldi í. En hún var horfin. Engin slóð. Enginn andardráttur.

Þá fyrst vaknaði í honum fornt óró — ekki ótti, heldur tilfinning sem kom úr dýpstu lögum minninganna. Eitthvað var rangt. Ógnvænlega rangt.

Hann reyndi að ná til hennar með tengikristalli staðgengilanna — þögn. Með orkuþræðinum sem tengdi meðvitundir þeirra — tóm. Og þá — eins og eitthvað slitnaði innra með honum.

Líkami Gembu, smíðaður úr málmsamrunum og glóandi æðum, hélt uppi í skjálfta orkuvargs. Í fyrsta sinn þorði Noëlþví — að snúa aftur í jarðneskan líkama sinn með viljastyrk einum, án þess að tapa sekúndu. Hann vissi: aðeins reyndustu staðgenglar, þeir sem höfðu lifað öldum saman í slíkum hylkjum, gátu þetta. Nýliðar gátu það ekki. En hann átti enga aðra leið.

Hann lokaði augunum. Jera fór að leysast upp — dalirnir, turnar Eridu, logandi sléttunar. Sársauki reif líkama hans, líkt og steinæðar brotnuðu að innan. Hann kreisti hnefana. Ljós í æðum hans slokknaði, augun dofnuðu, og Gembu féll — eins og styttu væri kippt sálinni úr.

Á brjósti hans, þar sem eitt sinn glampaði hjarta orkunnar, var aðeins daufur blettur eftir — kveikur sem lifði varla, smám saman deygjandi í myrkrinu.

Á meðan breiddust sögur um ógæfuna um Jera eins og andardráttur dauðans sjálfs. Úr djúpum heima hinna dauðu reis her — andlitslaus og endalaus, berandi rotnun og ösku. Hann var skipaður drögum, djinnum, bölvunarbörnum — og allt sem þau snertu varð að dauða. Jafnvel vatnið urðaðist, búfé féll dautt og himinninn svartnaði af reyk.

Fyrir framan þessa hyldýpisherskipun stóð Fafnir — sá sem einu sinni var hetja, en var nú holdgervingur eyðileggingar. Á móti honum, úr dölum hins eilífa ljóss, nálgaðist annar her — her chimera, leiddur af Inönnu, gyðju sem eitt sinn bar líf, en bar nú innsigli glötunar.

Í Eridu ríkti skelfing. Slíkan ótta hafði Jera ekki þekkt síðan Fyrsti Mikli Sundurslitna varð. Margir flýðu til annarra heima og gleymdu fornu spádómi: *„Þegar Eridu fellur — falla allir heimar.“*

Yfirhershöfðinginn Baihu — strangur og óaðfinnanlegur — skipulagði varnir. Gegn chimerum sendi hann staðgengla og druída, gegn dauðaher Fafnirs — guði og ljósvopnaða hermenn. Aðrir voru skipaðir eftir eðli sínu og mætti.

Úr fjársjóði guðanna var borið fram allt sem gat enn bjargað Jera. Þrír amritsteinar voru afhentir útvöldum: Skadi af norrænu fólki, Narasimha úr druídunum og Demetru, hinni miklu læknandi. Aðrir gripir voru læstir inni — of hættulegir til þess að dauðleg hönd snerti.

Þögn féll yfir Eridu — þung og köfandi, eins og andardráttur rétt fyrir storm. Þegar her hinna dauðu nálgaðist reis jörðin og á sléttunum blossuðu upp hringar galdrafars. Fafnir teiknaði með mætti sínum risavaxinn köllunarhring og lagði hönd á hann.

Brjósthol himinsins skalf við öskur hans og eitt nafn fór um Jera — risavaxið og fornt sem hyldýpið sjálft:

— **SURT!**

Bergmál nafnsins barst allt til veggja Eridu. Allir skildu: ef Fafnir hafði náð að kalla á Surt, þá hafði hann drepið hinn mikla drottin heims hinna dauðu. Og það þótti ómögulegt.

Úr hringnum risu horn risa, líkt fjallatindum. Loftið glóði og hvelfing Jera varð að blóði. Margir létu vopnin síga og skynjuðu örlög sín.

En meðal hermannanna kviknaði annað ljós — ekki von, heldur trú.

Fyrstir brutust fram paladínar. Í munkakápum sem blossuðu af ljósi fóru þeir eins og heilagir, leiddir af þrumunni. Öskur þeirra dundu eins og fellibylir himinsins og jafnvel ifrítar riðuðu undan ljóma þeirra. Paladínarnir féllu á óvininn högg eftir högg, og augnablik blossaði von yfir dalnum.

Á öðrum vegum nálgaðist her Inönnu veggi Eridu. Chimerur sóttu fram í bylgjum, ónæmar fyrir sársauka og ótta. Staðgenglar skutu úr gripastöðvum, ljósspár blossuðu í myrkrinu, en skrímslin voru of mörg — líkamar þeirra brutu virki og sópuðu burt veggjum.

Þá varð hafið við rætur Eridu að ljósi. Vatnið hringsnerist eins og Jera sjálf vaknaði af svefni. Úr djúpinu risu Hinir, fornu börn hafanna. Þau stóðu við hlið staðgengla — í fyrsta sinn saman, án haturs eða sundurskilnaðar. Og þau börðust við chimera með styrk þeirra eigin.

Meðal þeirra var sædís sem einu sinni bjargaði sínum nánustu með söng sínum. Nú var henni falið að tortíma guðinum sem stjórnaði her Inönnu.

Á meðan, á toppi borgarmúranna, stóð Baihu og horfði yfir logandi sjóndeildarhringinn. Slæðan hans sló í vindinum, og í augum hans speglaðist eldurinn, en þau voru kyrr.

— Megi þessi dagur verða minnstur, — sagði hann. — Jafnvel þótt við föllum, skulum við falla með heiðri.

Og himinninn svaraði honum með þruma.

Kafli 64. Nótt svika

„Stundum bregst hjartað ekki af illsku,
heldur af því að það getur ekki lengur þagað.“
— úr óskrifuðum bréfum Emily Lawrence

Noëlvaknaði í húsi Emily. Allt var eins og það átti að vera — bækurnar, stóllinn við arininn, ilmur te- og engiblóma. Nema hún var ekki þar.

Hann kallaði — engin svör. Gekk í svefnherbergið — rúmið kalt, eins og enginn hefði snert það í marga klukkutíma. Og þá skildi hann: eitthvað hafði gerst.

Augun féllu á borðið. Skammbyssan var horfin — sú sama sem Emily hafði einu sinni afhent honum við munaðarleysingjahælið.

Hjarta hans kipptist saman.

— Nei... Emily...

Hann skildi allt. Hún hafði farið til Harper. Farið — ein.

Noëlskellti á sig slæðunni, stökk út í nóttina. Rigning féll í mjúkum blæjum og blandaðist við andardrátt hans; kaldur loftið skar kinnarnar eins og hnífur. Hann hljóp yfir steinlögðu göturnar, finnandi ekki fyrir fótunum, eins og aðeins örfá augnablik skildu hann frá ógæfunni.

Á meðan stóð Emily nú þegar við húsið hans Harper. Fingurnir skjálfuðu. Þegar hún bankaði, gaf hljóðið upp allt — ótta, ákvörðun, örvæntingu.

Dyrnar opnaði svefndrukkinn eiginkona Harper — Catherine, ung kona með blíðlegt, hálfsvæft andlit. Hún stóð í skelfingu þegar hún sá tárvota Emily og hleypti henni strax inn.

Emily gekk hljótt inn í stofuna. Veggirnir voru klæddir málverkum — blómum ofin úr sársauka og ösku: hibiscus, narsissur, fiölur, hvít lilja, valmúr, krísantemur, dökkrauðar rósir. Hún settist, starandi á þau, eins og reyndi hún að lesa örlög annarra úr striganum.

Harper kom inn nokkrum andartökum síðar — í slopp, með þreytt andlit, eins og hann hefði ekki sofið alla nóttina. Hann fraus þegar hann sá hana.

— Emily?.. Hvað gerðist? — spurði hann mjúklega.

Hún lyfti augunum — þau glampandi af tárum.

— Vinur minn... er dáinn... — hvíslaði hún.

Harper stóð grafkyrr. Hugurinn fór til Noëls; sorg glampa í augum hans.

— Hvað?.. — andaði hann út.

— Elskan, — kallaði hann til konu sinnar, — færðu okkur eitthvað að drekka.

Catherine hvarf út.

Og í því augnabliki sem Harper leit undan reis Emily á fætur. Hönd hennar skjálfaði, en hreyfingin var nákvæm — hönd útdrifs-prestkonu, vön því að bregðast ekki.

Skot.

Brot hljóðsins skar kyrrðina. Harper kastaði sér til hliðar — kúlan fór framhjá, rispaði ennið. Hann greip úlnlið hennar, vippaði honum til — bein brotnuðu með ógeðfelldu hljóði. Hún öskraði.

Andlit Harper brenglaðist. Augun loguðu í blóðrauðu ljósi, æðar risu upp undir húðinni, og í næsta augnabliki stóð ekki maður fyrir framan hana — heldur fornt skepna, fædd úr sársauka og eilífð.

Hann greip hana, þrýsti að sér og með ofurkrafti stökk út um gluggann. Glerið sprakk, rammi splundraðist og allt varð að blikki blóðs og tunglsljóss.

Eiginkona Harper, sem ekkert skildi, heyrði aðeins skotið og brot glerbrota. Hún tók á rás inn í stofuna — glugginn gapti tómur, gardínur blöktu í vindi, og á gólfinu dökknuðu blóðblettir og rifin efni.

Skrímslið hóf sig til lofts, með hálfgróin vængi. Sárin leyfðu því ekki flug, og fljótt skall það niður í runna fornra trjáa skammt frá.

Emily lá meðvitundarlaus. Umhverfis hana safnaðist nú hópur vampíra — skuggar, þögulir, með glampa rándýrs í augum.

Og þá kom Noëlhlaupandi að slysstaðnum. Hann sá skrímslið stökkva út úr húsi Harper, halda Emily í örmum sér. Enginn vampíranna þorði að snerta hana.

Noëlkastaði sér að henni, hélt höfði hennar í fanginu.

Augnhár hennar hristust, varirnar hvísluðu óskýrt:

— Noël...

Hann beygði sig nær.

— Ég er hér...

Hún opnaði augun — og sá að rétt hjá þeim, nýrkominn í mannslíki, stóð Harper. Nær nakinn, með blóðugum höndum, vafði hann um sig skikkju sem einn vampírinn hafði kastað að honum.

Í augum hans var engin reiði — aðeins þreyta, sársauki og djúp sorg.

— Þið hefðuð ekki átt... — hóf hann, en setningin slitnaði.

Nóttin stóð kyr. Rigningin hélt áfram að falla. Og á milli þeirra þriggja — vinar, elskanda og vitnis — lá sprunga sem ekki var lengur hægt að brúa.

Kafli 65. Síðasta ljósið

„Þegar guð deyr
slokknar ekki heimurinn —
slokknar aðeins minningin um ljósið
sem einu sinni var ástin.“
— úr fundnum skrifum óþekks höfundar

Noëlkraup á kné, hélt fast um Emily. Rigningin féll hljótt á axlir þeirra. Hann lyfti augunum og sagði:

— Við vitum bæði hver þú ert, Julian.

Nafnið hljómaði eins og hnífsblað sem klauf nóttina. Harper brá við. Augu hans fylltust af ógleði og geðveiki, og röddin sem slitnaði af vörum hans varð að öskri skrímslis sem aldrei fékk að verða maður.

— Þoraðu ekki! — hrópaði hann rámur. — Nefndu það nafn ekki! Ég — er ekki hann! Ég er ekki Julian!

Noëlvék ekki. Hann talaði mjúklega, með tregabreytni, eins og hann játaði syndir annars manns.

— Þú varst drengur sem dreymdi um að verða riddari. Þú elskaðir bróður þinn og trúðir því að máttur væri gefinn til að vernda, ekki til að drepa. Þú varðst vampíra ekki fyrir vald — heldur fyrir ástina. Fyrir Isabellu. Fyrir að bjarga henni. Þú varst maður, Julian... og þannig varst þú áfram.

Harper skjálfaði, eins og hvert orð sló hann í hjartað.

— Þegiðu... — hvíslaði hann. — Bið þig...

En Noëlhélt áfram, lágmælt, án ásökunar:

— Þú þoldir einsemdina, lifðir hundruð ára, skipti um andlit og nöfn, en í hverju þeirra leitaðir þú að henni sem dó í örmum þínum. Þú málaðir blóm úr ösku þeirra, gafst konum eilífð svo þú þyrftir ekki að finna fyrir missinum. Þú leitaðir ekki ódauðleika — þú vildir aðeins ekki gleyma hvað það er að elska. Því ástin var það eina sem tengdi þig enn við mannkynið.

— Nóg! — hrópaði Harper. — Þoraðu ekki...

Tár runnu niður andlit hans. Í þessu öskri var ekki hatur, heldur sársauki og örvænting. Noëlsá ekki skrímsli fyrir framan sig — heldur sál, veru sem hafði liðið of lengi.

En sannleikurinn var þegar sloppinn úr fjötrum.

Harper huldi andlit sitt í höndum.

— Þið skiljið ekki... Ég vildi ekki... neinum... Ég óskaði engum dauða!

Hann lyfti höfðinu — í augum hans blossaði rauðglóandi ljós.

— En þið verðið að fara. Ég get ekki... látið þetta enda svona...

Hann gaf merki. Og vampírurnar sem stóðu í kring lyftu höndum sínum í einu. Úr lófum þeirra skutu fram hnífar, smíðaðir úr blóði.

Á einni svipan rufu spjótin bæði Emily og Noël. Blóð hennar féll á hann, vakti innra með honum gjöfina.

Hann sá líf hennar — í óteljandi holdgerningum, spunnu í eina þræði.

Hann sá Mihiru — unga galdrakonu frá Varanasi, þögla af sorg en þrúðfulla ljóss. Gæska hennar græddi hjörtu, og augnaráð hennar bar í sér himininn. Þegar henni var svikið, gaf hún líf sitt til að bjarga vinkonu sinni. Og á dauðastund reis sál hennar upp og fæddist aftur sem Amaterasu — gyðja ljóss og samúðar.

Við hlið hennar birtist amrit — steinn sem hafði drukkið í sig andardrátt stjarnanna.

Síðan leiddi Amaterasu menn og Jerania um aldir, sem gyðja og verndari. En í hjarta hennar lifði löngun eftir einfaldri, mannlegri hamingju.

Ein vinkona hennar — Emily Lawrence, venjuleg kona, eiginkona og móðir — sagði einu sinni við hana:

„Þú ert of mikil til að verða hamingjusöm, en of góð til að hætta að þjást."

Þegar nýtt myrkur reis — bölvun vampíranna — fann Amaterasu upptök þess. Hún elti leið aðalvampírans og fann bæli hans. Í alkemíubókum Julian sá hún ekki valdfýsi, heldur söknuð eftir ást. Því eyddi hún ekki verkum hans — hún varðveitti þau sem minningu um að jafnvel myrkur getur fæðst af samúð.

Þessu öllu deildi hún með vinkonu sinni, ekki sem fróðleik, heldur sem leyndardómum heims alkemíunnar.

Nóttin var tunglslaus, og stjörnurnar slokknuðu ein af annarri, eins og himininn vildi ekki sjá það sem var að gerast.

Emily kom hlaupandi — berfætt, föl, bitin af vampíru. Hún greip hendur Amaterasu og hvíslaði, varla lifandi:

— Gefðu mér eið... Eið um að þú munir gera allt sem ég bið — efast ekki, hætta ekki, syrgja ekki.

Gyðjan nötraði — ekki eins og guðdómur, heldur eins og manneskja. Hún skildi óumflýjanleikann og svaraði:

— Ég sver.

Þá brosti Emily — mjúklega, þreytt og blíðlega, eins og aðeins þeir sem standa á mörkum dauðans gera — og sagði:

— Dreptu mig... meðan ég er enn manneskja.

Og lifðu lífi mínu.

Vertu hamingjusöm —

og vertu hamingja þeirra sem ég elskaði.

Hún vissi um skrif Julian — og einmitt um þau talaði hún.

Með tárin í augum samþykkti Amaterasu. Með leiðsögn forns dýrs blandaði hún blóði sínu við blóð hinnar látnu. Síðan baðaði hún sig í þangi sem bar minningar beggja. En forna endurfæðingin svaraði ekki — heimurinn sneri sér burt, leiðin lokaðist.

Þá hellti hún öllu ljósi gyðjunnar í amrit — eina ílát sem gat varið ljós hennar.

Og það virkaði: hún varð Emily Lawrence — ekki gyðja, heldur kona.

Nú, þegar gjöf Noëls vaknaði, skildi hann: í örmum hans lá ekki bara deyjandi kona, heldur gyðjan sjálf sem hafði gefið heimum samúð.

Emily tók amrit-steininn úr gullhenginu og lagði hann að brjósti hans. Ljós Amaterasu fór að flæða inn í hann.

Harper — eða Julian — sá ljós amrits vakna í líkama Noëls. Og augnaráð hans — hreint, fyrirgefandi — var sama ljósið sem hann hafði einu sinni séð í augum bróður síns, þegar sá mælti bannorðið:

— Brahmastra.

Og forna bölvunin vaknaði.

Harper öskraði — ekki af hatri, heldur af sársauka, minningum sem aldrei hafi látist.

— **BRAHMASTRA!**

Himininn rifnaði. Hringur himinsljóss féll niður og sleit í sundur vef tíma.

Noëllokaði augunum. Líkami hans og líkami Emily leystist upp að ljósi.

Á jörðinni lá aðeins lítill blár steinn, eins og perluskel, sem bar enn lágt, ljóðrænt andardrátt — síðasta ljós sálar.

Julian hvarf.

Rýmið nötraði — og kastaði honum aftur í fortíðina.

Hann vaknaði í herbergi sem hann þekkti sársaukafullt vel: sama hálfmyrkur, ilmur vax og lavender, sólargeislar á gömlu gleri.

Á svalanum stóð Isabella, með rós í annarri hendi og bréf í hinni.

Allt gerðist á svipstundu.

Fíngerð gufa hófst af húð hennar, eins og morgunþokur yfir á. Svo blossaði fyrsti loginn. Augun hennar titruðu — ekki af ótta, heldur skilningi.

Hún öskraði.

Hann vildi hrópa, en bölvunin hafði tekið rödd hans.

Loginn greip hana. Hún brann eins og kerti, leystist upp í ljósið sem hún hafði einu sinni elskað.

Hann féll á kné, reynandi að halda ösku hennar í lófum sér, og sá bréf sem hafði lifað glóðina:

„Kæri Julian,

ég get ekki lifað lengur.
Þú, elskan mín, drapst barnið mitt.
Ég gat ekki fyrirgefið þér það.
Með ást — þín Isabella."
Tár brunnu niður andlit hans.
Og þá heyrðust skref fyrir aftan.
Hann sneri sér við — og sá sjálfan sig.
Tvo Julian-a.
Sá fortíðar í bræði og sorg.
Sá framtíðar í þöglu iðrun.
Og í þessari árekstri tímanna
dráp skrímslið manninn,
maðurinn drap skrímslið,
og heimurinn stóð kyrr
milli andardráttar og gleymsku.
Þannig rættist spádómurinn:
Hann var drepinn af vampíru sem óttaðist ekki sólina.
Hann var drepinn af sjálfum sér.
Og þegar hann dó skildi hann:
Hann var bæði fórnarlamb
og böðull,
og sá sem stóð
yfir ösku ástarinnar.

Kafli 65. Síðasta ljósið

„Þegar guð deyr
slokknar ekki heimurinn —
slokknar aðeins minningin um ljósið
sem einu sinni var ástin."
— úr fundnum skrifum óþekks höfundar

Noëlkraup á kné, hélt fast um Emily. Rigningin féll hljótt á axlir þeirra. Hann lyfti augunum og sagði:

— Við vitum bæði hver þú ert, Julian.

Nafnið hljómaði eins og hnífsblað sem klauf nóttina. Harper brá við. Augu hans fylltust af ógleði og geðveiki, og röddin sem slitnaði af vörum hans varð að öskri skrímslis sem aldrei fékk að verða maður.

— Þoraðu ekki! — hrópaði hann rámur. — Nefndu það nafn ekki! Ég — er ekki hann! Ég er ekki Julian!

Noëlvék ekki. Hann talaði mjúklega, með tregabreytni, eins og hann játaði syndir annars manns.

— Þú varst drengur sem dreymdi um að verða riddari. Þú elskaðir bróður þinn og trúðir því að máttur væri gefinn til að vernda, ekki til að drepa. Þú varðst vampíra ekki fyrir vald — heldur fyrir ástina. Fyrir Isabellu. Fyrir að bjarga henni. Þú varst maður, Julian... og þannig varst þú áfram.

Harper skjálfaði, eins og hvert orð sló hann í hjartað.

— Þegiðu... — hvíslaði hann. — Bið þig...

En Noëlhélt áfram, lágmælt, án ásökunar:

— Þú þoldir einsemdina, lifðir hundruð ára, skipti um andlit og nöfn, en í hverju þeirra leitaðir þú að henni sem dó í örmum þínum. Þú málaðir blóm úr ösku þeirra, gafst konum eilífð svo þú þyrftir ekki að finna fyrir missinum. Þú leitaðir ekki ódauðleika — þú vildir aðeins ekki gleyma hvað það er að elska. Því ástin var það eina sem tengdi þig enn við mannkynið.

— Nóg! — hrópaði Harper. — Þoraðu ekki...

Tár runnu niður andlit hans. Í þessu öskri var ekki hatur, heldur sársauki og örvænting. Noëlsá ekki skrímsli fyrir framan sig — heldur sál, veru sem hafði liðið of lengi.

En sannleikurinn var þegar sloppinn úr fjötrum.

Harper huldi andlit sitt í höndum.

— Þið skiljið ekki... Ég vildi ekki... neinum... Ég óskaði engum dauða!

Hann lyfti höfðinu — í augum hans blossaði rauðglóandi ljós.

— En þið verðið að fara. Ég get ekki... látið þetta enda svona...

Hann gaf merki. Og vampírurnar sem stóðu í kring lyftu höndum sínum í einu. Úr lófum þeirra skutu fram hnífar, smíðaðir úr blóði.

Á einni svipan rufu spjótin bæði Emily og Noël. Blóð hennar féll á hann, vakti innra með honum gjöfina.

Hann sá líf hennar — í óteljandi holdgerningum, spunnu í eina þræði.

Hann sá Mihiru — unga galdrakonu frá Varanasi, þögla af sorg en þrúðfulla ljóss. Gæska hennar græddi hjörtu, og augnaráð hennar bar í sér himininn. Þegar henni var svikið, gaf hún líf sitt til að bjarga vinkonu sinni. Og á dauðastund reis sál hennar upp og fæddist aftur sem Amaterasu — gyðja ljóss og samúðar.

Við hlið hennar birtist amrit — steinn sem hafði drukkið í sig andardrátt stjarnanna.

Síðan leiddi Amaterasu menn og Jerania um aldir, sem gyðja og verndari. En í hjarta hennar lifði löngun eftir einfaldri, mannlegri hamingju.

Ein vinkona hennar — Emily Lawrence, venjuleg kona, eiginkona og móðir — sagði einu sinni við hana:

„Þú ert of mikil til að verða hamingjusöm, en of góð til að hætta að þjást."

Þegar nýtt myrkur reis — bölvun vampíranna — fann Amaterasu upptök þess. Hún elti leið aðalvampírans og fann bæli hans. Í alkemíubókum Julian sá hún ekki valdfýsi, heldur söknuð eftir ást. Því eyddi hún ekki verkum hans — hún varðveitti þau sem minningu um að jafnvel myrkur getur fæðst af samúð.

Þessu öllu deildi hún með vinkonu sinni, ekki sem fróðleik, heldur sem leyndardómum heims alkemíunnar.

Nóttin var tunglslaus, og stjörnurnar slokknuðu ein af annarri, eins og himininn vildi ekki sjá það sem var að gerast.

Emily kom hlaupandi — berfætt, föl, bitin af vampíru. Hún greip hendur Amaterasu og hvíslaði, varla lifandi:

— Gefðu mér eið... Eið um að þú munir gera allt sem ég bið — efast ekki, hætta ekki, syrgja ekki.

Gyðjan nötraði — ekki eins og guðdómur, heldur eins og manneskja. Hún skildi óumflýjanleikann og svaraði:

— Ég sver.

Þá brosti Emily — mjúklega, þreytt og blíðlega, eins og aðeins þeir sem standa á mörkum dauðans gera — og sagði:

— Dreptu mig... meðan ég er enn manneskja.

Og lifðu lífi mínu.

Vertu hamingjusöm —

og vertu hamingja þeirra sem ég elskaði.

Hún vissi um skrif Julian — og einmitt um þau talaði hún.

Með tárin í augum samþykkti Amaterasu. Með leiðsögn forns dýrs blandaði hún blóði sínu við blóð hinnar látnu. Síðan baðaði hún sig í þangi sem bar minningar beggja. En forna endurfæðingin svaraði ekki — heimurinn sneri sér burt, leiðin lokaðist.

Þá hellti hún öllu ljósi gyðjunnar í amrit — eina ílát sem gat varið ljós hennar.

Og það virkaði: hún varð Emily Lawrence — ekki gyðja, heldur kona.

Nú, þegar gjöf Noëls vaknaði, skildi hann: í örmum hans lá ekki bara deyjandi kona, heldur gyðjan sjálf sem hafði gefið heimum samúð.

Emily tók amrit-steininn úr gullhenginu og lagði hann að brjósti hans. Ljós Amaterasu fór að flæða inn í hann.

Harper — eða Julian — sá ljós amrits vakna í líkama Noëls. Og augnaráð hans — hreint, fyrirgefandi — var sama ljósið sem hann hafði einu sinni séð í augum bróður síns, þegar sá mælti bannorðið:

— Brahmastra.

Og forna bölvunin vaknaði.

Harper öskraði — ekki af hatri, heldur af sársauka, minningum sem aldrei hafi látist.

— **BRAHMASTRA!**

Himininn rifnaði. Hringur himinsljóss féll niður og sleit í sundur vef tíma.

Noëllokaði augunum. Líkami hans og líkami Emily leystist upp að ljósi.

Á jörðinni lá aðeins lítill blár steinn, eins og perluskel, sem bar enn lágt, ljóðrænt andardrátt — síðasta ljós sálar.

Julian hvarf.

Rýmið nötraði — og kastaði honum aftur í fortíðina.

Hann vaknaði í herbergi sem hann þekkti sársaukafullt vel: sama hálfmyrkur, ilmur vax og lavender, sólargeislar á gömlu gleri.

Á svalanum stóð Isabella, með rós í annarri hendi og bréf í hinni.

Allt gerðist á svipstundu.

Fíngerð gufa hófst af húð hennar, eins og morgunþokur yfir á. Svo blossaði fyrsti loginn. Augun hennar titruðu — ekki af ótta, heldur skilningi.

Hún öskraði.

Hann vildi hrópa, en bölvunin hafði tekið rödd hans.

Loginn greip hana. Hún brann eins og kerti, leystist upp í ljósið sem hún hafði einu sinni elskað.

Hann féll á kné, reynandi að halda ösku hennar í lófum sér, og sá bréf sem hafði lifað glóðina:

„Kæri Julian,

ég get ekki lifað lengur.
Þú, elskan mín, drapst barnið mitt.
Ég gat ekki fyrirgefið þér það.
Með ást — þín Isabella."
Tár brunnu niður andlit hans.
Og þá heyrðust skref fyrir aftan.
Hann sneri sér við — og sá sjálfan sig.
Tvo Julian-a.
Sá fortíðar í bræði og sorg.
Sá framtíðar í þöglu iðrun.
Og í þessari árekstri tímanna
dráp skrímslið manninn,
maðurinn drap skrímslið,
og heimurinn stóð kyrr
milli andardráttar og gleymsku.
Þannig rættist spádómurinn:
Hann var drepinn af vampíru sem óttaðist ekki sólina.
Hann var drepinn af sjálfum sér.
Og þegar hann dó skildi hann:
Hann var bæði fórnarlamb
og böðull,
og sá sem stóð
yfir ösku ástarinnar.

Kafli 66. Þegar Sólin slokknaði

„Þegar guðir deyja
hverfur ljósið ekki —
það leitar aðeins nýs heims
til að brenna á ný.“
— úr brotum „Týndra anda“

Átta mínútum eftir dauða Amaterasu vissu menn sannleikann, sem engin orð gátu borið: Sólin var horfin. Hún hafði rifnað í eldbjarra skál — eins og opnað auga deyjandi guðs. Ljómann, sem eitt sinn gaf líf, varð að sverði hefndar. Logandi ljós, sem hafði misst miskunn sína, féll niður á Jörðina.

Á fyrstu augnablikunum reif gífurlegur rafsegulstormur himinhvolfið í sundur, eins og rifin klæði í ósýnilegri hendi. Neistar ristu gegnum andrúmsloftið og fíngerðar þræðir tengsla milli manna og staðgengla þeirra slitnuðu hver á eftir öðrum. Ljósgeislar þögnuðu. Allt sem tengdist andaorku dó út, eins og einhver hefði rifið sjálfa sálu plánetunnar úr henni.

Dagsíðan blossaði upp eins og pappírsblað í arninum. Heilar borgir brunnu á sekúndum: turnar hrundu og urðu að rennandi gleri. Eldfljót runnu eftir götum þar sem nokkrum augnablikum áður lifðu milljónir. Malbik sauð, brýr sukku í eigin skugga og járn söng — lágt og langt, eins og kór deyjandi heims.

Höf möluðust og gufa, risin til himins, huldi sprenginguna sem líktist nýrri sól. Fjöll bráðnuðu í öldur svarts glers.

Þeir sem lifðu á næturhlið jarðar lifðu aðeins örlítið lengur. Himininn svarnaði, eins og einhver hefði hellt yfir hann bleki eilífðarinnar. Vindar, orðnir geðveikir, rifu meginlöndin. Hafið, sem hafði misst tunglið, reis og féll í óreiðu og skildi eftir í steinum saltið — síðustu minningu lífsins.

Kuldi kom snögglega og miskunnarlaust. Hann hjúpaði allt — jafnvel dauðann. Vampírurnar hurfu síðastar. Ljósíð, sem þær höfðu stolið af mönnum í aldir, krækti skuld sína — og ódauðleiki þeirra varð að ösku.

Heimurinn varð hljóður, hjartalaus, andalaus. Eina sem lifði af voru djúpsævis örverur — þöglir varðhundar síðasta hitans við svörtu hverina. Þær þekktu ekki sól, þekktu ekki ljós — og þess vegna lifðu þær af storminn.

Árin urðu að öldum. Aldir að árþúsundum. Jörðin, munaðarlaus og eyðilögð, ráfaði um myrkrið eins og sviðinn koli í köldum ofni alheimsins. Stjörnusteinar sléttuðu ör hennar, halastjörnur drógu frostna renda yfir storkin höf, og dauður vindur hvíslaði í sprungum fjallanna nöfn þeirra sem eitt sinn kölluðu hana heim.

Og einn daginn, þegar ekki var eftir stjarna né von, opnaðist glufa þar sem Sólin rís einu sinni — þögul myrkviera, eins og auga botnlauss guðs. Það var svarthol — afkvæmi sprengdrifinnar sólar. Jörðin skjálfaði, eins og hún fyndi kall örlaganna. Hún sogast inn í hægfara, miskunnarlaust aðdráttaraflið.

Ryk, steinar, bein meginlandanna — allt lyftist frá yfirborði hennar og hóf tignarlega dans endaheimsins. Þegar hún rann yfir sjóndeildarhring atburða beygðist sjálft ljósið — síðasti vitnandi — aftur á bak. Tíminn varð þykkur sem tjara. Fortíð, nútíð og framtíð runnu saman í eitt andartak. Fjöll, höf, rústir borga teygðust í eilífð eins og þau soguðust inn í myrkrið sjálft.

Síðan gerðist allt eins og vísindamenn hvísla um af varfærni og spámenn skynja í ljóðrænni þögn. Við upphafssingúlaritetið fléttaðist rúmið í mynstur. Efnið minntist þess, úr hverju það var gert, leystist í frumeindir og safnaðist saman á ný, eins og ósýnilegur klukknasmiður prófaði nýja gangverka í endalausu tæki sínu.

Í gegnum þessa þöglu rás, gegnum ormagöng, var Jörðin borin — ekki fram, ekki aftur, heldur til hliðar. Til hliðar inn í annan alheim, þar sem stjörnur drógu að sér andann á annan hátt, þar sem ljósið hafði aðra þyngd og myrkrið — annað nafn.

Kafli 67. Þrumur yfir Jera

„Þegar veggirnir milli guða og manna hrynja
velur eldingin ekki hvern hún slær —
hún leitar aðeins að hjarta
sem þolir að sundrast ekki í ljósi."
— úr „Síðustu söngvunum", þeim sem aldrei fundust

En orustan á Jera þagnaði ekki.

Þegar Emily og Natanael hurfu, þegar jarðarsólin slokknaði og þræðirnir milli sála og líkama-staðgengla slitnuðu, skömmu síðar fóru steinhermenn að falla einn af öðrum. Þeir molnuðu í hrúgur af köldum kristöllum og visnum rótum; ósýnileg orkan, sem nærði ljóshjúp þeirra, hvarf — eins og fjara sem hörfar.

Jera þagði. Hersveitir skepnna, leiddar af köldum vilja, féllu þegar á útvörðustöðvarnar. Þar sem staðgenglar héldu áður víglínu lá nú grafreitur — úr brotum, sprungum og slokknuðum rótum forinna örlaga.

Enginn skildi í fyrstu hvers vegna heil herdeild féll. En hinir vitru vissu: þegar tengsl milli heima slitna þagnar lífgjafi kraftsins, og steinn verður aftur að steini.

Hinum megin við borgina létu paladínar líf sitt til að kalla Vörðina fram, en vinir Baíhú — þeir sem hugrekki tima ekki aldur — réðust á síðasta úrræði. Þeir notuðu þrjá amrita, sem þeim höfðu verið trúaðir fyrir úr fjárhirslu guðanna, og steinarnir svöruðu með ljósi — eins og fornar innsiglir sem þekkja sitt sanna nafn. Og þá urðu þeir — sem guðir.

Skadi, dóttir Norðmanna, tók á sig mynd helkulds: bogi hennar söng og pílurnar, þegar þær slepptu sér, breyttust í ísklettahrap sem skall á myrkum fylkingum.

Narasinja, umbreyttur af amritanum, reis upp fjórarma ljón logans; í lófum hans snerist Sudarshana — risavaxinn diskur ljóss, sem sneiddi myrkrið eins og kvörn örlaganna.

Demetra, blessuð af gyðjunni, stýrði rótum hins Mikla Trés: jörðin reis og grænir þrumuknallar rifu fylkingar óvinarins eins og sjálfar æðar heimsins hefðu vaknað.

En áhlaupið minnkaði ekki. Baíhú, hinn mikli meðal paladína, þekkti enga þreytu: hann var vindur og elding þar sem sprungan blossaði. Hleypandi eins og stormur skildi hann eftir sig slóð þrumna. Hvert sverðshögg varð að eldingaráfalli, hvert spor — að himneskum drunum.

En samt — hvorki sverð hans né töfrar vina hans gátu stöðvað myrkrið sem fjölgaðist úr eigin skugga.

Á þeim tíma var Surtur kallaður fram að fullu. Ífrit-risi, með eldkórónu sem hvarf upp fyrir hvelfingu plánetunnar, andvarpaði loga sem eyddi öllu í grennd. Hann hóf hægri hönd — og í henni, úr loga eilífðar, varð til sverð, lengra en nokkurt sem menn höfðu séð, glóandi eins og upphituð dögun.

Fafnir, fyrrum vinur og bjargvættur, nú holdgun sjálfrar glötunarinnar, steig inn í hjarta orustunnar. Hann bar í sér vilja Sargands, bræði Volgrims og endurkast krafta Surts.

Margir guðir féllu — ekki af veikleika, heldur vegna þess að vog heimsins hafði fengið sinn óhjákvæmilega dóm. Vinir Baíhú, fylltir af amritunum, fóru að missa stjórn: líkamar þeirra loguðu og sálirnar, blindaðar af ljósi, rýndu sig úr sköpunarhulstrunum.

Á meðan, í háu turni Eridu, stóð Nínmah við gluggann. Hún horfði yfir vígvöllinn. Hendur hennar skulfu, tár féllu niður kinnarnar — ekki af ótta, heldur af þeirri skýru vitneskju um hversu djúp getur hjartasorgin verið.

Og allt í einu, við kinn hennar, birtist ljónslíkt andlit. Það var Anú í annarri mynd — augu hans glitruðu eins og stjörnur fyrir dögun, andardráttur hans var eins og vindur yfir eyðimörk. Hann talaði sem klukka:

— Mundu, hver þú ert.

Og minningin, sem amrit, snerti hjarta hennar. Eins og í hinni miklu Bókasafni heimanna hefði opnast sú blaðsíða sem hún hafði óttast að snerta.

Fyrir utan gluggana hvein stormurinn. Ljósið og myrkrið börðust eins og herir. Og samt, í þessum þrumum, var kall — ekki til örvæntingar, heldur til skyldu.

Neðar, milli múra, meðal reykjar, töfra og blóðs, dunguðu höggin. Jera stóð á barmi falls: eitt augnablik enn — og hún myndu annaðhvort hrapa í hyldýpi Annars Stóra Sundursins, eða standast áhlaupið eins og bestu sverðin standast — eld, vatn og högg.

Kafli 68. Dauði og Endurfæðing

„Til að heimur fæðist á ný
verður einhver að minnast sanna nafns síns
og ganga í gegnum dauðann — ekki sem óvinur,
heldur sem minning um ljósið.“
— úr Týndu krónikunum

Á meðan Jörðin dvaldi í annarri alheimi var hún lengi dauð og hljóðfrek. Yfirborð hennar var storkinn aska, gler og sviðnar bein meginlandanna. Enginn vindur, ekkert andardrag — aðeins ryk sem lagðist í eilífu myrkri.

Þannig liðu tíðir, þar til einn daginn vaknaði lífið á ný — ekki úr ljósi utan frá, heldur úr myrkrinu sjálfu, í skauti þess sem ávallt geymir sköpun. Og þá, úr tóminu, fæddist gyðjan Tíamat.

Með henni vöknuðu minningar hennar. Fyrir augum hennar blossuðu þrjár verur — þrjár systur við rætur Yggdrasils. Hin elsta — Urður, með augum fortíðar; hin miðsta — Verðandi, sem óf núið; og hin yngsta — hún sjálf. Nafnið, gleymt í þúsundir ára, hljómaði í djúpum hennar: Skuld.

Minnningin flæddi yfir hana eins og öldur forns ljóss — ekki skyndilega, heldur hægt, eins og heimurinn opnaði varfærnislega gleymda síðu. Augnaráð hennar varð fjarlægt, andardrátturinn djúpur — og fortíðin lifnaði í henni, þung og heilög.

Hún mundi: þær höfðu ráðið örlögum guða og manna. Og þegar stund heimsendans rann upp, réttu systurnar henni kraft sinn — ekki gjöf, heldur fórn. Þá tengdist hún Yggdrasili sterkari böndum en nokkur önnur. Krafturinn rann í henni eins og eilífur safi trésins, og heimarnir hlustuðu á andardrátt hennar.

Svo birtist hann — hinn mikli elddjöfull, sem bar loga endaloka. Vilji hans var skýrari en stál: að eyða öllum heimum sem héngu við rætur trésins. Hún safnaði allri mætti Yggdrasils í sig — hverri æð ljóss, hverjum straumi örlaganna. Krafturinn sleit sig úr henni eins og þruma úr rifnum himni.

Þau mættust. Og heimurinn skalf. Hann féll — og hún féll með honum. Eldsverðið stakkst í gegnum hana — og Tréð, og alheiminn sem hún var hluti af. Allt klofnaði, varð að ösku, og í þögn dauðans kviknaði nýtt myrkur.

Í nútímanum dró hún andann að sér — eins og eilíft sverð gengi aftur um innstu verur hennar. En í augum hennar blossaði ljós — ekki þjáning, heldur endurheimtur máttur, mettaður minningu þess hver hún var. Með sársaukanum kviknaði annað sýn — óljóst, eins og séð í gegnum reyk liðinna tíma.

Hún vissi, þótt minningin skalf, að einn heimur — Miðgarður — hafði lifað vegna hennar. Í síðustu, eldfullu sekúndunni hafði hún rifið hann frá Yggdrasili — eins og brothætt lauf frá aldna grein — svo logi endaloka snerti hann ekki. Það var síðasta verk hennar — síðasti andblær kraftar fyrir dauðann.

Dauði. Síðan — myrkur.

Þegar eldingar rifu himininn og hold hennar brann undir slögum hreinnar orku, opnaðist minningin eins og forn bókrolla. Hún sá — ekki þennan heim, heldur hinn fyrri: Hún mundi hvernig hún hafði tekið á sig líki djinns, fjötraðs af lampa og vilja seiðmanna, til að vernda þá sem enn gátu elskað.

Mihira — góðmál kona hennar, sem hafði gefið líf sitt til að gefa henni frelsi. Og þegar Mihira, grátandi, mælti hið sanna nafn hennar: „Skuld", kom eldurinn aftur til sálar hennar, og hún bjargaði þeirri sem hafði viljað bjarga henni. Tíamat skildi: hið fyrra líki var aðeins skel, skuggi þeirrar miklu veru sem hún var. Örlög hennar voru ekki þjónusta — heldur endurfæðing.

Hún var forn ljós, bundið við Yggdrasil, síðasta þeirra sem gátu vafið framtíðina. Þegar hún vaknaði á auðninni skildi hún lengi ekki hvar hún var. Rýmið var tímalaust, án takts. En krafturinn í æðum hennar minnti á uppruna hennar: máttur nornarinnar Skuldar, bergmál systra hennar, orka Hins Stóra Trés og ósýnileg tenging við hjarta plánetunnar.

Hún fann: Jörðin var enn lifandi, en andardráttur hennar var varla neisti. Tíamat þráði að endurvekja lífið — ekki af valdafýsi, heldur vegna þess að hún vissi: dauðinn er ekki endir, heldur þreyta heimsins.

Verkefnið krafðist ógnarkrafts. Við rannsókn á forn-rúnum Fyrsta Heims fann hún nærvery annars guðs. Hann svaf, bundinn í stein. Hún fann uppsprettuna — glitrandi bláa perlu. Í henni sá hún anda, ofinn úr ljósi og minni. Í honum sló viska Emrisar, hugrekki Williams og skuggi þriðju veru — Anu, í hverjum kraftur hinna tveggja sameinaðist. Hann var hvorki maður né guð — heldur andardráttur heima, sameining ljóss og myrkurs.

Tíamat bað hann um hjálp, en Anu hafnaði: hann sá í lífinu endurtekningu mistaka, í endurfæðingu — örlagadóm. Þá sýndi hún honum sýn: dauðvona Jörðina í hliðstæðum heimi og gyðjuna sem stóð ein gegn myrkrinu. Og Anu miskunnaðist.

Hann vaknaði, varð geislandi risi og steinninn í brjósti hans opinberaði sanna nafn sitt — Samúð.

Þegar Anu samþykkti, hóf líkama hans að sökkva í jörð: herðar, brjóst, armar — þar til aðeins höfuðið stóð yfir yfirborði. Steinninn lyftist að auganu og þaðan streymdi hreint blátt ljós. Undir jörðu tók líkami hans stöðu Vitruvíusar mannsins — tvírætt spegilmynd: ein fígúra í ferningi, önnur í hring, í fullkominni samhljómun efnis og anda.

Þannig varð Tíamat að fá leiðslu — leið sem hún gat dregið kraft gegnum. Hún safnaði orku og reis til himins, breyttist í Hið Mikla Tré Eibaz — risavaxna súlu úr ljósi og holdi. Rætur þess náðu til kjarna plánetunnar, stofninn braust í gegnum öskuskýin, laufblöðin glitruðu eins og stjörnur, greinarnar teygðu sig til himins og vöktu vinda.

Þannig varð kvenmynd heimsins til: Tréð varð líkama hennar, en höfuð Anu — hjarta við fætur hennar.

Orkan sem hún safnaði hljómaði um plánetuna sem gegnsær hvelfing úr ljómandi trjám sem brutust upp úr jörðu eins og geislar. Fyrstu rætur færðu líf salamöndrum — verum sem gátu ferðast milli heima og voru holdgervingur nýrrar tegundar lífs í gegnum amrit-steininn. Þær urðu fyrstu sendiboðar Tíamat, fyrstu lifandi verur nýs heims.

Í gegnum portala þeirra dró hún kraft úr öðrum heimum — og sköpun nýs lífs hófst. Fyrst komu plönturnar — óendanleg kóral-skógar, glitrandi dali og kristaltjarnir. Síðan dýrin — berar kraftar og eðlishvöt. Að lokum — Jerenníumenn, bornir eftir mynd manna, en með broti af guðlegum vilja.

Líkamar þeirra voru ofnir úr orku bláa steins Anu, sem bar í sér frumkóða lífsins, minni glataðra vera og frumlægar formúlur holds. Sálir þeirra voru spunnar úr örlagahnitum sem Tíamat flétti í vef Jera.

Til þess tengdi hún Jörðina við aðra Jörð — þá sem lifði í hliðstæðum alheimi. Fyrir henni stóðu tvö risavaxin ljós — tvær sálir einnar plánetu, aðskildar af tíma, en einar í eðli. Í einni glóðu örlög mannkyns, í hinni — tóm.

Tíamat skar í sundur þræðina í þeirri fyrri og flétti þá inn í hina seinni. Þannig fundu sálir hinna látnu nýtt skjól. Þær færðust inn í hennar heim — nýja Jörð sem nefnd var Jera.

Eftir dauða Edwards flutti Hið Mikla Tré sál hans í líkama Fáfnis. Þess vegna, þegar guðinn vaknaði, mundi hann líf mannsins sem varð spegilmynd hans. Þannig var Fáfnir ekki aðeins dreki, heldur framhald mannlegrar minningar.

Og hún sem elskaði Edward — Grace — endurfæddist sem Nía, þegar hún fékk mátt sírennunnar. Richard — sem Baihu, hjarta hans bar áfram eiðinn. Elizabeth — sem Inanna, og í sál hennar vaknaði hin forna mýkt.

Þegar Tíamat sá þræði örlaganna fléttast án vilja síns, sté hún til hliðar. Hún stjórnaði ekki lengur — hún horfði aðeins á nýjan heim verða sjálfstæðan.

Í gegnum portaлa salamöndranna fóru dökkir andar inn í Jera — hluti nýs hrings, nýs andardráttar. Anu varð vörður og ráðgjafi þeirra sem öðluðust meðvitund. Hann og sílatarnir hans kenndu Jerenníumönnum mál, minni og samúð — það sem mannkynið eitt sinn missti.

Þegar Tíamat lauk verki sínu gaf hún síðasta glóð lífs síns Hinu Mikla Tréi. Frá þeim degi varð rödd hennar að vindi, andardráttur hennar — að regni, og hjarta hennar — að ljósi sem rýfur skýin.

Og öldum síðar fæddист úr rótum Trésins stúlka með sál hennar — Ninmah. Hún erfði minningu Tíamat, sársauka hennar og óendanlega mildi til lífsins.

Og það var líf Tíamat sem Ninmah minntist þegar hún heyrði rödd Anu í ljónslíki og vakti í sér mátt gyðjunnar.

Þannig varð dauðinn að upphafi.

Þannig varð Jörð að Jera.

Og í kyrrð nýs alheims hlyddu fyrstu andardráttir lifandi heims.

Kafli 69. Fall guðanna

«Þegar himnarnir hrynja
deyr himinninn ekki —
hann lærir aðeins að endurkasta ösku.»
— úr „Ljóðum sem guðirnir náðu ekki að ljúka“

Þegar Anú mælti orðin sem vöktu hina sönnu eðlisveru hennar, breyttist Nínmah. Húð hennar ljómaði blá — líkt og tunglsteinn í nóttinni; hárið varð hvítt, eins og marmararyk, og augun urðu köld og hvít, án sjáaldra — eins og þeirra sem sjá ekki heiminn, heldur sjálfa vef verunnar. Á enni hennar birtist merki gyðjunnar — fín ljóslína, minnt á fléttaðar rúnir, eldri en sjálf Jera.

Hátt yfir plánetunni hóf Surtur, risavaxinn ifrit, sverð sitt upp — reiðubúinn að fella það á Eriddu. En um leið og klingjan blossaði upp, þaut Nínmah fram af turninum og breyttist í ljósvind. Líkami hennar stækkaði, og brátt var hún jöfn eldhafsrisanum. Neðri hluti hennar var þegar orðinn holdlaus — hún líktist nú djinn, ofin úr skínandi ryki.

Á meðan nálgaðist sveit annarra drottningu skrímslanna. Skuggar liðu milli rústanna, en skepnurnar fundu lífið. Ein af annarri slitu þær sundur fylgdarmenn sírenunnar sem send var í örlagaverkefnið. Hjá Inönnu — fyrrverandi gyðju ljóssins, nú drottningu skepnanna — stóðu hundruð vera, og loftið skalf af andardrætti þeirra.

Nía, leidd af örlögunum, braust til hennar. Andartak — og tveir ljósheimar, tveir raddir rákust saman. Sírenan drap Inönnu, breytti söng sínum í dauðahróp — hljóð sem brýtur örlög. Yfir Hinu Mikla Tré, þar sem logar guðasálna brunnu, slokknaði eitt ljós. Hendur sírenunnar blossuðu, þaktar rúnunum, og molnuðu síðan í ösku — verðið fyrir máttinn var greitt.

Elísabet. Minningin fyrir þögnina

Rétt fyrir dauðann mundi Inanna heila ævi sína — jafnvel þá sem hún lifði undir nafni Elísabet.

Fyrst sneri lyktin aftur — volg brauðskorpa, örlítið brennd, morgunsgufa í þröngum gangi munaðarleysingjahælisins. Raddir — hennar, Richards, Edwards — eins og í fjarlægri kapellu: enn saman, enn börn, og allur heimurinn á einum bakgarði.

Svo — götur Lundúna, raki steinsins, gluggar þar sem aðrir lifa. Hún minnist þess þegar nóttin fór inn í blóð hennar og kom aldrei út. Hver og hvenær — minnið segir ekki; skilur aðeins eftir leifar ljóss og langa skugga hungurs.

Að lifa — er að taka ekki frá öðrum, en að lifa — er að taka. Það var upphaf hennar þögulu játningar.

Árin — án talningar. Skref um húsið; spegill sem léttara var að forðast; hendur sem vildu ekki snerta. Hún lærði að éta ekki — lærði að anda þannig að hún heyrði ekki hjartslög annarra. Það var erfiðara en dauðinn.

Og svo — húsið þar sem allt hófst. Hælið. Tóm herbergi, þögulir veggir, ryk eins og snjór. Niðri, undir gólfi, raki loft og tvö flet úr gömlum tuskum. Hún og Edward — sitt hvoru megin þagnarinnar; raddir þeirra voru varla lengur nauðsynlegar.

Þau héldu í hendur, eins og þá, í bernsku, þegar myrkrið var bara myrkur. Hann — maður, en þegar dauðari en margir lifandi. Hún — afturganga, en fann enn hvernig hann andaði við hlið sér. Hann vildi ekki eilífð. Hún — vildi ekki einveru.

Og þegar hann hóf byssuna, gat hún ekki stöðvað hann. Skotið lamdi í brjóst hans, og lífið hvarf eins og andardráttur — hljótt, án ljóss. Elísabet laut yfir hann, reyndi að kalla hann til baka með orði, með andardrætti, jafnvel tárinu, en dauðinn hafði þegar snert varir hans.

Þá braust instinkturinn — gamall, svangur, sterkari en allar bænir. Hún beit hann — ekki af löngun, heldur af ótta við að missa.

Blóð hennar blandaðist hans, og í þeim kossi, fullum ótta og mildi, fæddist bölvunin.

Kannski vildi hún endurvekja hann. Kannski — þoldi hún ekki eilífðina ein. En þegar augu Edwards opnuðust aftur, var þar enginn maður — aðeins endurglampi þess sem eitt sinn hét ást.

Nóttin kom án hróps. Tunglskin — eins og innsigli. Tröppurnar upp — eins og síð síð sein lífsins stigi. Ein kallar ljós, annars biður um að halda mannhelgi. Hún veit svarið áður en hún lyftir augunum. Byssan er köld — en ekki kaldari en eilífðin sem þau höfnuðu.

Tvö skot — einn andardráttur. Hendur losna ekki. Og þögnin verður loks góð.

Framhald orrustunnar

Eftir dauða Inönnu flýðu skrímslin, eins og kakkalakkar hræddir af ljósi. Fáfnir, sem bar skugga Edwards í sál sinni, fann að eiðsarmbandið — heilög innsigli sem bundið hafði hann við Inönnu — hvarf. Að skilja að hún væri látin, fékk hann til að urra.

Eldur í augum hans varð blóðrauður, sverðið — sem eldgos sem leitar fórnar. Baihu, berjandi á öðrum vígstöðvum gegn eigin bræðrum, þeim sem bölvaði amrit hafði gleypt, grét meðan hann drap hvern þeirra. Með hverjum dauða fluttist máttur þeirra í hann.

Líkami hans breyttist: húðin varð hvít, ljósrendur lágu yfir herðar; úr bakinu uxu fjórar hendur, hver með sverði fyllt mætti fallins guðs. Að baki hans snerist Sudarshana — elddiskur sem eitt sinn tilheyrði Narasímha. Hann varð holdgervingur reiði og göfgi — með andlit ljóstígurs í hjarta stormsins.

Surtur hóf sverð sitt, og himinninn rifnaði. En nú stóð Nínmah gegn honum — jöfn honum. Fjórar hendur hennar héldu orkublöðum sem glitruðu bláum rúnaljósum. Með tveimur hélt hún sverði Surts — höggið var svo öflugt að fjöll molnuðu fyrir neðan og loftið sprakk eins og gler. Með þeirri þriðju reyndi hún að stinga ifritinn, en hann greip blaðið berum höndum. Og með þeirri fjórðu — sverð í hendi — kreisti hún sjálfan Fáfni niður að jörð.

Og augnablikið fraus milli þeirra, eins og Jera sjálf héldi niðri andanum. Heimurinn skalf: tvö öfl — sköpun og eyðing — mættust augliti til auglitis.

Þá sá Grace — í líkama Níu — Edward — í líkama Fáfnis. Fjórar augu — dýrsleg, eldrauð — horfðu á hana úr logunum. Hún vissi: frammi fyrir henni var sá sem hún elskaði — ekki í þessu lífi, ekki á þessum tíma, en samt hann.

Nínmah jók átak sitt, og sverð hennar braut hægt niður vörn Fáfnis. Hann hélt henni frá sér með seiðmagni, en galdurinn brast, eins og þunnur ís undir fótum.

Edward öskraði af sársauka — ópið barst yfir sléttuna eins og öskur þúsund sála. Grace þoldi ekki hljóðið. Hún kastaði sér í ána og, á miðri leið, kom hún upp og gaf frá sér örvæntingaróp — andmælagny sem rífur sjálfan veruleikann.

Líkami hennar blossaði — hver rúna logaði sem stjarna. Þegar hrópið náði hámarki, breyttist sírenan í hreint ljós. Rödd hennar eyddi Nínmah — en hún sjálf hvarf af eigin mætti. Verðið fyrir mátt sírenunnar var greitt.

Yfir Hinu Mikla Tré slokknuðu tveir guðlegir eldar.

Grace. Síðasti dagur ljóssins

Rétt fyrir dauðann mundi Nía fyrra líf sitt, þegar hún hét Grace.

Hún fæddist í húsi þar sem allt hafði verið — jafnvel þögnin. Marmaratröppur, myndir forfeðra, lykt bleks og lakk, og augnaráð foreldra, köld sem helgidómar.

Frá barnæsku var henni kennt að tala með reisn, að brosa án tilfinningar og muna að vorkunn var hlutverk þjónanna. En handan járngrindarinnar, þar sem landareign ættarinnar endaði, stóð hælið. Lítið hús úr gráum steini, þar sem hlátur munaðarleysingja hljómaði ekki fátækt, heldur hreint — eins og einhvers staðar hlustaði Guð enn á menn.

Þrjú börn — Edward, Richard og Elísabet. Hún þekkti nöfn þeirra, þó hún hefði aldrei talað við þau. Samt festist augnaráð Edwards — djúpt, hugleitt, eins og hann sæi það sem aðrir sáu ekki — í hjarta hennar að eilífu.

Foreldrar hennar töldu þessi augnaráð móðgun. „Þú ert af göfugum ættum, ekki úr bakstrætunum," sagði faðir hennar. „Mundu stöðu þína," hvíslaði móðir hennar.

En minning um munaðarleysingjann hlýddi ekki kurteisi. Hún óx, og með henni óx tilfinning sem ekki var hægt að nefna né útrýma.

Þegar Grace varð fullorðin kona, var henni margt leyft — en ekki það sem sál hennar þráði. Hún komst í laumi að smekk Edward, í mat, í klæðum. Hún sagði sér að það væri aðeins umhyggja. En hjartað vissi — það var ást.

Edward hvarf.

Og svo — dagurinn sem allt breyttist. Hún fór þangað. Í gegnum kulda og þoku, niður tröppur sem leiddu til kjallara þar sem lykt af vaxi og myrkri lá í lofti. Þar — tvö skuggamyndir: Edward og Elísabet. Föl, með augum sem báru ómannlegt ljós.

Grace stóð stjarf. Hún heyrði hann segja eitthvað — röddin var mjúk, eins og vindur í glufum, en hún greindi ekki orðin. Andardráttur hennar brast. Hún steig aftur — og heimurinn varð óljós, eins og vatn hefði gleypt hann.

Hún hljóp, gleymdi leiðinni, og allan daginn gat hún hvorki grátið né beðið. Drykkja. Óvarfærin tunga. Hún sagði frá. Hún vonaði að einhver hjálpaði, að einhver myndi bjarga.

En saga hennar varð dauðadómur.

Þegar hún sneri aftur um kvöldið, var hælið tómt. Við hliðið — mannfjöldi, hvíslandi raddir, kerti. Á jörðinni lágu tvö lík, hendur samtvinnaðar, augu lokuð eins og innsigli leyndar sem ekki var hægt að bæta.

Hún féll á hnén. Tárin sem komu ekki — komu nú. En þau björguðu engu. Hún vissi að allt var búið — ástin, trúin, hún sjálf.

Byssan var létt. Hún lyfti henni eins og kerti í helgidómi og hvíslaði aðeins eitt:

— Fyrirgefðu, Edward,

ég hefði átt að vera hjá þér.

Skotið blandaðist þrumunni. Og borgin tók ekki eftir að þessa nótt fór ein sál — ekki af ótta, heldur ást.

Framhald orrustunnar

Í sama andartaki hófst Baihu á vængjum fjölskyldudýrs síns og sveif til himins. Hann náði höfði Surts og með snúandi Sudarshönu hjó hann það af. Eldhvolfið varð hvítt — eins og heimurinn hreinsaði sig í eitt andartak.

Fáfnir stóð í öskunni — frelsaður, en bölvaður. Máttur sírenunnar hafði brotið keðju Gleipnis, sem hélt skrímslunum inni í honum. Okkur féllu, og hinar fornu skepnur — Volgrim, Sargand og máttur Surts sjálfs — brutu sig lausar.

Líkami Fáfnis ummyndaðist, varð að einhverju stærra: risavaxnum dreka með fjórum augum — úlf, djöfli og ormi. Öskur hans reif sundur skýin, og hreistur hans glitraði eins og haföldur.

Baihu hörfaði ekki. Hann steyptist fram — ljóstígur gegn dreka glundroðans. Heimurinn hélt niðri andanum þegar tvö holdgervingar fornu sálanna mættust í bardaga.

Elddiskar og logandi hvirflar blinduðu allt lifandi. Hið Mikla Tré skalf — eins og það grét.

Bardaginn stóð stutt.

Þegar reykurinn hvarf, stóð aðeins ein logandi vera yfir höfði Anú. Richard, í líkama Baihu, hafði fallið. Hann þurfti aðeins að snerta hann — og allur mátturinn hefði runnið til hans. En hann gat það ekki. Hann náði því ekki.

Svartur eldur hins mikla dreka, ryðjandi fram eins og úr svartri gjótu, gleypti hann.

Rétt fyrir dauðann mundi hann ekki hver hann var — eins og ljósið hefði brennt minnið út.

Yfir vígvellinum, í ljóma og ösku, stóð einn eftir — hyrndur dreki litur hafaldna með augum sem endurspegluðu dauða, sorg og þögult tignarbragð. Hann lifði — en máttur hins eina guðs úr spádómum kom aldrei til hans.

Heimurinn Jera þagnaði. Tíminn stöðvaðist, eins og plánetan sjálf héldi niðri andanum fyrir nýja öld — sem, kannski, mun aldrei renna upp.

Kafli 70. Síðasta spurningin

«Stundum þarf engin svör.
Nóg er að spyrja þannig,
að heimurinn verði aldrei sá sami aftur.»
— úr „Minningu þeirra sem heyrðu Myrkrið“

Við rætur Hins Mikla Trés blossaði upp enn ein tunga guðdómlegs elds — mjór, eins og eldarfjöður. Nú voru tvö ljós aftur yfir höfði Anú. Tvö skín, tvö nærveru. En hver var hinn guðinn?

Heimurinn fraus: hljóðið féll í hyldýpið, vindurinn stöðvaðist á miðri leið, jafnvel öskan hékk í loftinu og þorði ekki að falla á sár jarðar.

Við múra Eridu gekk einhver — hægt, án þess að flýta sér. Með hverju skrefi breyttist líkami hans. Tíminn, sem hafði stöðvað allt, átti ekki yfir honum vald. Það var staðgengill — skapaður úr steini og rótum, bundnum saman af andardrætti forngra krafta.

Líkami hans tók að umbreytast: steinninn fór að linna, eins og vax undir heitri bæn, rætur fóru að lýsast og breytast í þræði elds. Hold hans, þungt og hljótt, byrjaði að bráðna að innan — og úr sprungunum brast fram eldur, hreinn eins og fyrsta andardráttur dögunar.

Veran skulfu — og eins og kerti í helgidómsglugga tók hún að bráðna í ljóma, þar til ekkert var eftir af steininum nema ljós. Úr baki hans uxu vængir — ekki fiður, heldur eldfanar, þar sem sjálfur andardráttur Jera skjálfnaði. Þeir breiddust út, eins og minning um himininn, og í ljósinu birtist forn innsigli fönixsins — merki endurfæðingar í eldi, þar sem dauði og líf syngja með einni röddu.

Þetta var Natanoël — gjöf Amaterasu, sem hafði lifað af í sviðinni myrkri. Þegar himneskur högg Brahmastru stefndi að honum eins og ljósklinga, tókst honum — fyrir verð alls — að flytja meðvitund sína í staðgengilslíkamann Jera. Umbreytingin þurfti tíma — og nú var tími hans kominn.

Hin megin á himninum svif viðsjárverður drekinn á lit sjávaröldu — afkvæmi Edwards, sem hafði slitið fjötra. Í honum geisuðu þrjár hyldýpur: reiði Volgrims, köld speki Sargands og hitinn erfaður af hinum fallna Surti. Fjórir augun — djöfulleg, úlfkennt og snákkennt — horfðu á heiminn sem lögmæta bráð.

Þeir stukku hvor á móti öðrum: fönixinn — sem eldsnöggur logi, drekinn — á fjórum loppum yfir tómuna, sem yfir granít næturinnar. Og í því augnabliki sem rúmið skalf logaði reiði Natanoëls upp — ekki mannleg, heldur frumstæð, sú sem eitt sinn kveikti stjörnur og braut heima.

Eldurinn í æðum hans hnykktist saman í spíral, og líkami hans, skapaður úr ljósi og steini, rifnaði opinn — eins og klofinn innan frá af krafti sem ekki þekkti mörk. Úr brjósti hans brast fram straumur elds og hann reis upp, breytist í risavaxna fugl, eldraudan eins og sjálfa dögun sköpunarinnar.

Vængir hans ristu myrkrið — hver fjöður skein sem hnífur, hver hreyfing skapaði þruma. Heimarnir — nær og fjær — skulfu við árekstrinum. Tómið brast, eins og kristall í sólargeisla; stjörnur slokknuðu og kviknuðu aftur, endurspegl-aðar í augum guðanna.

Fönix og dreki mættust í myrkrinu, og allt rúmið varð vígvöllur þeirra, og Jera sjálf — vitni þess hvernig ljós og reiði vefjast saman í eitt andardrag.

Eldur Natanoëls vafði sig um drekann og blossi samruna þeirra blindaði himinhvelfinguna. Í því augnabliki varð fönixinn ekki lengur eldur heldur holdgervingur hefnda, þar sem reiði er bæn og eyðing — leið til endurfæðingar.

Bardaginn var lengri en kvæði, styttri en eilífð. Drekinn tætti vængi fönixins með kjöftunum — eldurinn féll í glóandi fjaðrir, eins og regn úr loftsteinum. Fönixinn klóraði af honum hornin, slökkti augun — og myrkrið missti augnablik litina.

Þeir ruku ofan hvelfingu Jera — út í tómið milli stjarnanna, þangað sem hljóð verður að ljósi og ljós — að hugsun. Grípotta hann drekann um mittið og hóf hann á loft — eins og örn sem ber snák. En drekinn, langur og snákmyndaður, vafði hala sínum um háls hans og greipin, eins og snara, fór að kyrkja eldinn.

Fönixinn dalaði; drekinn sleit sig lausan, klemmdi hringinn og, með rykk, beit höfuðið af honum. Í sama hreyfingunni missti hann odd hala síns, sem hélt um háls fönixsins — tákn Uroborosar, spádómur sem uppfyllir sjálfan sig.

Loginn við Hið Mikla Tré skulfu — og dó. Og á himninum dofnaði tvístirnið, hopaði og leystist upp í ekkert — því þegar guð deyr, deyr og ljósið sem bundið var við hann.

Edward vaknaði, í mannlegu líki — því sama sem hann yfirgaf lífið í, þann dag sem hann, systir hans og bróðir féllu. Hann hafði ekki líkama, var ekki vampíra — aðeins andi manns. Hann stóð upprétttur, þó í kring væri hvorki jörð né himinn — aðeins kristaltómið.

Krafturinn kom ekki. Leyndardómurinn opnaðist ekki. Í hjarta hans blossaði söknuður — ekki eftir mætti, heldur merkingu.

— Edward, — sagði rödd úr tóminu.

— Hver ert þú? Orlog? Hirðing sköpunarinnar?

— Nei. Sá sem þú barðist við.

— Varstu ekki dáinn?

— Í þessari tvíddu gastu ekki sigrað. Kraftur minn er örlög fönixsins: ég dey einu sinni — og rís síðan upp og tek líf og mátt morðingjans.

Edward sneri sér við. Dreka-líkami hans glitraði, leystist upp. Úr myrkrinu opnaðist risavaxið auga — og bak við það eitthvað óendanlegt, eins og rúmið sjálft.

— Þannig að ég átti engan séns, — sagði hann lágt. — Og hvað gerirðu við það sem þú fékkst?

— Ég veit það ekki, — svaraði Natanoël.

— Geturðu reist einhvern upp? Breytt fortíðinni?

— Nei. Lög sköpunarinnar leyfa ekki afskipti hins lægra af hinu æðra og öfugt. Svo lengi sem lifandi heimur er til, er Hagalas ósnertanlegur. Þegar skuggi talar — þagnar dagurinn.

— Þá munt þú skapa nýjan heim?

— Allt snýr aftur á hringinn. Sársauki, stríð, þjáning — ekki mistök, heldur andardráttur heildarinnar.

Að loknum þessum orðum hvarf Edward inn í Hagalas, eins og neisti sem fellur í snjó.

Natanoël sá inn í dýpstu lög minnis síns. Hann sá sjálfan sig — skugga í bláum steini, við hlið Emris og þess sem eitt sinn var kallaður William. Hann skildi: hann hafði sjálfur kallað sig — úr öðrum heimi, þar sem engin galdur var, heimi þar sem menn fremja illt ekki vegna skrímsla, heldur veikleika hjartans.

Hann minntist samtalsins úr myrkrinu. Og hugsun reis í honum — ekki logi, heldur tær sársauki.

— Hver ert þú, sem ofaðir hið sýnilega og ósýnilega? — spurði hann.

Þögn.

— Til hvers skapaðir þú allt þetta?

Þögn aftur — eins og svartur snjór.

— Hver er ég? Hver ert þú? Hver erum við?

Og enn — ekkert.

Natanoël þagnaði lengi. Hann hugsaði ekki um almætti né vald, heldur um verð. Hann sá mynstur: þar sem hamingja er — þar er óhamingja, þar sem líf er — þar er dauði, þar sem sannleikur er — þar er lygi. Heimurinn andar í andstæðum.

Að gera alla hamingjusama er aðeins hægt með því að taka frá þeim vilja. En án frelsis er engin ást, og án ástar — enginn tilgangur. Því er eini leiðin til að afnema þjáningu — að afnema þann sem þjáist.

Hann lyfti augum.

Og síðasti guðinn tók ákvörðun — ekki úr reiði, heldur miskunn eftir því sem hjarta hans skildi.

Kósmískur lófi Natanoëls strauk yfir hvelfingu sköpunarinnar eins og þurr svampur yfir töflubroti. Stjörnurnar, eins og rúnir, stroknuðu út. Heimarnir — léttir og þungir, stoltir og örsnauðir — slokknuðu án hljóðs. Eridu og turnar hennar, Jera, Hagalas og þokur hans, allt lifandi og allt dautt, nöfn, minningar, orð — allt sneri aftur í þögnina, í tómið sem kallað hafði það fram.

Hann bjargaði engum. Hann frelsaði alla — frá nauðsyn þjáningar. Og í sama hreyfingu frelsaði hann sjálfan sig — frá nauðsyn þess að vera.

Eftir stóð tómið. Ekki kalt — jafnt. Þar er enginn tími til að iðrast, engin minning til að hrósa sér af.

Svona gerði Natanoël Whitmore — hvorki maður né skrímsli, heldur síðasti guðanna.

www.ingramcontent.com/pod-product-compliance
Lightning Source LLC
LaVergne TN
LVHW040416051026
849517LV00002B/335
* 9 7 9 8 2 3 2 0 5 7 6 9 5 *